ਚੌਥਾ ਆਦਮੀ

(ਅਫ਼ਸਾਨੇ)

(ਸੰਸਕਰਨ ੩)

ਸ਼ੋਐਬ ਸਾਦਿਕ

ਡਾ. ਮੋਨਿਕਾ ਸਪੋਲਿਆ

ਦੁਆਰਾ ਅਨੁਵਾਦਿਤ ਵਾ ਸੰਪਾਦਿਤ

ਪਰਕਾਸ਼ਕ ਅਤੇ ਡੇਸਕਟਾਪ ਪਰਕਾਸ਼ਕ:
ਸੀ. ਆਈ. ਟੀ. ਪੀ ਇੰਕ - CITP INC.
ਲਵਾਲ, ਕਿਊਬੈਕ, ਕੈਨੇਡਾ
services@citpinc.biz

ਪੰਜਾਬੀ ਸੰਸਕਰਨ ੩

ਕੀਮਤ: ੧੫ ਡਾਲਰ (ਕੈਨੇਡੀਅਨ)
Price: $15.00 (Canadian)

ISBN: 9780986747267

ਲੇਖਕ ਦਾ ਸੰਪਰਕ:
+1-613-662-2949
Shoaiblsadiq@yahoo.ca
shoaibsadiq@hotmail.ca

ਸਮਰਪਣ

ਵਾਲਦੈਨ
ਦੇ
ਨਾਮ

ਪਰਵਾਨਗੀ

ਸ਼ੋਐਬ ਸਾਦਿਕ ਕਵਰ ਪੇਜ ਤੇ ਮੋਹੰਮਦ ਇਲਿਆਸ ਅਲਕਾਦਰੀ ਦੀ ਇਕ ਸ਼ਾਨਦਾਰ ਪੇਂਟਿੰਗ ਲਗਾਣ ਦੇਣ ਲਈ ਉਹਣਾਂ ਦੇ ਬਹੁਤ ਆਭਾਰੀ ਹੈਂ।

ਵਿਸ਼ਾ – ਸੂਚੀ

ਮੁਖਬੰਧ

ਅਫ਼ਸਾਨੇ

ਲਾਲਾ ਮੂਸਾ ਜ਼ਿੰਦਾਬਾਦ

ਸ਼ੋਐਬ ਸਾਦਿਕ ਕੈਨੇਡਾ ਚਲਾ ਗਿਆ ਮਗਰ ਵੋਹ ਆਪਣੇ ਅੰਦਰੋਂ ਲਾਲਾ ਮੂਸਾ ਨੂੰ ਨਹੀਂ ਨਿਕਾਲ ਸਕਾ। ਸਾਹਬੂ! ਯੇ ਮਹਿਜ਼ ਅਖ਼ਬਾਰੀ ਬਿਆਨ ਨਹੀਂ ਬਲਕਿ ਸੱਚ ਹੈ ਔਰ ਇਸ ਸੱਚ ਦਾ ਗਵਾਹ ਮੈਂ ਭੀ ਹੂੰ ਔਰ ਉਸ ਦੀਆਂ ਕਹਾਣੀਆਂ ਭੀ ...

ਸ਼ੋਐਬ ਦਾ ਕੈਨੇਡਾ ਕੀ ਹੈ? ਮੈਂ ਉਸ ਨਾਲ ਜ਼ਿਆਦਾ ਵਾਕਫ਼ ਨਹੀਂ। ਇਸ ਦੇ ਦੋਸਤ, ਇਸ ਦੇ ਬੱਚੇ, ਇਸ ਦੇ ਕਾਰਨਵਾਲ਼ ਨੂੰ ਮੈਂ ਨਹੀਂ ਦੇਖਿਆ ਲੇਕਿਨ ਇਸ ਦੀਆਂ ਕਹਾਣਿਆਂ ਵਿੱਚ ਇਸ ਦਾ ਲਾਲਾ ਮੂਸਾ ਜਿਸ ਤਰਾਂ ਮੇਰੇ ਹਵਾਸ ਵਿੱਚ ਛਾਇਆ ਹੋਇਆ ਹੈ, ਮੇਰਾ ਫ਼ਰਜ਼ ਬਨਦਾ ਹੈ ਕਿ ਮੈਂ ਪਹਿਲੇ ਲਾਲਾ ਮੂਸਾ ਦੀ ਕਹਾਣੀ ਬਿਆਨ ਕਰ ਲੂੰ ਕਿਓਂਕਿ ਇਸ ਕਹਾਣੀ ਵਿੱਚ ਉਸ ਦੀਆਂ ਕਹਾਣੀਆਂ ਸਾਂਸ ਲੈ ਰਹੀ ਹੈਂ।

੧੯੯੯ ਈ. ਦੇ ਦਿਸੰਬਰ ਕਾ ਜ਼ਿਕਰ ਹੈ ਕਿ ਮੁਝੇ ਮੇਰਾ ਰਿਜ਼ਕ ਲਾਲਾ ਮੂਸਾ ਖੈਂਚ ਕਰ ਲੈ ਗਿਆ। ਮੇਰਾ ਗੌਰਮਿੰਟ ਕਾਲਜ ਲਾਹੌਰ ਔਰ ਮੀਰਾ ਮੱਝ ਸੇ ਸਾਂਸ ਦੀ ਤਰਾਂ ਨਹੀਂ, ਨਾਖ਼ੁਨ ਦੀ ਤਰਾਂ ਪੀਵਸਤ ਸੀ। ਉਸ ਦੇ ਜਾਂਦੇ ਹੋਏ ਮੁਝੇ ਲੱਗ ਰਿਹਾ ਸੀ ਕਿ ਯੇ ਸ਼ਹਿਰ, ਬਲਕਿ ਤਮਾਮ ਸ਼ਹਿਰ, ਮੇਰਾ ਰਖ਼ਤੇ ਸਫ਼ਰ ਹੈ ਜਿਸੇ ਉਠਾ ਕੇ ਮੁਝੇ ਲਾਲਾ ਮੂਸਾ ਜਾਣਾ ਹੈ। ਮੈਂ ਸ਼ਾਇਦ ਇਨ੍ਹੀ ਲਮਹਾਤ ਵਿੱਚ ਕਿਹਾ ਸੀ।

ਕੋਈ ਗਠੜੀ ਤੋ ਨਹੀਂ ਹੈ ਕਿ ਉਠਾ ਕਰ ਚੱਲ ਦੂੰ
ਸ਼ਹਿਰ ਕਾ ਸ਼ਹਿਰ ਮੁਝੇ ਰਖ਼ਤੇ-ਏ-ਸਫ਼ਰ ਲਗਤਾ ਹੈ॥

ਮੈਂ ਇਸ ਸ਼ਹਿਰ ਨੂੰ ਜ਼ਾਹਿਰਨ ਤੋਂ ਉੱਠਾ ਕੇ ਨਾ ਲੈ ਜਾ ਸਕਾ ਲੇਕਿਨ ਬਾਤਨੀ ਸਤ੍ਹਾ ਪਰ ਮੇਰਾ ਜੀ ਸੀ ਕਿ ਮੇਰਾ ਲਾਹੌਰ ਮੇਰੇ ਨਾਲ ਚੱਲ ਪੜੇ। ਲਾਲਾ ਮੂਸਾ ਕਾਲਜ ਮੇਰਾ ਮੁੰਤਜ਼ਿਰ ਸੀ ਕਿਉਂਕਿ ਮੇਰੀ ਤਰਰਕੀ ਕਾ ਆਰਡਰ ਮੁੱਝ ਸੇ ਪਹਿਲੇ ਵਹਾਂ ਪਹੁੰਚ ਚੁੱਕਾ ਸੀ। ਯਹਾਂ ਮੁਝੇ ਹਾਥੋਂ-ਹਾਥ ਲਿੱਤਾ ਗਿਆ। ਮੇਰੀ ਰਿਹਾਇਸ਼ ਦਾ ਇੰਤਜ਼ਾਮ ਦੇਖਦੇ ਹੀ ਦੇਖਦੇ ਹੋ ਗਿਆ। ਪ੍ਰੋਫ਼ੈਸਰ ਸ਼ੋਐਬ ਸ਼ਾਹ, ਪ੍ਰੋਫ਼ੈਸਰ ਖ਼ਾਲਿਦ ਬਸ਼ੀਰ, ਪਰਵੇਜ਼ ਮੁਈਨ ਬਟ ਨੇ ਮੁਝੇ ਕਬੂਲ ਕਰ ਲਿਆ ਔਰ ਮੈਂ ਬਜ਼ਾਹਿਰ ਇਸ ਸ਼ਹਿਰ ਦਾ ਹੋ ਗਿਆ। ਯਹਾਂ ਪਹੁੰਚ ਕੇ ਸਭ ਤੋਂ ਪਹਿਲੇ ਜਿਸ ਸ਼ਖ਼ਸ ਦਾ ਖ਼ਿਆਲ ਆਇਆ ਵੋਹ ਲਾਲਾ ਮੂਸਾ ਦਾ ਦੂਸਰਾ ਨਾਮ ਕਾਵਿਸ਼ ਬੱਟ ਸੀ। ਕਾਵਿਸ਼ ਬੱਟ, ਸਹਾਫ਼ੀ ਸ਼ਾਇਰ ਔਰ ਉਨ ਸਭ ਤੋਂ ਬੜਕਰ ਯਾਰੋਂ ਦਾ ਯਾਰ ਸੀ। ਮੈਂ ਜੋ ਦਿਲ ਵਿੱਚ ਲਾਹੌਰ ਨੂੰ ਬਸਾ ਕੇ ਲੈ ਗਿਆ ਸੀ, ਕੁਛ-ਕੁਛ ਯਹਾਂ ਦਾ ਹੋਣ ਲੱਗਾ। ਇਸ ਦੌਰਾਨ ਮੁਝੇ ਇਕ ਰੋਜ਼ ਸ਼ੋਐਬ ਸਾਦਿਕ ਮਿਲਿਆ ਜੋ ਫ਼ੈਡਰਲ ਕਾਲਜ ਖਾਰਿਆਂ ਵਿੱਚ ਪੜ੍ਹਦਾ ਸੀ। ਵੋਹ ਪੜ੍ਹਦਾ ਖਾਰਿਆਂ ਚ ਸੀ ਔਰ ਫਿਰਦਾ ਸਾਡੇ ਕਾਲਜ ਸੀ। ਕਿਸ ਸਿਤਾਰੇ ਨੂੰ ਕਿਥੇ ਗਰਦਿਸ਼ ਕਰਨਾ ਹੈ ਯੇ ਉਸੇ ਮਾਲੂਮ ਨਹੀਂ ਹੂੰਦਾ ਲੇਕਿਨ ਵੋਹ ਵਹਾਂ ਗਰਦਿਸ਼ ਕਰਦਾ ਹੈ। ਸ਼ੋਐਬ ਭੀ ਮਿਲਦਾ ਰਿਹਾ ਔਰ ਤਵੱਜਾ ਦਾ ਤਕਾਜ਼ਾ ਕੀਤੇ ਬਗੈਰ ਮਿਲਦਾ ਰਿਹਾ। ਪਸੰਦੀਦਾ ਸ਼ੇਅਰ ਸੁਨਾਂਦਾ ਸੀ, ਅਦਬੀ ਗੱਲਾਂ ਕਰਦਾ ਸੀ ਲੇਕਿਨ ਉਸ ਨੇ ਆਪਣੇ ਤਖ਼ਲੀਕਕਾਰ ਹੋਣ ਦਾ ਨਾ ਕਦੀ ਇਜ਼ਹਾਰ ਕੀਤਾ ਨਾ ਦਾਵਾ। ਨਾ ਜਾਣੇ ਮੁਝੇ ਕਿਉਂ ਐਸਾ ਲਗਦਾ ਸੀ ਕਿ ਇਸ ਦੇ ਅੰਦਰ ਤਖ਼ਲੀਕਕਾਰ ਇਜ਼ਹਾਰ ਦਾ ਮੁੰਤਜ਼ਿਰ ਹੈ ਜੋ ਮੁਝੇ ਆਪਣੀ ਤਰਫ਼ ਖਿੱਚਦਾ ਹੈ। ਮੇਰਾ ਯੇ ਅੰਦਾਜ਼ਾ ਇਸ ਦੇ ਅਫ਼ਸਾਣੀਆਂ ਦੀ ਕਿਤਾਬ "ਚੌਥਾ ਆਦਮੀ" ਦੀ ਸੂਰਤ ਵਿੱਚ ਸੱਚ ਸਾਬਤ ਹੋ ਗਿਆ ਹੈ।

ਮੈਂ ਤਿੰਨ ਬਰਸ ਕੀ ਤਵੀਲ ਮੁਖ਼ਤਸਰ ਮੁਦੱਤ ਵਿੱਚ ਵਾਪਸ ਲਾਹੌਰ ਆ ਗਿਆ। ਸਾਹਬੂ! ਤਵੀਲ ਮੈਂ ਲਾਹੌਰ ਕੀ ਜੁਦਾਈ ਵਿੱਚ ਲਿਖਿਆ ਔਰ ਮੁਖ਼ਤਸਰ ਲਾਲਾ ਮੂਸਾ ਤੋਂ ਮਿਲਣ ਵਾਲੀ ਪਾਏਦਾਰ ਮੁਹੱਬਤ ਯਾਨੀ ਸ਼ੋਐਬ ਸਾਦਿਕ ਦੇ ਲਈ ਕਿਹਾ ਹੈ। ਲਾਹੌਰ ਪਹੁੰਚ ਕੇ ਵੀ ਸ਼ੋਐਬ ਨਾਲ ਰਬਤ-ਜ਼ਬਤ ਕਾਇਮ ਰਿਹਾ। ਵੋਹ ਕਾਨੂਨ ਦੀ ਤਾਲੀਮ ਹਾਸਲ ਕਰਣ ਲਈ ਇਥੇ ਆ ਗਿਆ।

ਮਿਲਦਾ ਰਿਹਾ ਔਰ ਅਚਾਨਕ ਇਕ ਦਿਨ ਉਸ ਨੇ ਐਲਾਨ ਕਰ ਦਿੱਤਾ ਕਿ ਮੈਂ ਲਾਲਾ ਮੂਸਾ ਦੇ ਬਜ਼ੁਰਗ ਸ਼ਾਇਰ ਡਾਕਟਰ ਜਾਵੇਦ ਸੋਜ਼ ਨਾਲ ਉਨ ਕੇ ਅਦਬੀ ਜਰੀਦੇ "ਅਦਬੀ ਚੇਹਰਾ" ਨੂੰ ਸ਼ਾਇ ਕਰਣ ਦੀ ਇਜਾਜ਼ਤ ਲੈ ਲਈ ਹੈ ਔਰ ਮੈਂ ਉਸੇ ਸ਼ਾਇ ਕਰੂੰਗਾ। ਮੈਂ ਅਦਬੀ ਜਰਾਇਦ ਕੀ ਇਸ਼ਾਇਤ ਔਰ ਉਨ ਕੇ ਖ਼ਸਾਰੇ ਸੇ ਬਖ਼ੂਬੀ ਵਾਕਫ਼ ਹੂੰ।

ਲੇਕਿਨ ਮੈਂਨੇ ਇਸਕੇ ਅਜ਼ਮ ਦੇ ਆਗੇ ਸਰ ਤਸਲੀਮੇ ਖ਼ਮ ਕਰ ਦਿੱਤਾ। ਮੈਂ ਕਹਾ ਕਿ ਸ਼ੋਐਬ ਤੁਮ ਅਦਬੀ ਚੇਹਰਾ ਸ਼ਾਇ ਕਰੋ, ਮੈਂ ਤੁਮਹਾਰੇ ਸਾਥ ਹੂੰ। ਉਸਨੇ ਨਾ ਸਿਰਫ਼ ਅਦਬੀ ਚੇਹਰਾ ਤਸਲਸੁਲ ਸੇ ਸ਼ਾਇ ਕੀਤਾ ਬਲਕਿ ਅਦਬੀ ਦੁਨੀਆਂ ਵਿੱਚ ਇਕ ਮੁਤਹੱਰਿਕ ਮੁਦੀਰ ਦੇ ਤੋਰ ਤੇ ਅਪਣਾ ਕਿਰਦਾਰ ਅਦਾ ਕਰਨਾ ਸ਼ੁਰੂ ਕਰ ਦਿੱਤਾ। ਅਦਬੀ ਚੇਹਰਾ ਦੇ ਸ਼ੁਮਾਰੇ ਮੇਰੀ ਲਾਇਬਰੇਰੀ ਵਿੱਚ ਹੈਂ ਔਰ ਉਸ ਜ਼ਮਾਨੇ ਦੀ ਯਾਦ ਦਿਲਾਂਦੇ ਰਹਿੰਦੇ ਹੈਂ।

ਇਸ ਦੌਰਾਨ ਵਿੱਚ ਸ਼ੋਐਬ ਨੇ ਇਕ ਦਿਨ ਬਤਾਇਆ ਕਿ ਉਹ ਕੈਨੇਡਾ ਜਾ ਰਿਹਾ ਹੈ। ਮੇਰੇ ਲਈ ਯੇ ਖ਼ਬਰ ਫਿਰ ਗੋਸ਼ਤ ਸੇ ਨਾਖੁਨ ਖੀਂਚਨੇ ਵਾਲੀ ਸੀ। ਉਸਨੇ ਬਤਾਇਆ ਕਿ ਮੇਰੀ ਇੰਮੀਗ੍ਰੇਸ਼ਨ ਹੋ ਗਈ ਹੈ ਔਰ ਮੈਂ ਵਹਾਂ ਸ਼ਾਦੀ-ਸ਼ੁਦਾ ਹੋ ਕੇ ਜਾ ਰਿਹਾ ਹੂੰ। ਮੈਂਨੇ ਦੁੱਖ ਭਰਾ ਸੁੱਖ ਕਾ ਸਾਹ ਲਿੱਤਾ ਔਰ ਖ਼ਾਮੋਸ਼ ਰਿਹਾ। ਉਹ ਇਸ ਦੌਰਾਨ ਚਲਾ ਗਿਆ। ਮੈਂ ਕਈ ਅਜ਼ੀਜ਼ ਰੁਖ਼ਸਤ ਕੀਤੇ ਹੈਂ ਲੇਕਿਨ ਸਾਤ ਸਮੁੰਦਰ ਪਾਰ ਜਾ ਕਰ ਉਹਣਾਂ ਨੇ ਨਹੀਂ ਬਤਾਇਆ ਕਿ ਅਸੀਂ ਖ਼ੈਰੀਅਤ ਨਾਲ ਪਹੁੰਚ ਗਏ

ਹਾਂ। ਲੇਕਿਨ ਸ਼ੋਐਬ ਸਾਦਿਕ ਇਨ ਕੇ ਬਰ ਅਕਸ ਨਿਕਲਿਆ। ਉਸਨੇ ਜਾਕਰ ਮਵਾਸਲਾਤੀ ਤਾਲੁੱਕ ਬਹਾਲ਼ ਰੱਖਿਆ। ਇਸ ਤਾਲੁੱਕ ਨੂੰ ਮਵਾਸਲਾਤੀ ਮੈਂ ਇਸ ਲਈ ਕਹਿ ਰਹਾ ਹੂੰ ਕਿ ਇਸ ਦੇ ਬਾਦ ਮੇਰੀ ਇਸ ਨਾਲ ਮੁਲਾਕਾਤ ਨਹੀਂ ਹੋਈ।

ਚੰਦ ਮਾਹ ਪੇਸ਼ਤਰ ਉਸ ਨੇ ਫ਼ੋਨ ਕੀਤਾ ਔਰ ਕਿਹਾ ਕਿ ਮੈਂ ਆਪ ਨੂੰ ਆਪਣੇ ਅਫ਼ਸਾਨਿਆਂ ਦਾ ਮਸੱਵਦਾ ਅਰਸਾਲ ਕਰ ਰਿਹਾ ਹਾਂ। ਇਸ ਖ਼ਬਰ ਨੇ ਮੁਝੇ ਖ਼ੁਸ਼ੀ ਭੀ ਦਿੱਤੀ ਔਰ ਹੈਰਾਨੀ ਭੀ। ਮੈਂ ਉਸ ਦੀਆਂ ਕਹਾਣੀਆਂ ਦੇ ਮਸੱਵਦੇ ਦਾ ਇੰਤਜ਼ਾਰ ਕਰਣ ਲੱਗਾ। ਕਹਾਣੀਆਂ ਪੜ੍ਹੀਂ ਤਾਂ ਸਾਹਬੂ! ਯਕੀਨ ਕਰੋ, ਉਸ ਨੇ ਮੇਰੇ ਅੰਦਰ ਦੇ ਲਾਲਾ ਮੂਸਾ ਨੂੰ ਲਾਹੌਰ ਦੇ ਮੁਕਾਬਿਲ ਲਿਆ ਕੇ ਖੜਾ ਕਰ ਦਿੱਤਾ। ਮੈਂ ਪੰਦਰਾਂ ਸਾਲਾਂ ਤੋਂ ਬੈਰੂਨ-ਏ-ਮੁਲਕ ਜਾ ਰਿਹਾ ਹਾਂ ਲੇਕਿਨ ਮੈਂਨੇ ਐਸਾ ਨੌਜਵਾਨ ਨਹੀਂ ਦੇਖਿਆ ਜੋ ਉਮਰ ਦੇ ਮਿੱਠੇ ਬਰਸ ਵਿੱਚ ਕੈਨੇਡਾ ਗਿਆ ਹੋ ਔਰ ਉਸ ਨੇ ਆਪਣੀ ਮਿੱਟੀ ਦਾ ਇਸ਼ਕ ਫ਼ਰਾਮੋਸ਼ ਨਾ ਕਰਦਿਆ ਹੋ। ਚੌਥਾ ਆਦਮੀ ਇਸ ਦੀਆਂ ਕਹਾਣੀਆਂ ਦਾ ਪਹਿਲਾ ਮਜਮੂਆ ਹੈ। ਮੈਂ ਫਿਰ ਇਕ ਗੱਲ ਕਹਿੰਦਾ ਹਾਂ ਕਿ ਪਹਿਲਾ ਮਜਮੂਆ ਹੈ। ਯੇ ਕਹਾਣੀਆਂ ਸ਼ੋਐਬ ਦੀ ਕਹਾਣੀ ਸੇ ਕਮਿਟਮੈਂਟ ਦਾ ਆਗ਼ਾਜ਼ ਹੈਂ। ਵੋਹ ਕਹਾਣੀ ਦੀ ਤਲਾਸ਼ ਵਿੱਚਕਿਤਨਾ ਸਰ ਗਰਦਾਂ ਹੈ, ਇਸ ਦਾ ਅੰਦਾਜ਼ਾ ਇਸ ਦੀ ਕਹਾਣੀ *ਖ਼ੁਦਕਸ਼ੀ* ਤੋਂ ਕੀਤਾ ਜਾ ਸੱਕਦਾ ਹੈ। ਵੋਹ ਕਿਸੀ ਦੀ ਸਪੁਰਦਗੀ ਤੋਂ ਜ਼ਿਆਦਾ ਇਸ ਤੋਂ ਮਿਲਣ ਵਾਲੀ ਕਹਾਣੀ ਵਿੱਚ ਦਿਲਚਸਪੀ ਰੱਖਦਾ ਹੈ।

ਬਾਤ ਮੈਂ ਲਾਲਾ ਮੂਸਾ ਤੋਂ ਸ਼ੁਰੂ ਕੀਤੀ ਸੀ। 'ਚੌਥਾ ਆਦਮੀ' ਦੀਆਂ ਕਈ ਕਹਾਣੀਆਂ ਲਾਲਾ ਮੂਸਾ ਦੇ ਗਰਦੋ ਨਵਾ ਇਸ ਦੀ ਰੂਹ ਔਰ ਖ਼ਮੀਰ ਤੋਂ ਅਪਣਾ ਖ਼ਮੀਰ ਉੱਠਾਂਦੀ ਹੈਂ। ਉਹ ਲਾਲਾ ਮੂਸਾ ਨੂੰ ਬਹੁਤ ਮੁਹੱਬਤ ਕਰਦਾ ਹੈ ਲੇਕਿਨ ਉਹ ਮੁਹੱਬਤ ਵਿੱਚ ਮੁਕੰਮਲ ਸਪੁਰਦਗੀ ਦਾ ਕਾਇਲ ਨਹੀਂ। ਇਹਨੂੰ ਲਾਲਾ ਮੂਸਾ ਨਾਲ ਇਕ ਸ਼ਾਇਰ ਦੀ ਕਹਾਣੀ ਤੰਗ ਕਰਦੀ ਹੈ ਜੋ ਦੂਸਰੀ ਸ਼ਾਦੀ ਕਰਦਾ ਹੈ ਤੇ ਬੀਵੀ ਕੀ ਦੋਲਤ ਨਾਲ ਖ਼ੂਬ ਇਸਤਫ਼ਾਦਾ ਕਰਤਾ ਹੈ। ਫਿਰ ਬੀਵੀ ਨੂੰ ਨਜ਼ਰ-ਅੰਦਾਜ਼

ਕਰਦਾ ਹੈ। ਜਦ ਉਹ ਬਿਮਾਰੀ ਦੀ ਹਾਲਤ ਵਿਚ ਉਸੇ ਲਾਹੌਰ ਲਾ ਰਿਹਾ ਹੁੰਦਾ ਹੈ ਤਾਂ ਗੱਡੀ ਵਿੱਚ ਬੜਾ ਪ੍ਰੇਸ਼ਾਨ ਨਜ਼ਰ ਆਂਦਾ ਹੈ। ਇੰਨਾ ਪ੍ਰੇਸ਼ਾਨ ਕਿ ਡਰਾਈਵਰ ਉਸ ਦੀ ਪ੍ਰੇਸ਼ਾਨੀ ਭਾਂਪ ਕੇ ਉਸ ਨੂੰ ਤਸੱਲੀ ਦਿੰਦਾ ਹੈ। ਉਹ ਹਰਫ਼ ਤਸੱਲੀ ਦੇ ਜਵਾਬ ਵਿੱਚ ਸ਼ੁਕਰੀਆ ਕਹਿਣ ਦੀ ਬਜਾਏ ਉਸਨੂੰ ਦੱਸਦਾ ਹੈ ਕਿ ਮੈਂ ਇਕ ਗ਼ਜ਼ਲ ਕਹਿ ਰਿਹਾ ਹਾਂ, ਇਸ ਦਾ ਇਕ ਮਿਸਰਾ ਯਾਨੀ ਮਿਸਰਾ ਅਵਲਾ ਤਾਂ ਹੋ ਗਿਆ ਹੈ ਪਰ ਮਿਸਰਾ ਸਾਨੀ ਨਹੀਂ ਹੋ ਰਿਹਾ ਤੇ ਮੈਂ ਉਸਦੀ ਫ਼ਿਕਰ ਵਿੱਚ ਹਾਂ।

ਸਾਹਬੂ! ਮੈਂ ਉਣ ਡਰਾਮਾ-ਨਿਗਾਰਾਂ ਦੇ ਬਹੁਤ ਖ਼ਿਲਾਫ਼ ਹਾਂ ਜੋ ਆਪਣੇ ਡਰਾਮੇ ਵਿੱਚ ਕਾਮੇਡੀ ਪੈਦਾ ਕਰਣ ਲਈ ਸ਼ਾਇਰਾਂ ਦੀ ਤਜ਼ਹੀਕ ਕਰਦੇ ਹੈਂ। ਅਫ਼ਸੋਸ ਨਾਲ ਕਹਿਣਾ ਪੈਂਦਾ ਹੈ ਕਿ ਉਹੀ ਡਰਾਮਾ-ਨਿਗਾਰਾਂ ਵਿੱਚ ਮੈਂ ਖ਼ੁਦ ਸ਼ਾਇਰ ਵੀ ਸ਼ਾਮਿਲ ਹਾਂ। ਮੁਝੇ ਸ਼ੋਐਬ ਸਾਦਿਕ ਦੀ ਯੇ ਕਹਾਣੀ ਇਸ ਲਈ ਅੱਛੀ ਲੱਗੀ ਔਰ ਮੈਂ ਇਸ ਦਾ ਬੁਰਾ ਨਹੀਂ ਮਨਾਇਆ ਕਿ ਇਸ ਕਹਾਣੀ ਦੇ ਮਰਕਜ਼ੀ ਕਿਰਦਾਰ ਸ਼ਾਇਰ ਨੂੰ ਮੈਂ ਜ਼ਾਤੀ ਹੈਸਿਅਤ ਨਾਲ ਜਾਣਦਾ ਹਾਂ। ਸ਼ੋਐਬ ਸਾਦਿਕ ਵਿੱਚ ਉਣ ਪੁਰਾਣੇ ਬਾਬੋਂ ਕੀ ਰੂਹ ਹੈ ਜੋ ਅਕਦਾਰ ਦਾ ਖ਼ਿਆਲ ਰਖਦੇ ਹੈਂ। ਜੋ ਨਸੀਹਤ ਵਸੀਅਤ ਦੀ ਤਰਾਂ ਕਰਦੇ ਹੈਂ। ਇਸ ਦੀ ਕਹਾਣੀ 'ਪਛਤਾਵਾ' ਪਾਕਿਸਤਾਨ ਤੋਂ ਅੱਛੇ ਮੁਸਤਕਬਿਲ ਲਈ ਨਕਲੇ-ਮਕਾਨੀ ਕਰਣ ਵਾਲਿਆਂ ਦੀ ਕਹਾਣੀ ਹੈ ਜੋ ਸੱਤ ਸਮੁੰਦਰ ਪਾਰ ਜਾ ਕੇ ਉਥੇ ਦੇ ਹੋ ਰਹਿੰਦੇ ਹੈਂ, ਨਾ ਪਲਟ ਕਰ ਦੇਖਦੇ ਹੈਂ ਨਾ ਇਨ੍ਹੀਂ ਯ਼ਹਾਂ ਦੀ ਯਾਦ ਆਂਦੀ ਹੈ ਲੇਕਿਨ ਜਦ ਓਹਣਾਂ ਦੀ ਔਲਾਦ ਮਗ਼ਰਿਬ ਦੀ ਅਕਦਾਰ ਦੇ ਮੁਤਾਬਿਕ ਇਨ੍ਹੀਂ ਛੋੜ ਜਾਂਦੀ ਹੈ ਤਾਂ ਉਹ ਆਪਣੀ ਛੱਡੀ ਹੋਈ ਸਰਜ਼ਮੀਨ ਦੀ ਤਰਫ਼ ਲੌਟਣਾ ਚਾਹੁੰਦੇ ਹੈਂ। ਲੋਟ ਇਸ ਲਈ ਨਹੀਂ ਸਕਦੇ ਕਿ ਜਿਸ ਹਾਲਤ ਵਿੱਚ ਓਹਣਾਂ ਦਾ ਬਾਪ ਮਰ ਗਿਆ ਹੁੰਦਾ ਹੈ ਵੋਹ ਲਮਹਾ ਮੌਜੂਦ ਵਿੱਚ ਇਸੀ ਹਾਲਤ ਵਿੱਚ ਮਰ ਰਹੇ ਹੁੰਦੇ ਹੈਂ। ਸ਼ੋਐਬ ਸਾਦਿਕ! ਆਪਣੇ ਅੰਦਰ ਦਾ ਲਾਲਾ ਮੂਸਾ ਨਾ ਮਰਨੇ ਦੇਣਾ॥ ਕਿ ਉਸ ਵਿੱਚਂ ਮੈਂ ਔਰ ਤੁਮ੍ਹਾਰੀ ਕਹਾਣੀਆਂ ਸਾਹ ਲੈ ਰਹੀ ਹੈਂ।

ਅਬਾਸ ਤਾਬਿਸ਼

ਅਪਣੀ ਮਿੱਟੀ ਦੀ ਖ਼ੁਸ਼ਬੂ

ਬਹੁਤ ਪੁਰਾਣੀ ਕਹਾਣੀ ਹੈ ਕਿ ਇਕ ਬਾਰ ਇਕ ਇਨਸਾਨ ਦਾ ਰਸਤਾ ਇਕ ਜਿਨ ਨੇ ਰੋਕ ਲਿਆ। ਦੋਨੋਂ ਆਪਸ ਚ ਗੁੱਥਮਗੁੱਥਾ ਹੋ ਗਏ। ਜਿਨ ਨੇ ਬਹੁਤ ਕੋਸ਼ਿਸ਼ ਕੀਤੀ ਕਿ ਆਪਣੇ ਹਰੀਫ਼ ਇਨਸਾਨ ਨੂੰ ਖ਼ਤਮ ਕਰ ਦਏ ਮਗਰ ਵੋਹ ਇਸ ਵਿੱਚ ਨਾਕਾਮ ਰਿਹਾ। ਜਦ ਜਿਨ ਇਨਸਾਨ ਨਾਲ ਲੜਦੇ-ਲੜਦੇ ਥੱਕ ਕੇ ਚੂਰ ਹੋ ਗਿਆ ਤਾਂ ਉਸ ਨੇ ਸ਼ਾਹੇ-ਜਿਨਾਤ ਨਾਲ ਰਾਬਤਾ ਕਾਇਮ ਕੀਤਾ ਔਰ ਪੁੱਛਿਆ ਕਿ ਹੁਣ ਮੈਂ ਕੀ ਕਰਾਂ। ਸ਼ਾਹੇ-ਜਿਨਾਤ ਨੇ ਜਵਾਬ ਦਿੱਤਾ ਕਿ ਜਦ ਤੱਕ ਇਸ ਇਨਸਾਨ ਕੇ ਕਦਮ ਮਿੱਟੀ ਤੇ ਜਮੇ ਹੋਏ ਹੈਂ, ਤੂੰ ਇਹਨੂੰ ਸ਼ਿਕਸਤ ਨਹੀਂ ਦੇ ਸਕਦਾ। ਇਸੇ ਮਾਰਨਾ ਚਾਹੁੰਦਾ ਹੈ ਤਾਂ ਇਹਨੂੰ ਹਵਾ ਵਿੱਚ ਉਛਾਲ ਕੇ ਮਿੱਟੀ ਨਾਲੋਂ ਇਸਦਾ ਰਾਬਤਾ ਮੁਕਤ ਕਰ ਤਾਂ ਇਹ ਖ਼ੁਦ ਬਖ਼ੁਦ ਮਰ ਜਾਏਗਾ।

ਸ਼ੋਐਬ ਸਾਦਿਕ ਦੀਆਂ ਕਹਾਣਿਆਂ ਵਿੱਚ ਜ਼ਿੰਦਗੀ ਕੀ ਰਮਕ ਇਸ ਲਈ ਹੈ ਕਿ ਇਹ ਤਮਾਮ ਕਹਾਣਿਆਂ ਦਾ ਤਾਅਲੁੱਕ ਇਸ ਧਰਤੀ ਨਾਲ ਜੁੜਿਆ ਹੋਇਆ ਹੈ ਜਿਸ ਧਰਤੀ ਤੇ ਸ਼ੋਐਬ ਨੇ ਜਨਮ ਲਿੱਤਾ ਹੈ। 'ਚੌਥਾ ਆਦਮੀ' ਦੀਆਂ ਤਮਾਮ ਕਹਾਣੀਆਂ ਆਪਣੇ ਹੋਣ ਦਾ ਐਲਾਨ ਕਰਦੀਆਂ ਹੈਂ। ਇਹਨਾਂ ਵਿੱਚ ਇਸ ਮਿੱਟੀ ਦੀ ਖ਼ੁਸ਼ਬੂ ਰਚੀ ਹੋਈ ਹੈ ਜਿਸੇ ਛੋੜ ਕੇ ਸ਼ੋਐਬ ਸਾਦਿਕ ਕੈਨੇਡਾ ਕੀ ਫ਼ਜ਼ਾਓਂ ਵਿੱਚ ਮੁਕੀਮ ਹੋ ਗਿਆ। ਸ਼ੋਐਬ ਸਾਦਿਕ ਦਾ ਸਭਤੋਂ ਵੱਡਾ ਵਸਫ਼ ਇਹ ਹੈ ਕਿ ਉਹ ਇਨ ਹਵਾਵਾਂ ਨੂੰ ਨਹੀਂ ਭੁੱਲਿਆ, ਇਨ ਕਿਰਦਾਰੋਂ ਨੂੰ ਨਹੀਂ ਭੁੱਲਿਆ ਜਿਸ

ਵਿੱਚ ਉਸਨੇ ਅਪਣਾ ਬਚਪਣ ਔਰ ਲੜਕਪਣ ਗੁਜ਼ਾਰਿਆ। ਆਮਤੌਰ ਤੇ ਹੁੰਦਾ ਇਹ ਹੈ ਕਿ ਰੋਜ਼ਗਾਰ ਦੀ ਤਲਾਸ਼ ਵਿੱਚ ਗ਼ੈਰ ਮੁਲਕਾਂ ਨੂੰ ਜਾਣ ਵਾਲੇ ਲੋਗ ਉਥੇ ਦੇ ਹੀ ਹੋ ਕੇ ਰਹਿ ਜਾਂਦੇ ਹੈਂ ਔਰ ਆਪਣੇ ਮਾਜ਼ੀ ਨਾਲ ਜ਼ਿਹਣੀ ਔਰ ਤਲਬੀ ਰਿਸ਼ਤਾ ਤੋੜ ਲੈਂਦੇ ਹੈਂ ਲੇਕਿਨ ਸ਼ੋਐਬ ਸਾਦਿਕ ਨੇ ਐਸਾ ਨਹੀਂ ਕੀਤਾ। ਇਸ ਦੀਆਂ ਕਹਾਣੀਆਂ ਕੇ ਕਦਮ ਇਸ ਮਿੱਟੀ ਵਿੱਚ ਧਨਸੇ ਹੋਏ ਹੈਂ ਜਿਸ ਮਿੱਟੀ ਨੇ ਸ਼ੋਐਬ ਸਾਦਿਕ ਨੂੰ ਪ੍ਰਵਾਨ ਚੜ੍ਹਾਇਆ ਹੈ।

'ਚੌਥਾ ਆਦਮੀ' ਦੀਆਂ ਇਹ ਮੁਖ਼ਤਸਰ ਕਹਾਣੀਆਂ ਇਕ ਜਾਮਈਅਤ ਰੱਖਦੀਆਂ ਹੈਂ, ਇਹਣਾਂ ਵਿੱਚ ਮੌਜ਼ੂਆਤ ਦਾ ਤਨਵੂ ਵੀ ਹੈ ਔਰ ਕਿਰਦਾਰਾਂ ਦੀ ਇਨਫ਼ਰਾਦੀਅਤ ਵੀ। ਜਿਸ ਕਹਾਣੀ ਨੂੰ ਵੀ ਕਾਰੀ ਪੜ੍ਹੇ, ਉਹ ਉਸਦੀ ਫ਼ਜ਼ਾ ਵਿੱਚ ਖੋ ਜਾਏ ਔਰ ਤਾਸਰ ਦੀ ਡੋਰੀ ਉਸਦੇ ਦਿਲ ਦੇ ਪਾਉਂ ਨੂੰ ਜਕੜ ਲਏ। 'ਚਾਏ-ਪਾਣੀ', 'ਮਿਸਰਾ ਸਾਨੀ', 'ਪਛਤਾਵਾ', 'ਖ਼ੁਦਕਸ਼ੀ', 'ਗਾਹਕ' ਇਸੀ ਨਵਈਤ ਦੀਆਂ ਕਹਾਣੀਆਂ ਹੈਂ। ਮੁਝੇ ਜ਼ਾਤੀ ਤੌਰ ਤੇ 'ਕੇਬਲ ਵਾਲਾ' ਔਰ "ਪਾਨ ਕੇ ਪੱਤੇ" ਨੇ ਬਹੁਤ ਮੁਤਾਸਿਰ ਕੀਤਾ। 'ਕੇਬਲ ਵਾਲਾ' ਇਕ ਚਾਲਾਕ ਮਰਦ ਔਰ ਚਾਲਾਕ ਔਰਤ ਦੀ ਦਿਲਚਸਪ ਕਹਾਣੀ ਹੈ ਜੋ ਆਪਣੇ ਮਕਾਸਿਦ ਦੇ ਹਸੂਲ ਵਿੱਚ ਇਕ ਦੂਸਰੇ ਨੂੰ ਰੁਮਾਨਵੀ ਧੋਖਾ ਦਿੰਦੇ ਹੈਂ ਔਰ ਅਪਣੇ ਮਕਸਦ ਨੂੰ ਪਾ ਲੈਂਦੇ ਹੈਂ। 'ਪਾਨ ਕੇ ਪੱਤ' ਜ਼ਵਾਲੇ-ਢਾਕਾ ਕੇ ਪਸੇਮੰਜ਼ਰ ਨੇ ਲਿਖੀ ਹੋਈ ਇਕ ਖ਼ੂਬਸੂਰਤ ਔਰ ਮੁਤਾਸਿਰ ਕਰ ਦੇਣ ਵਾਲੀ ਕਹਾਣੀ ਹੈ ਜਿਸਨੂੰ ਪੜ੍ਹ ਕੇ ਕਾਰੀ ਤਾਦੇਰ ਉਸ ਦੇ ਤਾਸਰ ਵਿੱਚ ਜਕੜਿਆ ਰਹਿੰਦਾ ਹੈ।

ਸ਼ੋਐਬ ਸਾਦਿਕ ਇਕ ਕਾਮਯਾਬ ਕਹਾਣੀਕਾਰ ਹੈ ਜੋ ਜ਼ਿੰਦਗੀ ਦੇ ਮੌਜ਼ੂਆਤ ਤੋਂ ਆਪਣੀ ਕਹਾਣੀਆਂ ਦੇ ਬੁੱਤ ਬਣਾਂਦਾ ਹੈ ਲੇਕਿਨ ਲੁਤਫ਼ ਦੀ ਗੱਲ ਯੇ ਹੈ ਕਿ ਯੇ ਬੁੱਤ ਹੱਮ ਸੇ ਹੱਮ ਕਲਾਮ ਹੁੰਦੇ ਹੈਂ ਔਰ ਯਹੀ ਉਸਦੇ ਅਸਲੂਬ ਦੀ ਸਭ ਤੋਂ ਬੜੀ ਖ਼ੂਬੀ ਹੈ।

ਅਹਿਮਦ ਅਕੀਲ ਰੂਬੀ

ਸਰਜ਼ਮੀਨ ਸੇ ਉੱਠਾ ਪਹਿਲਾ ਕਦਮ

ਕਹਾਣੀਆਂ ਤਾਂ ਹਮਾਰੇ ਆਸ-ਪਾਸ ਮੌਜੂਦ ਹੁੰਦੀ ਹੈਂ ਲੇਕਿਨ ਵੋਹ ਆਪਣੇ ਆਪ ਨੂੰ ਮੋਨਕਸ਼ਿਫ਼ ਉਸ ਤੇ ਕਰਦੀ ਹੈਂ ਜੋ ਮੀਰ ਬਾਕਿਰ ਅਲੀ ਦਾਸਤਾਨਗੋ ਦਾ ਰੂਹਾਨੀ ਸ਼ਾਗਿਰਦ ਹੋਏ। ਯੇ ਕਹਾਣੀਆਂ ਸ਼ੋਐਬ ਸਾਦਿਕ ਨੂੰ ਇਸ ਦੇ ਸਪੁਰਦ ਕਰ ਦੇਂਦਿਆਂ ਹੈਂ ਲੇਕਿਨ ਜਦ ਉਹ ਕਹਾਣੀ ਨੂੰ ਸਪੁਰਦੇ-ਕਲਮ ਕਰਦਾ ਹੈ ਤਾਂ ਇਸਦਾ ਕਾਰੀ ਇਹਨਾਂ ਦੀ ਫ਼ਜ਼ਾ ਤੋਂ ਲੁਤਫ਼ ਉਠਾਏ ਬ਼ਗੈਰ ਨਹੀਂ ਰਹਿ ਸਕਦਾ। 'ਚੌਥਾ ਆਦਮੀ' ਦੀਆਂ ਕਹਾਣੀਆਂ ਇਸ ਲਈ ਵੀ ਮਜ਼ਾ ਦੇਂਦੀਆਂ ਹੈਂ ਕਿ ਉਹਣਾਂ ਦਾ ਖ਼ਮੀਰ ਹਮਾਰੀ ਸਰਜ਼ਮੀਨ ਤੋਂ ਉੱਠਾ ਹੈ। ਯੇ ਮਜਮੂਆ, ਸ਼ੋਐਬ ਸਾਦਿਕ, ਪਹਿਲਾ ਮਗਰ ਸੰਭਲਾ ਹੋਇਆ ਕਦਮ ਹੈ। ਹਲੇ ਇਸ ਦਾ ਸਫ਼ਰ ਆਗ਼ਾਜ਼ ਹੋਇਆ ਹੈ ਮਗਰ ਮੁਝੇ ਯਕੀਨ ਹੈ ਕਿ ਉਹ ਕਹਾਣੀ ਦੇ ਰਸਤੇ ਤੇ ਦੂਰ ਤੱਕ ਔਰ ਦੇਰ ਤੱਕ ਗਾਮਜ਼ਨ ਰਹੇਗਾ।

ਸ਼ਕੀਲ ਜਾਜ਼ਿਬ

ਚੌਪਾਲ ਆਬਾਦ ਹੈ

ਅਲਾਉ ਜਲ਼ ਰਿਹਾ ਹੈ, ਲੋਗ ਚੌਗਿਰਦ ਬੈਠੇ ਹੈਂ, ਬੂੜਾ ਦਾਸਤਾਨਗੋ ਕਹਿ ਰਿਹਾ ਹੈ ਔਰ ਸ਼ਹਿਰ ਜ਼ਾਦ ਨੇ ਕਹਾ।।। ਸ਼ਹਿਰ ਜ਼ਾਦ ਨੇ ਰਾਤ ਭਰ ਵਿੱਚ ਬਾਦਸ਼ਾਹ ਉਮਰ ਬਿਨ ਅਲਨਾਮਾਨ ਦੀ ਨਸਲ ਦੇ ਵਾਕਿਆਤ ਤੋਂ ਲੈ ਕੇ ਲੋਮੜੀ ਔਰ ਭੇੜੀਏ ਔਰ ਪਸੂ ਔਰ ਚੂਹੇ ਤੱਕ ਦੀ ਕਹਾਣੀ ਸੁਣਾ ਦਿੱਤੀ। ਹਿਜਰ-ਵ-ਵਸਾਲ ਔਰ ਜੰਗ-ਵ-ਜਦਲ ਔਰ ਨਾਓ ਨੋਸ਼ ਤੋਂ ਲੈ ਕੇ ਪੰਦੋ ਨਸਾਇਹ ਔਰ ਮਜ਼ਹਬ ਤੱਕ ਦਾ ਬਿਆਨ ਹੋ ਜਾਂਦਾ।

ਬਾਤ ਤਾਂ ਇਸਤੋਂ ਵੀ ਪਹਿਲੇ ਸ਼ੁਰੂ ਹੁੰਦੀ ਹੈ, ਸ਼ਾਇਦ ਰਾਮਾਇਣ ਯਾ ਓਡੀਸੀ।।। ਲੇਕਿਨ ਨਹੀਂ, ਕਹਾਣੀ ਤਾਂ ਉਸ ਵਕਤ ਤੋਂ ਸ਼ੁਰੂ ਹੋ ਜਾਂਦੀ ਹੈ ਜਦ ਇਨਸਾਨ ਪਹਿਲੀ ਬਾਰ ਮੁਹੱਬਤ ਕਰਦਾ ਹੈ ਔਰ ਪਹਿਲਾ ਕਤਲ ਹੁੰਦਾ ਹੈ ਔਰ ਪਹਿਲੀ ਬਾਰ ਅੱਗ ਜਲਦੀ ਹੈ। ਅੱਗ, ਰਾਤ, ਖ਼ੌਫ਼, ਜੋਸ਼, ਤਜਸਸ, ਤਲਬ, ਇੰਤਜ਼ਾਰ ਔਰ ਕਹਾਣੀ। ਯੇ ਸਾਰੇ ਤਲਾਜ਼ਮਾਤ ਕਾਇਮ ਹੈਂ ਇਸ ਵਕਤ ਤੋਂ ਜਦ ਇਕ ਸ਼ਖ਼ਸ ਨੇ ਦੂਸਰੇ ਨੂੰ ਅਪਣਾ ਕੋਈ ਵਾਕਿਆ ਸੁਣਾਇਆ। ਉਨ ਲੋਗਾਂ ਤੇ ਯਾ ਉਨ ਸੇ ਪਹਿਲੇ ਵਾਲੋਂ ਤੇ ਔਰ ਬਾਦ ਵਾਲੋਂ ਤੇ ਸਹੀਫ਼ੇ ਉਤਾਰੇ ਗਏ। ਇਹ ਵੀ ਹੋਇਆ ਹੈ ਕਿ ਬਾਦਸ਼ਾਹ ਆਪਣੇ ਦਰਬਾਰ ਵਿੱਚ ਕਹਾਣੀ ਔਰ ਲਤੀਫ਼ੇ ਸੁਨਾਣ ਵਾਲੇ ਰੱਖਿਆ ਕਰਦੇ। ਇਹ ਕਿੱਸਾ ਆਪਣੀ ਆਵਾਜ਼ ਔਰ ਜ਼ੋਰੇ ਬਿਆਨ

ਦਾ ਜਾਦੂ ਜਗਾਂਦੇ ਔਰ ਤਮਾਮ ਦਰਬਾਰ ਨੂੰ ਸੁਲਾ ਦੇਂਦੇ ਔਰ ਉਨ ਸੋਏ ਹੋਏ ਲੋਗਾਂ ਨੂੰ ਅਰਸ਼ੇ ਬਰੇਂ ਤੋਂ ਪਤਾਲ ਤੱਕ ਕੀ ਸੈਰ ਕਰਾਂਦੇ। ਇਹ ਗੱਲਾਂ ਤਾਂ ਕਦੀਮ ਹੈਂ ਯਾਨੀ ਉਹੀ ਦਾਸਤਾਨ ਗੋ ਦੀ ਬਾਤੀਂ ਜਦ ਕਹਾਣੀ ਕਾਗ਼ਜ਼ ਦੀ ਬਜਾਏ ਸੀਨੇ ਤੇ ਤਹਿਰੀਰ ਹੁੰਦੀ ਔਰ ਕਲਮ ਦੀ ਬਜਾਏ ਨੋਕੇ-ਜ਼ੁਬਾਂ ਤੋਂ ਨਿਕਲਦੀ। ਤਹਿਰੀਰ ਕਾਗ਼ਜ਼ ਦੀ ਮੋਹਤਾਹ ਹੋਣ ਲੱਗੀ ਔਰ ਦਾਸਤਾਨ ਆਪਣੀ ਹੇਅਤ ਬਦਲਣ ਲੱਗੀ। ਨਾਟਕ ਔਰ ਡਰਾਮੇ ਨੇ ਸ਼ੇਅਰ ਤੋਂ ਨਸਰ ਦੀ ਤਰਫ਼ ਸਫ਼ਰ ਦੀ ਇਬਤਦਾ ਕੀਤੀ, ਆਦਮੀ ਆਪਣੇ ਜੂਨ ਬਦਲਣ ਤੋਂ ਕਾਸਿਰ ਹੋਇਆ ਤਾਂ ਤਲਿਸਮ ਹੋਸ਼ ਰੁਬਾ ਨੇ ਆਪਣੀ ਹੇਅਤ ਬਦਲੀ। ਤਲਿਸਮ ਦੇ ਦਰ ਨਾਵਲ ਔਰ ਅਫ਼ਸਾਨੇ ਵਿੱਚ ਖੁਲਣ ਲੱਗੇ। ਕਿਤੇ ਐਡੀਤ ਦੇ ਨਾਮ ਤੋਂ ਸ਼ਹਿਰ ਨਾ ਪਰਸਾਂ ਬੱਸ ਗਿਆ। "ਜੰਗ ਔਰ ਅਮਨ" ਕੇ ਨਾਮ ਤੋਂ ਕੋਈ ਬੁਰਜ ਆਬਾਦ ਹੋਇਆ। ਤਾਈਸ ਔਰ ਸਿਧਾਰਥ ਨਾਮ ਦੇ ਤਲਿਸਮੀ ਮਹਿਲ ਦਰਿਆਫ਼ਤ ਹੋਏ।

ਵਕਤ ਕੀ ਕਿੱਲਤ ਔਰ ਮਸਰੂਫ਼ੀਅਤ ਨੇ ਤਵਾਲਤ ਨੂੰ ਇਖ਼ਤਸਾਰ ਦੀ ਤਰਫ਼ ਮੁਰਝਾ ਦਿੱਤਾ ਤੇ ਅਫ਼ਸਾਨਾ ਰਿਵਾਜ਼ ਪਾਇਆ। ਕਾਫ਼ਕਾ 'ਹੈਮਿੰਗਵੇ', 'ਐਡਗਰ ਐਲਨ ਪੋ', 'ਹਰਮਨ ਹਿੱਸੇ', ਨਜੀਬ ਮਹਿਫ਼ੂਜ਼ ਔਰ ਸਾਦਿਕ ਹਿਦਾਇਤ ਔਰ ਹਾਣ ਪਾ ਮਕ ਔਰ ਫਿਰ ਅੱਜ ਮਾਰਕੀਜ਼ ਦੇ ਹੱਥੋਂ ਚਮਕ ਕੇ ਇਸ ਸ਼ਹਿਰ ਦੀ ਨਵੀਂ ਸੂਰਤ ਬਣ ਚੁੱਕੀ ਹੈ।

ਉਰਦੂ ਵਿੱਚ ਮੁਖ਼ਤਸਰ ਕਹਾਣੀ ਯਾ ਅਫ਼ਸਾਨੇ ਦੀ ਰਵਾਇਤ ਤਵੀਲ ਨਹੀਂ। ਯਹਾਂ ਉਨ ਲੋਗੋਂ ਨੇ ਅਫ਼ਸਾਨਾ ਲਿਖਿਆ ਜੋ ਆਲਮੀ ਅਦਬ ਤੋਂ ਵਾਕਫ਼ ਸੀ ਔਰ ਇਸਨੂੰ ਬਸਰ ਕਰ ਰਹੇ ਸੀ। ਯੇ ਬਹਸ ਅਜੀਬ ਹੈ ਕਿ ਅਵਲਿਨ ਕੌਣ ਸੀ? ਅਜ਼ੀਮ ਅਫ਼ਸਾਨਾ ਨਿਗਾਰ ਕੌਣ ਹੈ? ਜਿਸਨੇ ਵੀ ਤਖ਼ਲੀਕ ਨਾਲ ਦਾਇਮੀ ਤਾਅਲੁੱਕ ਰੱਖਿਆ, ਇਸੀ ਖ਼ਾਲਕੇ ਕੁੱਲ ਨੇ ਚੰਦ ਇਕ ਚੀਜ਼ਾਂ, ਚੰਦ ਜੁਮਲੇ, ਚੰਦ ਸਤਰੀਂ ਜੈਸੀ ਜ਼ਰੂਰ ਅਤਾ ਕੀਤੇ ਜੋ ਇਸਨੂ ਸਾਰਿਆਂ ਤੋਂ ਮੁਨਫ਼ਰਦ ਕਰ

ਦੇ। ਯਹੀ ਇਨਫ਼ੀਰਾਦੀਅਤ, ਅੱਵਲੀਅਤ ਵੀ ਹੈ ਔਰ ਅਜ਼ਮਤ ਵੀ.

ਐਜ਼ਰਾ ਪੌਂਡ ਜੋ ਕਹਿੰਦਾ ਹੈ ਨਾਂ ਲਿਖਣ ਵਾਲੇ ਤੋਂ ਡਰੋ, ਜਾਣੇ ਕਿਸ ਸਮੇਂ ਕਿਆ ਲਿੱਖ ਦੇ। ਸਾਡੇ ਪਾਸ ਐਸੇ ਮੌਜੂਦ ਹੈਂ ਜਿਹਣਾਂ ਨੇ ਕੀ ਕੀ ਨਹੀਂ ਲਿੱਖਿਆ! ਪ੍ਰੇਮ ਚੰਦ, ਕ੍ਰਿਸ਼ਨ ਚੰਦਰ ਬੇਦੀ, ਮੰਟੂ ਕਰਾ, ਅਲਈਨ ਹੈਦਰ, ਇਸਮਤ ਚੁਗਤਾਈ, ਸੱਜਾਦ ਜ਼ਹੀਰ, ਇੰਤਜ਼ਾਰ ਹੁਸੈਨ, ਰਫ਼ੀਕ ਹੁਸੈਨ, ਹਾਜਰਾ ਮਸਰੂਰ, ਖ਼ਦੀਜਾ ਮਸਤੋਰ, ਅਸਦ ਮੁਹੰਮਦ ਖ਼ਾਨ, ਨੀਰ ਮਸਊਦ, ਸ਼ਮਸ ਅਲ-ਰਹਮਨ ਫ਼ਾਰੂਕੀ, ਅਫ਼ਰਾ ਬੁਖ਼ਾਰੀ ਔਰ ਮਸਸ਼ਿਆ-ਯਾਦ ਔਰ ਤਮਾਮ ਉਹ ਲੋਗ ਜਿਹਣਾਂ ਦੀਆਂ ਕਹਾਣੀਆਂ ਦੇ ਖ਼ਾਕੇ ਤੋਂ ਜ਼ਹਿਣ ਵਿੱਚ ਨਕਸ਼ ਹੈਂ ਮਗਰ ਨਾਮ ਦੂਸਰੇ ਨਾਮਾਂ ਦੇ ਹਜੂਮ ਵਿੱਚ ਖੋ ਗਏ।

ਇਹ ਤਾਂ ਬਜ਼ੁਰਗ ਸੀ ਹਲੇ, ਉਸ ਵਕਤ ਜਦ ਮੁ.ਗਲ ਅਹਿਦ ਦੀ ਬੇਯਕੀਨੀ ਲੋਟ ਆਈ। ਕਈ ਲੋਗ ਜਿਨਮੇਂ ਕਹਿਣਾ ਮਸ਼ਕ ਵੀ ਸ਼ਾਮਿਲ ਹੈਂ ਔਰ ਨੌਂ ਆਮੋਜ਼ ਵੀ ਕਹਾਣੀ ਕਹਿਣੇ ਸੁਣਨੇ ਔਰ ਸੁਨਾਨੇ ਮੇਂ ਮਸ਼ਗ਼ੂਲ ਹੈਂ। ਮਸਊਦ ਅਸ਼ਆਰ, ਹਮੀਦ ਸ਼ਾਹਿਦ, ਆਸਿਫ਼ ਫ਼ਰਖੀ, ਅਜਮਲ ਕਮਾਲ, ਫ਼ੈਸਲ ਅਜ਼ਮੀ, ਤਾਹਿਰਾ ਇਕਬਾਲ, ਆਮਿਰ ਫ਼ਰਾਜ਼, ਗਾਫ਼ਰ ਸ਼ਹਿਜ਼ਾਦ, ਖ਼ਾਲਿਦ ਮਹਿਮੂਦ, ਮਦਸਰ ਮਹਿਮੂਦ ਨਾਰੂ ਔਰ ਮੁਹੰਮਦ ਅੱਬਾਸ ਜੈਸੇ ਲੋਗ ਰਾਤ-ਰਾਤ ਭਰ ਕਹਾਣੀ ਕੇ ਅੰਤ ਦੇ ਪਿੱਛੇ ਭੱਜਦੇ ਹੈਂ। ਕਹਾਣੀ ਅੱਜ ਵੀ ਇਤਨੀ ਮਿਹਰਬਾਨ ਹੈ ਜਿਤਨੀ ਸਦਿਓਂ ਪਹਿਲੇ ਸੀ। ਕਹਾਣੀ ਦੀ ਮਿਹਰਬਾਨਿਆਂ ਦੇ ਜ਼ਰਿਏ ਬਾਹਰ ਆਇਆ ਹੋਇਆ ਇਕ ਸ਼ਖ਼ਸ ਹੈ, ਸ਼ੋਐਬ ਸਾਦਿਕ। ਆਪਣੀ ਮਿੱਟੀ ਤੋਂ ਹਜ਼ਾਰੋਂ ਮੀਲ ਦੂਰ ਬੈਠੇ ਹੋਏ ਅੱਜ ਵੀ ਅਲਫ਼ ਲੀਲ੍ਹਾ ਦੇ ਸਫ਼ਰ ਤੋਂ ਲੁਟੇ ਹੋਏ ਸ਼ਹਿਜ਼ਾਦੇ ਦੀ ਤਰਾਂ ਅੱਖੋਂ ਦੇਖੀ ਔਰ ਹੱਡ ਬੀਤੀ ਬਿਆਨ ਕਰ ਰਿਹਾ ਹੈ। ਸੁਨਣ ਵਾਲੇ ਹਮਾ ਤਣ ਗੋਸ਼ ਹੈਂ ਇਨ ਵਾਕਿਆਤ ਕਾ ਕਰਬ ਜਾਣ ਕੇ ਜਾਣੇ ਕਦ ਰੋ ਪੈਂਦੇ ਹੈਂ ਇਨ੍ਹਾਂ ਖ਼ੁਦ ਵੀ ਮਾਲੂਮ ਨਹੀਂ ਹੁੰਦਾ। ਸੁਨਾਣ ਵਾਲੇ ਸ਼ਹਿਜ਼ਾਦੇ ਦੇ ਨਮ ਰੁਖ਼ਸਾਰ ਔਰ

ਤਰ ਦਾਮਨ ਦੀ ਤਰਫ਼ ਕਿਸੀ ਕਾ ਧਿਆਣ ਨਹੀਂ ਜਾਂਦਾ ਔਰ ਜਾਏ ਵੀ ਕਿਵੇਂ?

ਥੋੜਾ ਫ਼ਰਕ ਹੈ ਇਸ ਸ਼ਹਿਜ਼ਾਦੇ ਵਿੱਚ ਔਰ ਸ਼ੋਐਬ ਸਾਦਿਕ ਵਿੱਚ। ਸ਼ਹਿਜ਼ਾਦਾ ਆਪਣੇ ਦੇਸ ਪਲਟ ਕੇ ਆਂਦਾ ਹੈ ਔਰ ਅਜਨਬੀ ਦੇਸਾਂ ਦੀਆਂ ਦਾਸਤਾਨਾਂ ਸੁਨਾਂਦਾ ਹੈ। ਸ਼ੋਐਬ ਸਾਦਿਕ ਅਜਨਬੀ ਦੇਸ ਵਿੱਚ ਬੈਠ ਕੇ ਆਪਣੇ ਸ਼ਹਿਰ ਦੀ ਕਹਾਣੀ ਲਿਖਦਾ ਹੈ, ਸੁਨਾਂਦਾ ਹੈ, ਰੋਂਦਾ ਹੈ ਔਰ ਰੁਲਾਂਦਾ ਹੈ। ਅਸਲ ਵਿੱਚ ਸ਼ੋਐਬ ਸਾਦਿਕ ਇਸ ਤਹਿਜ਼ੀਬ ਦਾ ਪ੍ਰਵੂਰਦਾ ਹੈ ਜਿਥੇ ਹੁਣ ਵੀ ਅਕਦਾਰ ਸਲਾਮਤ ਹੈਂ ਔਰ ਹਰ ਵਜੂਦ ਦਾ ਦੂਸਰੇ ਨਾਲ ਤਾਲੁੱਕ ਹੈ, ਚਾਹੇ ਉਹ ਪੜੌਸੀ ਹੈਂ ਮੁਹੱਲੇਦਾਰ ਹੈਂ ਯਾ ਸ਼ਹਿਰਦਾਰ। ਅਭੀ ਚਾਚੇ ਗਾਮੇ ਕੇ ਡੇਰੇ ਵਾਲੀ ਟਾਹਲੀ। ਸਲਾਮ ਸ਼ਾਹ ਦੇ ਮਜ਼ਾਰ ਵਾਲੇ ਪੀਪਲ ਤੇ ਨਹਿਰ ਕਿਨਾਰੇ ਸੌਖੇ ਕੀਕਰ ਦਾ ਆਪਸ ਵਿੱਚ ਔਰ ਉਥੇ ਬਸਣ ਵਾਲਿਆਂ ਵਿੱਚ ਤਾਲੁੱਕ ਜ਼ਰੂਰ ਹੈ। ਉਥੇ ਅੰਬ ਦੇ ਬਾਗ਼ ਵਿੱਚ ਆਣ ਵਾਲੇ ਤੋਤੇ ਔਰ ਮੰਡੇਰ ਤੇ ਬੋਲਣ ਵਾਲੇ ਕਾਂ ਨਾਲ ਧਰਤੀ ਔਰ ਧਰਤੀ ਵਾਲੇ ਮੁਹੱਬਤ ਕਰਦੇ ਹੈਂ। ਇਸੀ ਤਹਿਜ਼ੀਬ ਕੇ ਬਾਰੇ ਇੰਤਜ਼ਾਰ ਹੁਸੈਨ ਸਾਹਿਬ ਕਹਿੰਦੇ ਹੈਂ: "ਜਬ ਚੀਜ਼ੋਂ ਕੇ ਰਿਸ਼ਤੇ ਆਪਸ ਮੇਂ ਪੀਵਸਤ ਹੋਣ ਤੋ ਅਫ਼ਸਾਨਾ ਨਿਗਾਰ ਭੀ ਬਾਕੀ ਮਖ਼ਲੂਕ ਸੇ ਕੈਸੇ ਰਿਸ਼ਤਾ ਤੋੜ ਸਕਤਾ ਹੈ!"

ਸ਼ੋਐਬ ਸਾਦਿਕ ਦੀ ਰੂਹ ਵਿੱਚ ਉਸ ਤਹਿਜ਼ੀਬ ਦੀਆਂ ਜੜਾਂ ਬਹੁਤ ਗਹਿਰੀਆਂ ਹੈਂ। ਕੈਨੇਡਾ ਦੇ ਆਪਾ ਧਾਪੀ ਔਰ ਮਾਦਅਤ ਵਾਲੇ ਮਾਹੌਲ (ਇੰਤਜ਼ਾਰ ਹੁਸੈਨ ਸਾਹਿਬ ਕੇ ਬਕੌਲ ਇਸ਼ਤਿਹਾਰਾਂ ਦੇ ਪ੍ਰਵੂਰਦਾ ਮਾਹੌਲ) ਵਿੱਚ ਰਹਿ ਕੇ ਵੀ ਉਹ ਸ਼ਖ਼ਸ ਇਸ ਤਹਿਜ਼ੀਬ ਨਾਲ ਕਤ੍ਹਾ ਤਾਲੁੱਕ ਨਹੀਂ ਕਰ ਸਕਿਆ।

ਅੱਛਾ! ਬਾਤ ਫਿਰ ਸ਼ਹਿਜ਼ਾਦੇ ਦੀ ਤਰਫ਼ ਆ ਰਹੀ ਹੈ। ਹੋਇਆ ਯੂੰ ਸੀ ਕਿ ਜਦ ਬਚਪਣ ਵਿੱਚ ਅੰਮੀ-ਅੱਬੂ ਤੋਂ ਕਹਾਣੀਆਂ ਸੁਣਿਆਂ ਔਰ ਸੁਣਦੇ ਹੋਏ ਇਹਣਾਂ ਨੂੰ ਫ਼ਿਲਮਾਂ ਦੀ ਤਰਾਂ ਦੇਖਿਆ ਤਾਂ ਖ਼ਵਾਹਿਸ਼ਾਤ ਔਰ ਅਹਸਾਸਤ ਇਨ੍ਹੀਂ ਕਿਸੇ ਨਾਲ ਮੁਨਸਲਿਕ ਹੋ ਗਏ। ਅੱਜ ਵੀ ਉਹ ਨਜ਼ਾਰੇ ਮੇਰੀਆਂ ਅੱਖਾਂ ਵਿੱਚ

ਤਾਜਾ ਹੈਂ। ਮਸਲਨ ਹੁਣੇ ਮੇਰੇ ਸਾਮ੍ਹਣੇ ਦੋ ਮਾਸੂਮ ਸ਼ਹਿਜ਼ਾਦੇ ਤੇਲ ਦੇ ਖੌਲਤੇ ਕੜਾਹੇ ਦੇ ਗਿਰਦ ਚੱਕਰ ਲਗਾਨੇ ਦਾ ਦਾਵਾ ਕਰ ਰਹੇ ਹੈਂ। ਗੁਲਫ਼ਾਮ ਅੰਧੇ ਦੇਵ ਨਾਲ ਲੜ ਰਿਹਾ ਹੈ। ਸ਼ਹਿਜ਼ਾਦੀ ਸ਼ਹਿਜ਼ਾਦੇ ਨੂੰ ਦੇਖ ਕੇ ਪਹਿਲੇ ਹੰਸ ਰਹੀ ਹੈ ਔਰ ਫਿਰ ਰੋਣ ਲਗਦੀ ਹੈ। ਆਦਮ ਬੋ! ਆਦਮ ਬੋ! ਦੀ ਆਵਾਜ਼ ਆ ਰਹੀ ਹੈ ਔਰ ਫਿਰ ਤੋਤਾ ਜਾਨ ਬਚਾਣ ਲਈ ਫੜਫੜਾ ਰਿਹਾ ਹੈ।

ਇੰਨ ਕਹਾਣਿਆਂ ਵਿੱਚ ਐਸਾ ਰਚਾਓ ਸੀ ਕਿ ਅੱਜ ਤਕ ਮੇਰੇ ਵਿੱਚ ਬਸ ਰਹੀਆਂ ਹੈਂ। ਸ਼ੋਐਬ ਸਾਦਿਕ ਦੇ ਨਾਲ ਵੀ ਕਰੀਬਨ ਯਹੀ ਹੋਇਆ। ਉਸਨੇ ਜੋ ਕਹਾਣੀਆਂ ਲਿਖੀਂ ਉਹ ਵੀ ਐਸੀ ਹੀ ਸਿੱਧੀ ਹੈਂ, ਫ਼ਰਕ ਇੰਨਾ ਹੈ ਕਿ ਯੇ ਕਹਾਣੀਆਂ ਫ਼ਕਤ ਤਖ਼ੀਲ ਦੀ ਉੜਾਨ ਨਹੀਂ ਹੈਂ।

ਸ਼ੋਐਬ ਸਾਦਿਕ ਇੰਨ ਅਫ਼ਸਾਣੀਆਂ ਦਾ ਇਕ ਕਿਰਦਾਰ ਹੈ। ਉਨ੍ਹਾਂ ਵਾਕਿਆਤ ਦਾ ਰਾਵੀ ਵੀ ਵਹੀ ਹੈ। ਵਾਕਿਆਤ ਇਸ ਲਈ ਕਹਿ ਗਿਆ ਕਿ ਇੰਨ ਮੇਂ ਸੇ ਇਕ-ਅੱਧ ਮੈਂ ਕਿਸੀ ਹੋਰ ਰਾਵੀ ਤੋਂ ਸੁਣ ਚੁੱਕਿਆ ਹਾਂ ਔਰ ਬਾਕੀ ਤਮਾਮ ਉਹ ਜੋ ਸਾਡੇ ਚਾਰੋਂ ਤਰਫ਼ ਮੌਜੂਦ ਹੈਂ। ਅਸੀਂ ਵੀ ਦੇਖਦੇ ਹਾਂ ਔਰ ਕਰਬ ਮਹਿਸੂਸ ਕਰਦੇ ਹਾਂ ਮਗਰ ਬਿਆਨ ਨਹੀਂ ਕਰ ਪਾਂਦੇ। ਇਸ ਹਵਾਲੇ ਤੋਂ ਸ਼ੋਐਬ ਸਾਦਿਕ ਸਾਤੋਂ ਸਬਕਤ ਲੈ ਜਾਂਦਾ ਹੈ। ਉਹ ਦੇਖਦਾ ਹੈ, ਮਹਿਸੂਸ ਕਰਦਾ ਹੈ ਔਰ ਬਿਆਨ ਵੀ ਕਰ ਦਿੰਦਾ ਹੈ।

ਉਹ ਕਹਾਣੀ ਵਿੱਚ ਨਾ ਕੋਈ ਗ੍ਰਾ ਰਖਦਾ ਹੈ ਨਾ ਕੋਈ ਪੇਚ। ਬਸ ਇੰਨਾ ਕਰਦਾ ਹੈ ਕਿ ਕੈਫ਼ਿਅਤ ਔਰ ਤਾਸਰ ਬਿਆਨ ਕਰਦੇ ਵਾਕਿਆ ਦਾ ਤਜਜ਼ੀਆ ਪੜ੍ਹਣ ਵਾਲੇ ਤੇ ਛੱਡ ਦਿੰਦਾ ਹੈ। ਸ਼ੋਐਬ ਸਾਦਿਕ ਇਸ ਤਹਿਜ਼ੀਬ ਦਾ ਫ਼ਰਦ ਹੈ, ਇਸ ਦਾ ਮਾਰਾ ਹੋਇਆ ਔਰ ਇਸ ਕੜਾ ਨਕਾਦ ਵੀ ਹੈ।

ਸ਼ੋਐਬ ਸਾਦਿਕ ਇੰਤਹਾਈ ਈਮਾਨਦਾਰ ਸ਼ਖ਼ਸ ਹੈ। ਕਹਾਣੀ ਦੇ ਫ਼ਨ ਤੋਂ ਆਗਾਹੀ ਦੇ ਬਾਵਜੂਦ ਗੱਲ ਜ਼ੇਬ ਦਾਸਤਾਨ ਲੀਏ ਵੱਧਾਂਦਾ ਨਹੀਂ। ਸ਼ੋਐਬ ਦੀਆਂ

ਕਹਾਣੀਆਂ ਇਖ਼ਤਸਾਰ ਵ ਐਜਾਜ਼ ਦਾ ਮੁਅੱਜਜ਼ਾ ਹੈਂ।

ਯੇ ਉਸ ਦੀਆਂ ਚੰਦ ਕਹਾਣੀਆਂ ਨਹੀਂ, ਅਣਗਿਣਤ ਦੁੱਖ ਹੈਂ। ਯੇ ਦੁੱਖ ਮੈਂ ਪੜ੍ਹਦੇ ਹੋਏ ਮਹਿਸੂਸ ਕੀਤੇ ਔਰ ਚਾਹੁੰਦਾ ਹਾਂ ਕਿ ਆਪ ਨੂੰ ਸ਼ੋਐਬ ਸਾਦਿਕ ਔਰ ਅਪਣਾ ਸ਼ਰੀਕ ਗ਼ਮ ਬਨਾ ਲੂੰ। ਇਸ ਗ਼ਰਜ਼ ਨਾਲ ਕਹਾਣਿਆਂ ਦਾ ਤਆਰੁਫ਼ ਪੇਸ਼ ਕਰਦਾ ਹਾਂ। ਆਪ ਇਣ ਮੌਜ਼ੂਆਤ ਔਰ ਉਹਣਾਂ ਦੀ ਤਕਮੀਲ ਚ ਛੁੱਪੇ ਇਜ਼ਹਾਰ ਔਰ ਗੁਰੇਜ਼ ਦੇ ਕਰਬ ਨਾਲ ਕਦਰੇ ਆਸ਼ਨਾ ਹੋ ਲਓ ਤਾਂਕਿ ਕਹਾਣੀਆਂ ਪੜ੍ਹਦੇ ਹੋਏ ਤੁਹਾਡੀ ਮੇਰੀ ਤਰਾਂ ਬੇ ਹੱਸੀ ਕਾਇਮ ਰਹੋ ਵਰਨਾ ਇਹ ਵੀ ਮੁਮਕਿਨ ਹੈ ਕਿ ਆਪ ਨੂੰ ਸ਼ੋਐਬ ਸਾਦਿਕ ਔਰ ਮੈਂ ਔਰ ਖ਼ੁਦ ਆਪ ਆਪਣੇ ਔਰ ਆਪਣੇ ਮੁਆਸ਼ਰੇ ਦੇ ਮੁਜਰਿਮ ਨਜ਼ਰ ਆਣ। 'ਚਾਏ ਪਾਣੀ' ਇਕ ਕੈਨੇਡਾ ਪਲਟ ਮੁਹਿਬੇ-ਵਤਨ ਦਾ ਕਿੱਸਾ ਹੈ ਜਿਥੇ ਇਕ ਮੇਹਰਬਾਨ ਜੇਬ ਕਤਰਾ ਇੰਤਹਾਈ ਪੁਲਿਸ ਅਫ਼ਸਰ ਦੇ ਹੱਥੇ ਚੜ੍ਹਦਾ ਹੈ ਜੋ ਖ਼ਾਲੀ ਬਟੂਆ ਲੋਟਾਂਦਾ ਹੈ ਔਰ ਚਾਏ ਪਾਣੀ ਤੋਂ ਇਨਕਾਰ ਕਰਦਾ ਹੈ।

'ਪਛਤਾਵਾ' ਮਕਾਫ਼ਾਤੇ ਅਮਲ ਹੈ। ਇਸੇ ਸ਼ਖ਼ਸ ਦਾ ਵਾਕਿਆ ਜੋ ਆਪਣੇ ਬੂੜ੍ਹੇ ਵਾਲਦਾਨ ਦਾ ਸਹਾਰਾ ਬਣਨੇ ਦੀ ਬਜਾਏ ਬੇਰੂਨੇ-ਮੁਲਕ ਜਾ ਬਸਦਾ ਹੈ ਔਰ ਹੁਣ ਉਸ ਦਾ ਵਕਤ ਉਸੀ ਤੇ ਵਾਪਸ ਆਇਆ ਹੈ।

'ਖ਼ੁਦਕੁਸ਼ੀ' ਇਕ ਮੁਹੱਬਤ ਕਰਨੇ ਵਾਲੀ ਮਾਂ ਦਾ ਕਰਬ ਹੈ ਜੋ ਬੱਚਿਆਂ ਦੇ ਰਿਜ਼ਕ ਲਿਏ ਰਜ ਆਪਣੀ ਲਾਸ਼ ਬੇਚਦੀ ਹੈ।

'ਗਾਹਕ' ਦੌਲਤ ਦੀ ਹਵਸ ਵਿੱਚ ਸ਼ੌਹਰ ਤੋਂ ਅਲੱਗ ਹੋਣ ਵਾਲੀ ਇਕ ਬੀਵੀ ਦਾ ਹਾਲ ਹੈ ਜਿਸਨੂੰ ਜ਼ਰੂਰਤ ਫਿਰ ਆਪਣੇ ਸ਼ੌਹਰ ਦੀਆਂ ਬਾਹਾਂ ਵਿੱਚ ਲੈ ਆਈ ਹੈ।

'ਟਿਮ ਹਾਰਟਨ' ਤਮਾਮ ਸ਼ਾਇਰਾਂ ਔਰ ਅਦੀਬਾਂ ਦੀ ਬੇਜ਼ਮਾਤ ਦਾ ਇਕ ਮੁਸ਼ਤਰਕ ਮਸਲਾ ਹੈ। ਅਵਾਰਗੀ...

"ਜਜ਼ਾਕ ਅੱਲ੍ਹਾ" ਇਕ ਸ਼ੇਖ਼ ਸਾਹਿਬ ਦੀ ਕਹਾਣੀ ਜੋ ਕਿਸੀ ਦੀ ਜਾਨ ਤੇ ਕੁਛ ਨਹੀਂ ਖ਼ਰਚ ਕਰ ਸਕਦੇ ਮਗਰ ਐਲਾਨ ਕਰਾਣ ਲਈ ਮਸਜੱਦ ਵਿੱਚ ਹਜ਼ਾਰਾਂ ਦਿੰਦੇ ਹੈਂ।

'ਮਿਸਰਾ ਸਾਨੀ' ਕਿੱਸਾ ਹੈ ਇਕ ਸ਼ਾਇਰ ਦਾ ਜਿਸ ਨੂੰ ਆਪਣੀ ਮੁਹਿਬ ਬੀਵੀ ਦੇ ਮਰਣ ਦਾ ਦੁੱਖ ਨਹੀਂ, ਸਿਰਫ ਮਿਸਰਾ ਸਾਨੀ ਦੀ ਤਲਾਸ਼ ਹੈ।

'ਖ਼ੁਦਕਸ਼ ਹਮਲਾਵਰ' ਇਕ ਸਵਾਲ ਹੈ ਜੋ ਅਸੀਂ ਸਾਰਿਆਂ ਦੇ ਜ਼ਹਿਣ ਤੇ ਸਬਤ ਹੈ। 'ਸਿਰਦਰਦ' ਸਾਵਣ ਵਿੱਚ ਘਰ ਪਲਟਣੇ ਵਾਲੇ ਸ਼ੌਹਰ ਦੇ ਹਜ਼ਾਰ ਅੰਦੇਸ਼ੇ ਹੈਂ ਜੋ ਵਾਪਸ ਕੰਮ ਤੇ ਆ ਗਿਆ ਹੈ ਔਰ ਉਸ ਦੀ ਬੀਵੀ ਹਕੀਮ ਦੀ ਗੋਲੀ ਖਾ ਚੁੱਕੀ...

'ਪਾਨ ਕੇ ਪੱਤੇ' - ੭੧ਈ. ਕਾ ਵਾਕਿਆ ਆਜ ਤੱਕ ਨਹੀਂ ਭੁਲਾਇਆ ਗਿਆ। ੭੧ਈ. ਦੇ ਖ਼ੁਦਗ਼ਰਜ਼ ਮੇਜ਼ਬਾਨ ਦੀ ਮੇਹਰਬਾਨੀ ਇਸ ਕਹਾਣੀ ਵਿੱਚ ਬਿਆਨ ਕੀਤੀ ਹੈ ਜੋ ਇਕ ਮਾਸੂਮ ਬੱਚੇ ਤੋਂ ਪਾਨ ਦੇ ਪੱਤੇ ਤੱਕ ਹੱਥਿਆ ਲੈਂਦਾ ਹੈ।

'ਸਫ਼ੈਦਪੋਸ਼' - ਲੋਗ ਕਿਸੀ ਕਾ ਭਰਮ ਨਹੀਂ ਰਹਿਣ ਦਿੰਦੇ। ਯਹਾਂ ਨੇਕੀ ਵੀ ਅਗਰ ਪਰਦੇ ਵਿੱਚ ਹੋ ਤਾਂ ਲੋਗ ਮਸ਼ਕੂਕ ਨਜ਼ਰਾਂ ਨਾਲ ਦੇਖਦੇ ਹੈਂ। 'ਚੌਥਾ ਆਦਮੀ' - ਸ਼ੋਹਰਤ ਮਰਣ ਦੇ ਬਾਦ ਹਰ ਇਕ ਕੇ ਕੰਮ ਨਹੀਂ ਆਂਦੀ, ਮਤਲਬ ਦੇ ਤਾਲੁੱਕ ਜ਼ਿੰਦਗੀ ਤੱਕ ਮਹਿਦੂਦ ਹੈਂ। ਜਨਾਜ਼ਾ ਉਠਾਣ ਦੋ ਚਾਰ ਦੋਸਤ ਹੀ ਆਂਦੇ ਹੈਂ। 'ਮਸੌਦਾ' ਇਕ ਅਦੀਬ ਕੇ ਬੇਟੇ, ਬੀਵੀ ਔਰ ਖ਼ੁਦ ਦਾ ਕਰਬ ਹੈ ਜੋ ਆਖ਼ਿਰ ਵਿੱਚ ਮਿਲ ਨਹੀਂ ਪਾਂਦੇ। ਮਰਾਜਾਤ ਵਿੱਚ ਦੇਰ ਹੋ ਜਾਂਦੀ ਹੈ। 'ਪਾਂਚ ਮਿੰਟ ਕੀ ਔਰਤ' - ਯੇ ਕਹਾਣੀ ਆਪਣੇ ਇਕ ਕਿਰਦਾਰ ਦੇ ਸਿਰਫ਼ ਇਕ ਜੁਮਲੇ ਦੀ ਮੁਆਵਨਤ ਕਰ ਰਹੀ ਹੈ ਕਿ

"ਇਕ ਔਰਤ ਤਨਹਾਈ ਮੇਂ ਪਾਂਚ ਮਿੰਟ ਸੇ ਜ਼ਿਆਦਾ ਲਿਟਰੇਚਰ ਪੇ

ਬਾਤ ਨਹੀਂ ਕਰ ਸਕਤੀ"। "ਕੇਬਲ ਵਾਲਾ" - ਜਿਸਮੀ ਖ਼ਵਾਹਿਸ਼ਾਤ ਦੀ ਤਕਮੀਲ ਲਈ ਕੋਈ ਵੀ ਬਹਾਣਾ ਤਰਾਸ਼ੀਆ ਜਾ ਸਕਦਾ ਹੈ। "ਸੇਲਜ਼ ਮੈਨ" - ਅਸੀਂ ਹਮੇਸ਼ਾ ਅਪਣਾ ਮਤਲਬ ਮੱਧ ਨਜ਼ਰ ਰਖਦੇ ਹਾਂ ਜਿਸ ਕਾਰਨ ਗਾਹਕ ਰੁੱਸ ਕੇ ਖ਼ਾਲੀ ਜਾ ਸਕਦਾ ਹੈ।

ਯੇ ਦੁੱਖ, ਯੇ ਕਹਾਣੀਆਂ ਸਿਰਫ਼ ਆਮ ਲੋਗਾਂ ਦੀਆਂ ਨਹੀਂ ਬਲਕਿ ਹਰ ਉਸ ਸ਼ਹਿਜ਼ਾਦੇ ਦੀਆਂ ਹੈਂ ਜੋ ਜਹਾਂ ਗਰਦੀ ਤੋਂ ਲੋਟਿਆ ਹੈ। ਸ਼ੋਐਬ ਸਾਦਿਕ ਦੀਆਂ ਕਹਾਣੀਆਂ ਇਸ ਬਾਤ ਦੀ ਗਵਾਹ ਹੈਂ ਕਿ ਆਜ ਭੀ ਅਲਾਉ ਜਾਗ ਰਹਾ ਹੈ, ਆਜ ਭੀ ਚੌਪਾਲ ਆਬਾਦ ਹੈ।

ਅਹਿਮਦ ਅਤਾ

ਲਾਹੌਰ

ਪਹਿਲੂ ਦੀ ਹਰ ਅੰਗੜਾਈ

ਪਲਟ ਕੇ ਕਰਵਟਾਂ, ਜਵਾਨ ਹੋਏ ਨੇ ਅਫ਼ਸਾਨੇ,
ਗੁਫ਼ਤਗੂ ਨੇ ਕਦਮ ਵੱਧਾਇਆ ਹੈ।
ਹਰ ਅੰਗੜਾਈ ਨੇ ਛੋੜੀ ਹੈ ਸਿਲਵਟ,
ਹੋਂਠਾਂ ਦੀ ਕਸ਼ਮਾਕਸ਼ ਨੇ ਬਤਾਇਆ ਹੈ।

ਗੁਫ਼ਤਗੂ ਦੇ ਪਹਲੂਆਂ ਚ ਅਫ਼ਸਾਨੇ ਜਵਾਨ ਹੁੰਦੇ ਹੈਂ। ਔਰ ਪਹਿਲੂ ਦੀ ਹਰ ਅੰਗੜਾਈ ਤੇ ਗੁਫ਼ਤਗੂ ਕਰਵਟਾਂ ਲੈਂਦੀ ਹੈ, ਛੁਪ ਕੇ ਅਫ਼ਸਾਣੇਆਂ ਦੀਆਂ ਸਿਲਵਟਾਂ ਵਿੱਚ।

ਔਰ ਜਦੋਂ ਗੁਫ਼ਤਗੂ ਆਮਨੇ-ਸਾਮਨੇ ਹੋਏ ਤਾਂ ਹਰ ਅੰਗੜਾਈ ਵਿੱਚ ਘਿਰੀ ਹੋਈ ਸਿਲਵਟਾਂ ਦੀ ਝਰਝਰਾਹਟਾਂ ਦੀ ਗੁੰਜਨ ਖੁਦ-ਬ-ਖੁਦ ਬੇਪਰਦਾ ਹੋ ਜਾਂਦੀ ਹੈ ਤੇ ਹੋਠਾਂ ਦੀ ਕਸ਼ਮਾਕਸ਼ ਦੇ ਜ਼ਰਿਏ ਦਿਲ ਦੀ ਹਰ ਅਣਕਹੀ ਗੱਲ ਬਿਆਣ ਕਰ ਦੇਂਦੀ ਹੈ।

ਬਸ ਇਹੀ ਕੁਝ ਚੰਦ ਪਹਿਲੂਆਂ ਦੀਆਂ ਅੰਗੜਾਈਆਂ ਨਾਲ ਉਲਝੇ ਸ਼ੋਐਬ ਜੀ ਦੇ ਅਫ਼ਸਾਨੇ ਜ਼ਿੰਦਗੀ ਦੀ ਰਫ਼ਤਾਰ ਨਾਲ ਬਹਿੰਦੇ ਹੋਏ ਪਲਾਂ ਦੀ ਨਜ਼ਾਕਤ ਹਨ, ਜਿਨ੍ਹਾਂ ਦੇ ਅਨੁਭਵ ਨੂੰ ਉਹਣਾਂ ਨੇ ਅਲਫ਼ਾਜ਼ਾਂ ਦੀ ਅਹਮਿਅਤ ਵਿੱਚ ਢਾਲਿਆ ਹੈ।

ਗੱਲਾਂ ਦੀ ਗਹਿਰਾਈ ਨੂੰ ਛੂੰਦੇ ਹੋਏ ਹਸੀਨ ਪਲ ਸ਼ੋਐਬ ਜੀ ਦੀ ਗੁਫ਼ਤਗੂ ਦੀਆਂ ਸਿਲਵਟਾਂ ਹਨ ਜੋ ਹੋਠਾਂ ਤੇ ਮੁਸਕਾਨ ਲਿਆਂਦੀਆਂ ਹੈਂ, ਕੁਛ ਇਸ ਤਰ੍ਹਾਂ ਕਿ ਜਿਵੇਂ ਹਰ ਪਹਿਲੂ ਸਾਡੇ ਹੀ ਬਹੁਤ ਨਜ਼ਦੀਕ ਹੋਏ।

ਦੰਦਾਂ ਥੱਲੇ ਉਂਗਲੀ ਦਬਾਏ ਹੋਏ, ਇਨ੍ਹਾਂ ਦੇ ਅਫ਼ਸਾਣੇਆਂ ਨੇ ਤਾਂ ਮੈਨੂੰ ਹੀ ਸਮੇਟ ਲਿੱਤਾ। 'ਹਾਂ, ਇੰਝ ਵੀ ਹੁੰਦਾ ਹੈ'। 'ਉਂਝ ਤਾਂ ਹੁੰਦਾ ਹੀ ਹੈ'। ਇਸ ਵਿੱਚ 'ਕੇਬਲ ਵਾਲਾ' ਕਿੱਸਾ ਜਾਨਬੂਝ ਕੇ ਅਣਜਾਨੇਪਣ ਦੀ ਅਦਾ ਜਾਹਿਰ ਕਰਕੇ ਹਾਸਾ ਬਿਖੇਰ ਗਿਆ।

'ਪੰਜ ਮਿੰਟ ਦੀ ਔਰਤ' ਅਤੇ 'ਗਾਹਕ' ਵਿੱਚ ਫਰਕ ਇੰਨਾ ਹੀ ਰਿਹਾ ਕਿ 'ਪੰਜ ਮਿੰਟ ਦੀ ਔਰਤ' ਦੀ ਖਵਾਹਿਸ਼ ਬੇਨਕਾਬ ਹੋਈ ਅਤੇ 'ਗਾਹਕ' ਵਿੱਚ ਔਰਤ ਬੇਨਕਾਬ ਹੋਈ। ਕਾਸ਼! ਇਹ ਰਾਤ ਦੀ ਸੀਰਤ ਸਵੇਰ ਦੀ ਰਾਹ ਦੇਖ ਸਕਦੀ। ਲੇਕਿਨ ਉਹ ਸਵੇਰ ਤਾਂ 'ਹਾਫ਼ਿਜ਼ ਜੀ' ਦੇ ਨਸੀਬ ਵਿੱਚ ਵੀ ਨਹੀਂ ਸੀ।

ਖੈਰ! 'ਟਿਮ ਹੋਰਟਨ' ਵਿੱਚ ਸਵੇਰ ਦੀ ਰਾਹ ਨਹੀਂ ਦੇਖੀ ਜਾਂਦੀ ਬਲਕਿ ਰਾਤ ਦੇ ਹਨੇਰੇ ਨੂੰ ਸਹਲਾਯਾ ਜਾਂਦਾ ਹੈ। ਚੱਲੇ ਤਾਂ ਸੀ ਦੋਸਤ ਦੀ ਸੁਲਹ ਕਰਵਾਣ ਪਰ ਅਪਣੀ ਬੀਵੀ ਦੇ ਅੱਗੇ ਸਮਰਪਣ ਕਰਕੇ 'ਟਿਮ ਹੋਰਟਨ' ਦੀ ਰਾਹ ਦੇਖਣੀ ਪੈ ਗਈ। ਗੁਫ਼ਤਗੂ ਹੈ ਪਾਕਿਸਤਾਨ ਦੀ ਔਰ ਹਾਲ-ਏ-ਦਿਲ ਬਿਆਨ ਹੋ ਰਿਹਾ ਹੈ ਕੋਰਨਵਾਲ ਵਿੱਚ।

ਪਹਿਲੂਆਂ ਦੀਆਂ ਕੜੀਆਂ ਨੂੰ ਜੋੜਦੇ-ਜੋੜਦੇ ਨਾਂ ਤਾਂ ਇਹ ਪਤਾ ਚੱਲਿਆ ਹੋਇਗਾ ਕਦ ਗੁਫ਼ਤਗੂ ਖ਼ਤਮ ਹੋ ਗਈ ਤੇ ਨਾਂ ਹੀ ਅਫ਼ਸਾਨੇ ਬੁਨਣ ਦਾ ਅਹਿਸਾਸ ਹੋਇਆ ਹੋਇਗਾ। ਫਿਰ ਵੀ ਅਸਲੀਅਤ ਕੁਰੇਦਨ ਦੀ ਕਸ਼ਮਾਕਸ਼ ਵਿੱਚ ਸਿਲਵਟਾਂ ਸਿਰਫ ਕੁੱਛ ਹੀ ਖੁੱਲੀਆਂ ਹੈਂ - ਬੇਪਰਦਾ ਤਾਂ ਹੋ ਗਏ, ਲਾਜ ਨਾਲ। ਇਹ ਹੀ ਦਿਲਚਸਪ ਅੰਦਾਜ਼ ਹੈ ਸ਼ੋਐਬ ਜੀ ਦੀ ਲੇਖਕੀ ਦਾ ਜੋ ਇੱਜ਼ਤਦਾਰ ਸਮਾਜ ਦੇ ਢਕੋਂਸਲੇਆਂ ਦਾ ਬੜੀ ਚਾਲਾਕੀ ਅਤੇ

ਬੇਪਰਵਾਹੀ ਨਾਲ ਆਨੰਦ ਲੈਂਦਾ ਹੈ।

ਭਾਈ ਸਾਹਿਬ ਜੀ ਦੇ ਅੱਧਭਰੇ ਅਫ਼ਸਾਨੇਆਂ ਵਿੱਚ ਜਾਨ ਪਾਂਦੀਆਂ ਹੈਂ - ਔਰਤਾਂ, ਖ਼ੂਬਸੂਰਤੀ ਅਤੇ ਮਜਬੂਰੀ। ਗਾਯਬ ਮਰਦ ਗਾਯਬ ਹੀ ਹੈਂ, ਪਹਿਲੂਆਂ ਦੀਆਂ ਬੰਦ ਸਿਲਵਟਾਂ ਵਿੱਚ।

ਜਿਸ ਅਫ਼ਸਾਨੇ ਵਿੱਚ ਇਕ ਮੁਕੰਮਲ ਔਰਤ ਅੰਗੜਾਈ ਲੈਂਦੀ ਹੈ, ਉਹ ਬੇਮੁਕੰਮਲ ਵੀ ਪੂਰਾ ਉਤਰਦਾ ਹੈ। ਦੇਖੋ ਨਾ! 'ਔਰਤ ਪੰਜ ਮਿੰਟ ਦੀ' ਹੀ ਸਹੀ ਮਗਰ ਦਿਲ ਦੀ ਹਰ ਧੜਕਣ ਦੀ ਰਫ਼ਤਾਰ ਇਕ-ਇਕ ਕੜੀ ਨੂੰ ਸਮੇਟਦੇ ਹੋਏ ਅਫ਼ਸਾਨੇ ਨੂੰ ਪੰਜ ਮਿੰਟ ਤੋਂ ਵੀ ਕਿਤੇ ਲੰਬਾ ਖਿੱਚਦੀ ਹੈ।

ਨਾਲ ਹੀ 'ਸੇਲਜ਼ ਮੈਨ' ਲਈ ਕਮਸਿਨ ਦਿਲਚਸਪ ਮੁਸਕਰਾਹਟਾਂ ਜੋ ਦੂਸਰੇਆਂ ਦੇ ਲਈ ਮਾਅਨੇ ਉਲਝਾ ਕੇ ਹਰ ਪਲ ਦਾ ਆਨੰਦ ਲੈਂਦੀਆਂ ਹੈਂ।

ਕਦੀ ਇੱਧਰ ਦੀ ਤੇ ਕਦੀ ਉੱਧਰ ਦੀ। ਬਸ ਐਸੇ ਹੀ ਮੋੜਾਂ ਤੇ ਕਦੀ ਪਹਿਲੂਆਂ ਦੀਆਂ ਕੜੀਆਂ ਜੋੜਦੇ ਹੈਂ ਤੇ ਕਦੀ ਤੋੜਦੇ ਹੈਂ। ਇਸ ਤਰ੍ਹਾਂ ਜਵਾਨ ਹੋਏ ਹੈਂ ਅਫ਼ਸਾਨੇ ਸ਼ੋਐਬ ਸਾਦਿਕ ਜੀ ਦੇ।

ਡਾ. ਮੋਨਿਕਾ ਸਪੋਲਿਆ
ਸੰਪਾਦਕ, ਭਾਰਤ ਟਾਈਮਸ
ਮੌਂਟ੍ਰੀਆਲ, ਕੈਨੇਡਾ

ਸ਼ੋਐਬ ਸਾਦਿਕ,

ਸ਼ੋਐਬ ਸਾਦਿਕ ਨਾਲ ਮੇਰੀ ਪਹਿਲੀ ਮਿਲਣੀ 21/02/2014 ਨੂੰ ਜਗਤ ਮਾਂ ਬੋਲੀ ਦਿਹਾੜੇ ਤੇ ਹੋਈ ਜਿਥੇ ਸ਼ੋਐਬ ਨੇ ਆਪਣੀ ਕਿਤਾਬ 'ਚੌਥਾ ਆਦਮੀ' ਬੜੇ ਨਿੱਘ ਅਤੇ ਮਾਣ ਨਾਲ ਮੈਨੂੰ ਪੇਸ਼ ਕੀਤੀ। ਕਿਤਾਬ ਦੀ ਜ਼ਿਲਦ ਤੇ ਜਦੋਂ ਕਿਤਾਬ ਦਾ ਨਾਂ 'ਚੌਥਾ ਆਦਮੀ' ਪੰਜਾਬੀ ਲਿਪੀ ਵਿੱਚ ਛਪਿਆ ਦੇਖਿਆ ਤਾਂ ਮੈਨੂੰ ਇਓਂ ਮਹਿਸੂਸ ਹੋਇਆ ਜਿਵੇਂ ਮੇਰੀ ਮਾਂ ਨੇ ਮੇਰੇ ਮੂੰਹ ਵਿੱਚ ਰੋਟੀ ਦੀ ਗੁਰਾਹੀ ਪਾ ਦਿੱਤੀ ਹੋਵੇ। ਅਸਲ ਵਿੱਚ 'ਚੌਥਾ ਆਦਮੀ' ਕਹਾਣੀ ਸੰਗ੍ਰਿਹ ਸ਼ੋਐਬ ਦੀ ਪਲੇਠੀ ਕਿਤਾਬ ਹੈ ਜੋ ਪਹਿਲੇ ਉਰਦੂ ਵਿੱਚ ਪ੍ਰਕਾਸ਼ਤ ਹੋਈ ਤੇ ਉਸ ਤੋਂ ਬਾਦ ਪੰਜਾਬੀ ਲਿਪੀ ਵਿੱਚ ਛਪੀ। ਸ਼ੋਐਬ ਨਾਲ ਹੋਈ ਛੋਟੀ ਜਿਹੀ ਮਿਲਣੀ ਹੀ ਸਾਨੂੰ ਇਕ ਦੂਜੇ ਦੇ ਬਹੁਤ ਨੇੜੇ ਲੈ ਗਈ ਨਿਰਸੰਦੇਹ ਸ਼ੋਐਬ ਨੂੰ ਮੈਂ ਆਪਣਾ ਵਧੀਆ ਦੋਸਤ ਮੰਨਦਾਂ ਹਾਂ।

ਸ਼ੋਐਬ ਭਾਂਵੇਂ ਉਰਦੂ ਕਹਾਣੀਕਾਰ ਹੈ ਪਰ ਪੰਜਾਬੀ ਪ੍ਰਤੀ ਉਸਦਾ ਪਿਆਰ ਡੁੱਲ ਡੁੱਲ ਪੈਂਦਾ ਹੈ। ਇਸ ਨੂੰ ਉਸ ਨੇ ਉਦੋਂ ਸਾਬਤ ਕਰ ਦਿੱਤਾ ਜਦੋਂ ਪੰਜਾਬੀ ਕਲਮ ਕੇਂਦਰ ਮੌਂਟਰੀਅਲ ਵਲੋਂ ਅਪਰੈਲ 2014 ਨੂੰ ਕਰਵਾਏ ਗਏ ਕਵੀ ਦਰਬਾਰ ਵਿੱਚ ਪੰਜਾਬੀ ਵਿੱਚ ਕਵਿਤਾ ਪੜ੍ਹ ਕੇ ਸਰੋਤਿਆਂ ਵਲੋਂ ਵਾਹ-ਵਾਹ ਖੱਟੀ ਅਤੇ ਬਾਕੀ ਪੰਜਾਬੀ ਕਵੀਆਂ ਨੂੰ ਆਖਰ ਤੱਕ ਬੜੀ ਰੀਝ ਨਾਲ ਸੁਣਦਿਆਂ ਕਵੀਆਂ ਦਾਦ ਦੇ ਕੇ ਉਹਨਾਂ ਦੀਆਂ ਰਚਨਾਵਾਂ ਦੀ ਸੁਲਾਹਣਾ ਕੀਤੀ।

ਸ਼ੋਐਬ ਦੀਆਂ ਕਹਾਣੀਆਂ ਜਿਥੇ ਪਾਠਕ ਨੂੰ ਆਪਣੀ ਮਿੱਟੀ ਦੀ ਮਹਿਕ ਨਾਲ ਸ਼ਰਸ਼ਾਰ ਕਰਦੀਆਂ ਨੇ, ਉਥੇ ਪਾਠਕ ਨੂੰ ਆਪਣੀ ਜਕੜ ਵਿੱਚ ਕੁਝ ਇਸਤਰਾਂ ਲੈਂਦੀਆਂ ਹਨ ਕਿ ਪਾਠਕ ਆਪਣੇ ਆਪ ਨੂੰ ਕਹਾਣੀ ਵਿੱਚ ਵਿਚਰਦਾ ਮਹਿਸੂਸ ਕਰਦਾ ਹੈ ਜੋ ਇਕ ਚੰਗੇ ਕਹਾਣੀਕਾਰ ਦਾ ਵਡਮੁੱਲਾ ਗੁਣ ਹੈ। 'ਚੌਥਾ ਆਦਮੀ' ਕਿਤਾਬ ਵਿੱਚ ਮੇਰੀ ਮਨ ਪਸੰਦ ਕਹਾਣੀ 'ਪਛਤਾਵਾ' ਵਿੱਚ ਸ਼ੋਇਬ ਪਾਠਕ ਨੂੰ ਅਹਿਸਾਸ ਕਰਵਾਉਂਦਾ ਹੈ ਕਿ ਨਾਸਰ ਤਾਂ ਡਾਕਟਰ ਕੋਲੋਂ ਜ਼ਹਿਰ ਦਾ ਟੀਕਾ ਲਗਵਾ ਕੇ ਜਾਨ ਖਲਾਸੀ ਕਰ ਗਿਆ, ਪਰ ਐ ਪਾਠਕ! ਤੇਰੇ ਕੋਲ ਅਜੇ ਵਕਤ ਹੈ, ਮੌਕਾ ਸਾਂਭ ਲੈ, ਜੇ ਵਕਤ ਹੱਥੋਂ ਖੁੰਝ ਗਿਆ ਤੇ ਜੋ ਦੈਂਤ ਜ਼ਹਿਰ ਦੇ ਟੀਕੇ ਦੇ ਰੂਪ ਨਾਸਰ ਨੂੰ ਨਿਗਲ ਗਿਆ ਉਸ ਤੋਂ ਤੂੰ ਵੀ ਬੱਚ ਨਹੀਂ ਸਕੇਂਗਾ। ਕਹਾਣੀ 'ਇਹਤਜਾਜ' ਵੀ ਬਾ-ਕਮਾਲ ਹੈ ਜਿਸ ਵਿੱਚ ਜਿਥੇ ਪਾਠਕ ਨੂੰ ਪੰਜਾਬੀ ਦੇ ਮਿੱਠੇ ਘੁੱਟਾਂ ਤੋਂ ਵਾਂਝੇ ਰਹਿਣ ਦੀ ਚੋਟ ਮਾਰਦਾ ਹੈ ਉਥੇ ਆਪਣੇ ਆਪ ਨੂੰ ਕਸੂਰਵਾਰ ਕਹਿਣ ਦੀ ਦਲੇਰੀ ਕਰਦਾ ਹੈ, ਜੋ ਇਕ ਵਧੀਆ ਰਚਨਹਾਰੇ ਦੀ ਖ਼ੂਬੀ ਹੈ। ਸਾਰੀਆਂ ਕਹਾਣੀਆਂ ਹੀ ਅਰਥਾਂ ਨਾਲ ਭਰਪੂਰ ਹਨ।

ਸ਼ੋਐਬ ਗੱਲ ਕਰਦਿਆਂ ਤੁਹਾਨੂੰ ਕਈ ਕਹਾਣੀਆਂ ਸੁਭਾਵਿਕ ਹੀ ਸੁਣਾ ਦੇਂਦਾਂ ਹੈ ਜਿਸ ਕਰਕੇ ਮੈਂ ਮਹਿਸੂਸ ਕਰਦਾਂ ਹਾਂ ਕਿ ਹਾਲੇ ਸ਼ੋਐਬ ਵਿੱਚ ਕਹਾਣੀਆਂ ਦੇ ਅੰਬਾਰ ਲਗੇ ਹੋਏ ਹਨ, ਇਸਦੀਆਂ ਅਣਗਿਣਤ ਚੰਗਿਆਈਆਂ ਵਿਚੋਂ ਇਕ ਮੈਂ ਪਾਠਕਾਂ ਨਾਲ ਖਾਸ ਕਰਕੇ ਸਾਂਝੀ ਕਰਨਾ ਜਰੂਰੀ ਸਮਝਦਾਂ ਹਾਂ ਕਿ ਇਹ ਵਗਦੇ ਪਾਣੀਆਂ ਵਾਂਗ ਜਿਊਣਾ ਚਾਹੁੰਦਾ ਹੈ। ਇਸਦਾ ਦਰਿਆਵਾਂ ਦੀ ਨਿਰਮਲਤਾ ਨਾਲ ਕਾਫੀ ਨੇੜਲਾ ਸਬੰਧ ਹੈ। ਇਹ ਸਦਾ ਸਾਹਿੱਤ ਲਈ ਕੁਝ ਕਰਦੇ ਰਹਿਣ ਵਾਲਿਆਂ ਦੀ ਮੋਹਰਲੀ ਕਤਾਰ ਵਿਚੋਂ ਹੈ, ਨਿੱਤ ਕੁਝ ਨਵਾਂ ਸੋਚਣਾ ਫਿਰ ਉਸ ਨੂੰ ਅਮਲੀ ਜਾਮਾ ਪਹਿਨਾਉਣਾ ਤੇ ਪੁਰਖਿਆਂ ਦੇ ਦੱਸੇ ਰਾਹ ਨੂੰ ਵੀ ਕਦੇ ਅੱਖੋਂ ਪਰੋਖੇ ਨਹੀਂ ਕਰਨਾ।

ਸ਼ੋਐਬ ਨੂੰ ਪੜ੍ਹਦਿਆਂ ਮੈਂ ਉਹਨਾਂ ਚੋਟੀਆਂ ਨੂੰ ਵੀ ਛੁਹਿਆ ਹੈ ਜੋ ਮੇਰੀ ਸੂਰਤ ਦੀ ਉਡਾਰੀ ਤੋਂ ਲਾਂਬੇ ਰਹਿ ਗਈਆਂ ਸਨ ਤੇ ਸ਼ੋਐਬ ਦੇ ਪਰਾਂ ਨੂੰ ਸ਼ਾਇਦ ਸੁਭਾਵਿਕ ਹੀ ਨਸੀਬ ਹੋ ਗਈਆਂ। ਸ਼ੋਐਬ ਸਾਦਿਕ ਜਿਥੇ ਉਰਦੂ ਦਾ ਇਕ ਨਵੇਕਲਾ ਕਹਾਣੀਕਾਰ ਹੈ ਉਥੇ ਇਸ ਵਿੱਚ ਪੰਜਾਬੀ ਵਾਸਤੇ ਵੱਡੀਆਂ ਪੁਲਾਂਗਾਂ ਪੁੱਟਣ ਦਾ ਜ਼ਜ਼ਬਾ ਹੈ

ਮੈਨੂੰ ਆਸ ਹੈ ਕਿ ਭਵਿਖ ਵਿੱਚ ਸ਼ੋਐਬ ਸਾਦਿਕ ਦੇ ਇਸ ਜ਼ਜ਼ਬੇ ਦੀ ਮਹਿਕ ਲੇਖਕਾਂ ਅਤੇ ਪਾਠਕਾਂ ਨੂੰ ਜਰੂਰ ਮਹਿਕਾਵੇਗੀ।

ਸਾਹਿੱਤ ਦੇ ਉਜਲੇ ਭਵਿੱਖ ਦਾ ਇਛੁਕ,
ਹਰਜਿੰਦਰ ਸਿੰਘ ਪੱਤੜ
ਪੰਜਾਬੀ ਕਲਮ ਕੇਂਦਰ ਮੌਂਟਰੀਅਲ (ਕੈਨੇਡਾ)

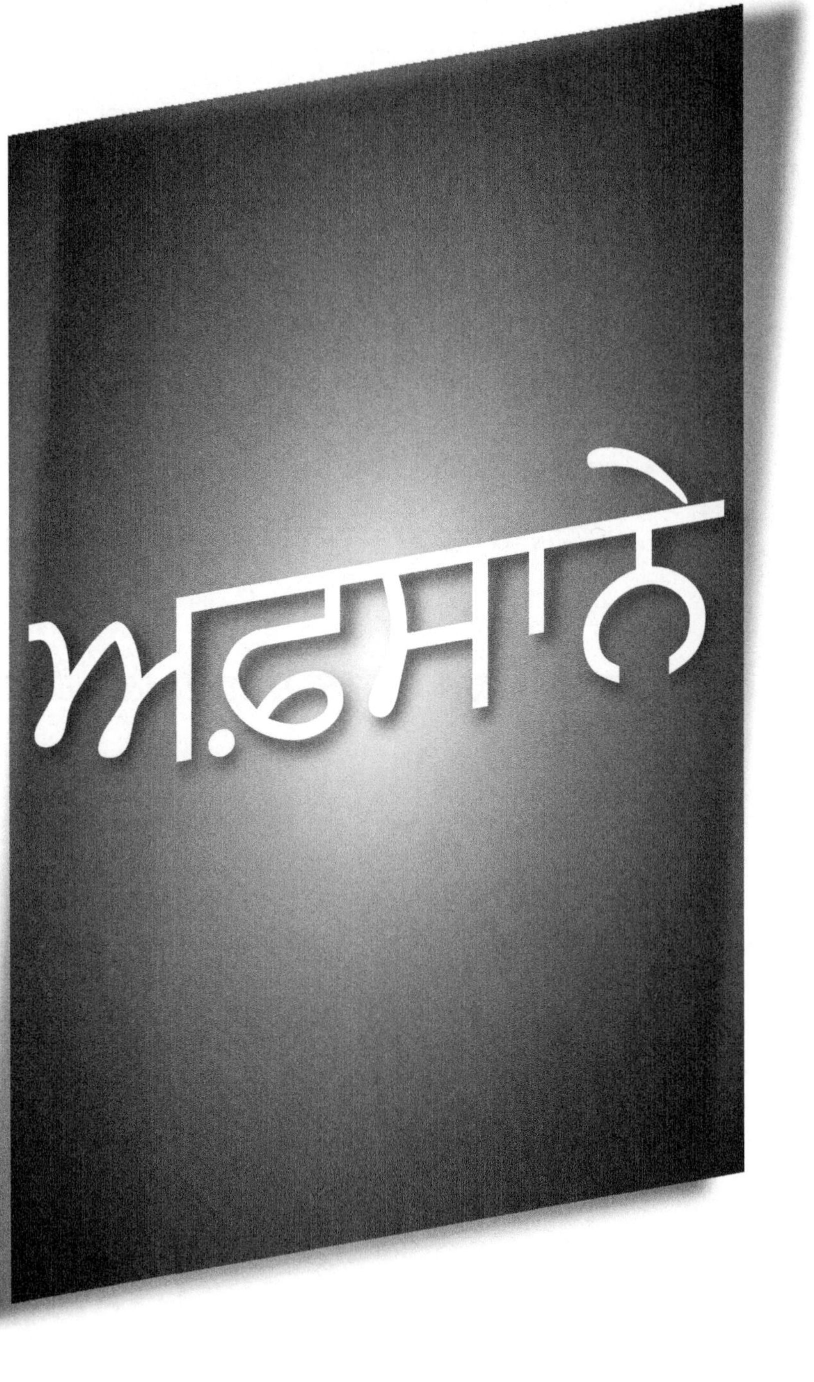
ਅਫ਼ਸਾਨੇ

੧
ਚਾਏ ਪਾਣੀ

ਉਸ ਨਾਲ ਹੋਟਲ ਵਿੱਚ ਮੁਲਾਕਾਤ ਹੋਈ। ਮੈਂ ਚਾਏ ਪੀਣ ਲਈ ਜਯੋਂ ਹੀ ਅੰਦਰ ਦਾਖਿਲ ਹੋਇਆ ਤਾਂ ਉਸ ਨਾਲ ਟਕਰਾ ਗਿਆ। ਉਹ ਗਿਰ ਪਿਆ। ਮੈਂ ਅੱਗੇ ਵੱਧ ਕੇ ਉਸਨੂੰ ਉਠਾਇਆ ਤੇ ਮਾਫ਼ੀ ਮੰਗੀ। ਉਸਨੇ ਮੇਰੀ ਤਰਫ਼ ਦੇਖਿਆ ਤੇ ਕਿਹਾ, "ਕੋਈ ਗਲ ਨਹੀਂ ਬੇਟਾ, ਗ਼ਲਤੀ ਮੇਰੀ ਹੀ ਸੀ।"

ਪਤਾ ਨਹੀਂ ਕਿਉਂ ਮੈਨੂੰ ਉਸ ਵਿੱਚ ਇਕ ਅਜੀਬ ਕਿਸਮ ਦੀ ਕਸ਼ਿਸ਼ ਨਜ਼ਰ ਆਈ। ਮੈਂ ਉਹਨੂੰ ਚਾਏ ਆਫ਼ਰ ਕੀਤੀ। ਉਹ ਫ਼ੌਰਨ ਮੰਨ ਗਿਆ। ਉਹ ਮੇਰੇ ਸਾਮਣੇ ਕੁਰਸੀ ਤੇ ਬੈਠ ਗਿਆ।

"ਬੇਟਾ, ਕਿਆ ਤੁਮ ਬਾਹਰ ਸੇ ਆਏ ਹੋ?"

ਮੈਂ ਮੁਸਕਰਾਇਆ, "ਮਗਰ ਬਜ਼ੁਰਗੋ ਆਪ ਨੂੰ ਕੈਸੇ ਅੰਦਾਜ਼ਾ ਹੋਇਆ?"

"ਬਸ ਬੇਟਾ, ਤੁਮਹਾਰੇ ਲਿਬਾਸ ਅਤੇ ਗੁਫ਼ਤਗੂ ਤੋਂ।"

ਮੈਂ ਬਤਾਇਆ ਕਿ ਮੈਂ ਹਸੂਲੇ ਰੋਜ਼ਗਾਰ ਦੇ ਸਿਲਸਿਲੇ ਵਿੱਚ ਕਈ ਸਾਲਾਂ ਤੋਂ ਕੈਨੇਡਾ ਵਿੱਚ ਹਾਂ।"

"ਕਿੰਨੇ ਸਾਲੋਂ ਬਾਦ ਪਾਕਿਸਤਾਨ ਆਏ ਹੋ?"

ਮੈਂ ਬਤਾਇਆ ਕਿ ਦਸ ਸਾਲ ਬਾਦ ਯਾਨੀ ਪਹਿਲੀ ਮਰਤਬਾ।

"ਪਰ ਇੱਥੇ ਤਾਂ ਹਰ ਚੀਜ਼ ਬਦਲ ਗਈ ਹੈ। ਤਰੱਕੀ ਜ਼ਰੂਰ ਹੋਈ ਹੈ ਲੇਕਿਨ ਇਖ਼ਲਾਕੀ ਕੱਦਰੀ ਖ਼ਤਮ ਹੋ ਗਈ ਹੈ।

"ਮੈਨੂੰ ਯਾਦ ਹੈ ਕਿ ਜਦ ਕੋਈ ਮੁਲਕ ਤੋਂ ਬਾਹਰ ਜਾਂਦਾ ਸੀ ਤਾਂ ਸਭ ਉਹਨੂੰ ਰੋਂਦੇ ਹੋਏ ਰੁਖ਼ਸਤ ਕਰਦੇ ਸਨ ਅਤੇ ਰਾਬਤੇ ਲਈ ਖ਼ਤ ਵ ਕਤਾਬਤ ਕੀਤੀ ਜਾਂਦੀ ਸੀ। ਜਦ ਕਿਸੀ ਦਾ ਖ਼ਤ ਆਂਦਾ ਤੇ ਪੂਰੇ ਘਰ ਵਿੱਚ ਖ਼ੁਸ਼ੀ ਦੀ ਲਹਿਰ ਦੌੜ ਜਾਂਦੀ। ਹੁਣ ਫ਼ੋਨ ਕੀਤਾ ਜਾਏ ਤੇ ਕਿਸੀ ਕੋਲ ਵਕਤ ਹੀ ਨਹੀਂ। ਇਹ ਵੀ ਹਕੀਕਤ ਹੈ ਕਿ ਟੈਲੀਫ਼ੋਨ ਦੀ ਵਜ੍ਹਾ ਨਾਲ ਹਜ਼ਾਰੋਂ ਮੀਲ ਦੂਰ ਬੈਠੇ ਹੋਏ ਲੋਗਾਂ ਨੂੰ ਘਰ ਤੋਂ ਦੂਰੀ ਦਾ ਅਹਿਸਾਸ ਨਹੀਂ ਹੁੰਦਾ। ਬਜ਼ਾਹਿਰ ਫ਼ਾਸਲੇ ਘੱਟ ਗਏ ਹਨ ਲੇਕਿਨ ਦੂਰੀਆਂ ਵੱਧ ਗਈਆਂ ਹਨ।"

"ਬੇਟਾ, ਤੁਸਾਂ ਠੀਕ ਕਹਿੰਦੇ ਹੋ। ਮੈਂ ਤੇਰੀਆਂ ਗੱਲਾਂ ਤੋਂ ਇਤਫ਼ਾਕ ਕਰਦਾ ਹਾਂ ਕਿ ਸਾਡਾ ਦੌਰ, ਜਿਹਨੂੰ ਜਹਾਲਤ ਦਾ ਦੌਰ ਕਿਹਾ ਜਾਂਦਾ ਹੈ, ਬੜਾ ਹੀ ਸਾਦਾ ਦੌਰ ਸੀ, ਲੋਗ ਬਹੁਤ ਹੀ ਸਾਦੇ ਸੀ ਤੇ ਨਾ ਕੋਈ ਫ਼ਰੇਬ ਨਾ ਧੋਖਾ। ਛੋਟੇ ਵੱਡੇਆਂ ਦੀ ਇੱਜਤ ਕਰਦੇ। ਔਰਤਾਂ ਵਿੱਚ ਸ਼ਰਮ ਤੇ ਹਿਆ ਸੀ। ਵੋਹ ਬਾਹਰ ਜਾਨ ਲੱਗੇ ਬੁਰਕਾ ਇਸਤੇਮਾਲ ਕਰਦੀਆਂ। ਮਕਾਨ ਮਿੱਟੀ ਦੇ ਹੁੰਦੇ ਮਗਰ ਸਾਫ਼ ਸੁਥਰੇ ਹੁੰਦੇ। ਲੋਗਾਂ ਦਾ ਰਹਿਣ ਸਹਿਣ ਵੀ ਸਾਦਾ ਹੁੰਦਾ। ਸਾਦਾ ਗ਼ਿਜ਼ਾ ਖਾਤੇ ਨਾ ਕੋਈ ਬਿਮਾਰੀ ਨਾ ਕੋਈ ਦੁੱਖ। ਮਰਦ ਖੇਤਾਂ ਵਿੱਚ ਸਾਰਾ ਦਿਨ ਕੰਮ ਕਰਦੇ; ਔਰਤਾਂ ਰੋਟੀ ਪਕਾ ਕੇ ਆਪਣੇ ਸਿਰਾਂ ਉੱਤੇ ਚੁੱਕ ਕੇ ਖੇਤਾਂ ਵਿੱਚ ਉਹਣਾਂ ਲਈ ਲੈ ਕੇ ਜਾਂਦੀਆਂ ਅਤੇ ਉਹਣਾਂ ਨੂੰ ਪਾਣੀ ਲਿਆਨ ਲਈ ਘੜੇ ਸਿਰ ਤੇ ਰੱਖ ਕੇ ਕਈ ਮੀਲ ਪੈਦਲ ਚੱਲਣਾ ਪੈਂਦਾ। ਬੱਚੇ ਮਿੱਟੀ ਦੇ ਦੀਏ ਦੀ ਰੋਸ਼ਨੀ ਵਿੱਚ ਪੜ੍ਹਦੇ ਤੇ ਸਕੂਲ ਜਾਣ ਲਈ ਮੀਲਾਂ ਪੈਦਲ ਚੱਲਦੇ ਜਿਸ ਦੀ ਵਜ੍ਹਾ ਨਾਲ ਉਹਨਾਂ ਦੀ ਸੇਹਤ ਵੀ ਚੰਗੀ ਰਹਿੰਦੀ ਵ ਉਹਣਾਂ ਨੂੰ ਇਸ ਚੀਜ਼ ਦੀ ਅਹਮਿਅਤ ਦਾ ਵੀ

ਅਹਿਸਾਸ ਰਹਿੰਦਾ ਕਿ ਜ਼ਿਆਦਾਤਰ ਲੋਗ ਅਨਪੜ੍ਹ ਸੀ। ਲੇਕਿਨ ਇਹਨਾਂ ਵਿੱਚ ਰੱਖ ਰਖਾਓ ਸੀ ਤੇ ਹਰ ਆਏ ਗਏ ਨੂੰ ਪੁੱਛਦੇ। ਪਹਿਲੇ ਆਸਾਨੀਆਂ ਸੀ, ਹੁਣ ਸਹੂਲਤਾਂ ਨੇ। ਦੌਲਤ ਬੁਰੀ ਚੀਜ਼ ਨਹੀਂ ਮਗਰ ਉਹ ਦੀ ਫ਼ਰਾਵਾਨੀ ਨੇ ਮੁਆਸ਼ਰੇ ਨੂੰ ਤਬਾਹ ਕਰ ਦਿੱਤਾ ਹੈ।"

ਅਸੀਂ ਚਾਹ ਪੀਣ ਦੇ ਨਾਲ-ਨਾਲ ਗੱਲਾਂ ਵੀ ਕਰ ਰਿਹੇ ਸੀ। ਉਹ ਕਾਫ਼ੀ ਦੇਰ ਤੱਕ ਬੋਲਦਾ ਰਿਹਾ। ਮੈਂ ਖ਼ਾਮੋਸ਼ੀ ਨਾਲ ਉਹਦੀਆਂ ਗੱਲਾਂ ਸੁਣਦਾ ਰਿਹਾ, ਐਸੀਆਂ ਗੱਲਾਂ ਜੋ ਅੱਬ ਕੋਈ ਨਹੀਂ ਕਰਦਾ। ਉਸ ਕੋਲ ਕਿਸੀ ਯੂਨੀਵਰਸਿਟੀ ਦੀ ਡਿਗਰੀ ਨਹੀਂ ਸੀ ਲੇਕਿਨ ਉਹ ਆਪਣੀ ਜ਼ਾਤ ਵਿੱਚ ਇਲਮ ਦਾ ਖ਼ਜ਼ਾਨਾ ਮਾਲੂਮ ਹੁੰਦਾ ਸੀ। ਮੈਂ ਉਹਦੀਆਂ ਗੱਲਾਂ ਚ ਲੀਨ ਸੀ ਕਿ ਅਚਾਨਕ ਕਿਸੀ ਨੇ ਆਵਾਜ਼ ਦਿੱਤੀ। ਮੈਂਨੇ ਪਿੱਛੇ ਮੁੜਕੇ ਵੇਖਿਆ ਤੇ ਮੇਰਾ ਪੁਰਾਣਾ ਦੋਸਤ ਨਈਮ ਸੀ। ਮੈਂ ਕੁਰਸੀ ਤੋਂ ਉੱਠਿਆ ਤੇ ਉਸ ਨੂੰ ਗੱਲ ਲਗਾ ਲਿਆ। ਸਾਡੀ ਦਸ ਸਾਲ ਬਾਦ ਮੁਲਾਕਾਤ ਹੋ ਰਹੀ ਸੀ।

"ਯਾਰ ਕਦੋਂ ਆਏ? ਤੂੰ ਤਾਂ ਕੈਨੇਡਾ ਜਾ ਦੇ ਭੁੱਲ ਹੀ ਗਿਆਂ। ਨਾ ਕੋਈ ਖ਼ਤ ਨਾ ਫ਼ੋਨ। ਬੱਸ ਕਦੀ ਕਦਾਰ ਤੁਮਹਾਰੇ ਭਰਾ ਨਾਲ ਮੁਲਾਕਾਤ ਹੋ ਜਾਣ ਤੇ ਤੁਮ੍ਹਾਰੀ ਖ਼ੈਰੀਅਤ ਦੀ ਇੱਤਲਾਅ ਮਿਲ ਜਾਂਦੀ।"

ਇਸ ਤੋਂ ਬਾਦ ਅਸੀਂ ਗੱਲਾਂ ਵਿੱਚ ਇਸ ਕਦਰ ਮਗਣ ਹੋਏ ਕਿ ਸਾਨੂੰ ਤੀਸਰੇ ਸ਼ਖ਼ਸ ਦੇ ਵਜੂਦ ਦਾ ਅਹਿਸਾਸ ਹੀ ਨਾ ਰਿਹਾ। ਉਹ ਸ਼ਖ਼ਸ ਉੱਠਿਆ ਤੇ ਕਹਿਣ ਲੱਗਾ, "ਆਪ ਲੋਗ ਗੱਲਾਂ ਕਰੋ, ਮੈਂ ਹੁਣ ਚੱਲਦਾਂ।" ਉਹਣੇ ਮੁਸਾਫ਼ਾ ਕੀਤਾ ਤੇ ਉੱਠ ਕੇ ਚਲਾ ਗਿਆ।

ਮੈਂ ਤੇ ਨਈਮ ਕੁਛ ਦੇਰ ਬੈਠੇ ਗੱਲਾਂ ਕਰਦੇ ਰਹੇ ਫਿਰ ਅਸੀਂ ਉੱਠ ਖੜੇ ਹੋਏ। ਮੈਂ ਚਾਹ ਦੇ ਪੈਸੇ ਦੇਣ ਲਈ ਜੇਬ ਵਿੱਚ ਹੱਥ ਪਾਇਆ ਤੇ ਮੇਰਾ ਬਟੂਆ ਗ਼ਾਇਬ ਸੀ। ਮੈਂ ਨਈਮ ਨੂੰ ਉੱਥੇ ਖੜ੍ਹਾ ਕਰਕੇ ਤੇਜ਼ੀ ਨਾਲ ਬਾਜ਼ਾਰ ਦੀ ਤਰਫ਼

ਦੌੜਿਆ ਲੇਕਿਨ ਬੇ ਸੂਦ ਬਹੁਤ ਦੇਰ ਹੋ ਚੁੱਕੀ ਸੀ। ਉਹ ਬੂੜ੍ਹਾ ਜਾ ਚੁੱਕਾ ਸੀ। ਮੈਂ ਬਹੁਤ ਪ੍ਰੇਸ਼ਾਨ ਹੋਇਆ। ਬਟੂਏ ਵਿੱਚ ਮੇਰਾ ਸ਼ਨਾਖ਼ਤੀ ਕਾਰਡ, ਚੰਦ ਕਰੈਡਿਟ ਕਾਰਡਜ਼ ਤੇ ਡਾਲਰਜ਼ ਸੀ। ਚੁਨਾਂਚਿ ਉਸ ਵਕਤ ਮੈਂ ਤੇ ਨਈਮ ਥਾਣੇ ਗਏ। ਉੱਥੇ ਜਾਕੇ ਸਾਰਾ ਵਾਕਿਆ ਬਤਾਇਆ ਅਤੇ ਰਿਪੋਰਟ ਲਿਖਵਾਈ। ਫਿਰ ਅਸੀਂ ਘਰ ਵਾਪਸ ਆ ਗਏ। ਇਸ ਵਾਕਿਆ ਦਾ ਜ਼ਿਕਰ ਮੈਂ ਘਰ ਆ ਕੇ ਨਹੀਂ ਕੀਤਾ।

ਦੂਸਰੀ ਸੁਬ੍ਹਾ ਹਲੇ ਮੈਂ ਸੌ ਰਿਹਾ ਸੀ ਕਿ ਥਾਣੇ ਤੋਂ ਫ਼ੋਨ ਆ ਗਿਆ। ਘਰ ਵਾਲੇ ਤਜ਼ਬਜ਼ਬ ਵਿੱਚ ਸੀ ਕਿ ਮੇਰਾ ਥਾਣੇ ਨਾਲ ਕਿਆ ਤਾਅਲੁੱਕ ਵਾਸਤਾ ਹੈ। ਬਹਿਰ ਹਾਲ ਮੇਰੀ ਇੰਸਪੈਕਟਰ ਨਾਲ ਗੱਲ ਹੋਈ। ਉਸ ਨੇ ਬਾਰਾਂ ਬਜੇ ਬੁਲ-ਾਇਆ ਕਿ ਉਹਣਾਂ ਨੇ ਕੁੱਝ ਲੋਗ ਪਕੜੇ ਹੈਂ ਤੇ ਮੇਰੇ ਕੋਲੋਂ ਸ਼ਿਨਾਖ਼ਤ ਕਰਵਾਣੀ ਹੈ। ਮੈਂ ਬਾਰਾਂ ਬਜੇ ਥਾਣੇ ਚਲਾ ਗਿਆ। ਤਿੰਨ ਚਾਰ ਅਣਜਾਣ ਅਫ਼ਰਾਦ ਲਾਈਨ ਵਿੱਚ ਖੜੇ ਸੀ।

ਹਵਾਲਦਾਰ ਨੇ ਕਿਹਾ, "ਸਾਹਿਬ! ਦੇਖੀਂ ਇੰਨ ਮੇਂ ਸੇ ਤੋ ਕੋਈ ਨਹੀਂ ਹੈ।"

ਮੈਂ ਦੇਖਿਆ ਤਾਂ ਉਹਣਾਂ ਵਿੱਚ ਕੋਈ ਨਹੀਂ ਸੀ। ਲੇਕਿਨ ਮੇਰਾ ਬਟੂਆ ਇੰਸਪੈਕਟਰ ਦੀ ਮੇਜ਼ ਤੇ ਪਿਆ ਸੀ। ਮੈਂ ਇੰਸਪੈਕਟਰ ਨੂੰ ਕਿਹਾ ਕਿ ਮੇਜ਼ ਤੇ ਬਟੂਆ ਮੇਰਾ ਹੈ।

"ਅੱਛਾ ਆਪਕਾ ਹੈ ਤੋ ਫਿਰ ਉਸ ਕੋ ਦੇਖ ਲੀਂ।"

ਮੈਂ ਬੜਾ ਖ਼ੁਸ਼ ਹੋਇਆ ਅਤੇ ਆਪਣੇ ਮੁਲਕ ਦੀ ਪੁਲਿਸ ਦੀ ਕਾਰਕਰਦਗੀ ਤੇ ਹੈਰਾਨ ਸੀ ਕਿ ਇਕ ਦਿਨ ਦੇ ਅੰਦਰ-ਅੰਦਰ ਮੇਰਾ ਬਟੂਆ ਤਲਾਅ ਕਰ ਦਿੱਤਾ।

ਮੈਂ ਖ਼ੁਸ਼ ਹੋਕੇ ਇਨਾਮ ਦੇਣ ਲਈ ਬਟੂਆ ਖੋਲਿਆ ਤਾਂ ਉਸਦੇ ਅੰਦਰ ਡਰਾਈਵਿੰਗ ਲਾਇਸੈਂਸ, ਸ਼ਨਾਖ਼ਰੀ ਕਾਰਡ ਅਤੇ ਹੋਰ ਕਰੈਡਿਟ ਕਾਰਡਜ਼ ਮੌਜੂਦ

ਸੀ ਲੇਕਿਨ ਡਾਲਰਜ਼ ਨਹੀਂ ਸੀ।

ਹਵਾਲਦਾਰ ਨੇ ਕਿਹਾ, “ ਛੋੜੀਂ ਸਾਹਿਬ ਜੀ ! ਕੋਈ ਬਾਤ ਨਹੀਂ। ਚਾਏ ਪਾਣੀ ਫਿਰ ਸਹੀ। ਆਪ ਬਟੂਏ ਕੀ ਵਸੂਲੀ ਕੇ ਲੀਏ ਯਹਾਂ ਦਸਤਖ਼ਤ ਕਰਦੇਂ। ”

੨
ਮਿਸਰਾ ਸਾਨੀ

ਇਹਦਾ ਨਾਮ ਮਰੀਅਮ ਹਯਾਤ ਸੀ। ਉਹ ਵਾਲਦੈਨ ਦੀ ਇਕਲੌਤੀ ਔਲਾਦ ਸੀ। ਅੱਜ ਤੋਂ ਤਕਰੀਬਨ ਚਾਲੀ ਸਾਲ ਪਹਿਲੇ ਜੱਦੀ ਫ਼ਰੀਦਾਬਾਦ ਦੇ ਇਕ ਮਾਲਦਾਰ ਘਰਾਣੇ ਵਿੱਚ ਜਨਮ ਲਿੱਤਾ। ਇਹਨੂੰ ਯਕੀਨ ਸੀ ਕਿ ਇਕ ਨਾ ਇਕ ਦਿਨ ਕੋਈ ਸ਼ਹਿਜ਼ਾਦਾ ਉਸ ਦੀ ਜ਼ਿੰਦਗੀ ਵਿੱਚ ਆਏਗਾ। ਮਗ਼ਰ ਇਹਨੂੰ ਤਾਂ ਕੋਈ ਪਸੰਦ ਹੀ ਨਹੀਂ ਕਰਦਾ ਸੀ।

ਅਗਰ ਕਿਸੀ ਜਗ੍ਹਾ ਗੱਲ ਚਲਦੀ ਤਾਂ ਕੋਈ ਨਾ ਕੋਈ ਮਸਲਾ ਖੜ੍ਹਾ ਹੋ ਜਾਂਦਾ। ਸ਼ੁਰੂ ਸ਼ੁਰੂ ਵਿੱਚ ਤਾਂ ਉਹ ਇਨਕਾਰ ਕਰਦੀ ਰਹੀ ਫਿਰ ਉਹ ਉਮਰ ਦੇ ਉਸ ਹਿੱਸੇ ਵਿੱਚ ਪਹੁੰਚ ਗਈ ਕਿ ਉਸ ਨੂੰ ਇਨਕਾਰ ਹੋਣੇ ਲਗੇ।

ਪਹਿਲੇ ਉਸ ਦੀ ਮਾਂ ਦਾ ਇੰਤਕਾਲ ਹੋਇਆ ਫਿਰ ਉਹਦਾ ਬਾਪ ਹਰਕਤ ਕਲੱਬ ਬੰਦ ਹੋ ਜਾਨ ਕਾਰਣ ਮਰ ਗਿਆ। ਹੁਣ ਉਹ ਕੱਲੀ ਰਹਿ ਗਈ ਸੀ। ਸ਼ਾਦੀ ਦੀ ਉਮਰ ਨਿਕਲ ਚੁੱਕੀ ਸੀ। ਹੁਣ ਘਰ ਵਿੱਚ ਸਿਵਾਏ ਨੌਕਰਾਵੀ ਦੇ ਕੋਈ ਨਹੀਂ ਸੀ। ਇਹਦਾ ਮਰਹੂਮ ਬਾਪ ਵਿਰਾਸਤ ਵਿੱਚ ਕਾਫ਼ੀ ਕੁਛ ਛੱਡ ਕੇ ਮਰਿਆ। ਰੁਪਏ ਪੈਸੇ ਦੀ ਤਾਂ ਕੋਈ ਫ਼ਿਕਰ ਨਾ ਸੀ, ਬਸ ਇਕ ਤਨਹਾਈ ਸੀ ਜਿਸ ਤੋਂ ਉਹ ਤੰਗ ਆ ਗਈ ਸੀ। ਇਹਨੂੰ ਹੁਣ ਪਤਾ ਚਲ ਗਿਆ ਸੀ ਕਿ ਔਰਤ

ਕੁਝ ਵੀ ਬਣ ਜਾਏ, ਆਖ਼ਿਰਕਾਰ ਉਸਨੂੰ ਮਰਦ ਦੇ ਸਹਾਰੇ ਦੀ ਜ਼ਰੂਰਤ ਹੁੰਦੀ ਹੈ। ਹੁਣ ਉਹ ਕਿਸੀ ਸ਼ਹਿਜ਼ਾਦੇ ਦੀ ਨਹੀਂ ਬਲਕਿ ਸਹਾਰੇ ਦੀ ਤਲਾਸ਼ ਵਿੱਚ ਸੀ। ਆਖ਼ਿਰ ਉਸ ਨੂੰ ਸਹਾਰਾ ਮਿਲ ਗਿਆ।

ਮਰੀਅਮ ਦੀ ਏਜਾਜ਼ ਨਾਲ ਮੁਲਾਕਾਤ ਇਕ ਅਦਬੀ ਤਕਰੀਬ ਤੇ ਹੋਈ। ਉਹ ਇਕ ਸ਼ਾਇਰ ਸੀ। ਉਸ ਦੀ ਸ਼ਖ਼ਸੀਅਤ ਵਿੱਚ ਐਸਾ ਸ਼ਾਇਰ ਸੀ ਜਿਸਨੇ ਇਹਨੂੰ ਆਪਣੀ ਗ੍ਰਿਫ਼ਤ ਵਿੱਚ ਲੈ ਲਿਆ।

ਏਜਾਜ਼ ਵੀ ਇਹਨੂੰ ਮਿਲਣਾ ਚਾਹੁੰਦਾ ਸੀ।

ਵੈਸੇ ਵੀ ਲੋਗਾਂ ਦੇ ਸਾਮਣੇ ਇਸ ਤਰ੍ਹਾਂ ਗੁਫ਼ਤਗੂ ਕਰਨਾ ਮੁਨਾਸਬ ਨਹੀਂ ਸੀ। ਮਰੀਅਮ ਨੇ ਚੁਪਕੇ ਨਾਲ ਅਪਣਾ ਫ਼ੋਨ ਨੰਬਰ ਤੇ ਘਰ ਦਾ ਪਤਾ ਲਿਖ ਕੇ ਉਸ ਦੀ ਤਰਫ਼ ਵਧਾ ਦਿੱਤਾ।

ਘਰ ਵਾਪਸੀ ਤੇ ਉਹ ਸੋਚਦੀ ਰਹੀ ਕਿ ਉਸਤੇ ਇਤਬਾਰ ਕਿਉਂ ਕਰ ਲਿਆ। ਕੀ ਉਹ ਇਸ ਕਾਬਿਲ ਹੈ?

ਦੂਸਰੇ ਦਿਨ ਹੀ ਉਹ ਆ ਪਹੁੰਚਿਆ।

ਕਈ ਘੰਟੇ ਗੱਲ ਹੁੰਦੀ ਰਹੀ। ਵਕਤ ਗੁਜ਼ਰਨੇ ਦਾ ਅਹਿਸਾਸ ਤੱਕ ਨੀ ਹੋਇਆ।

ਏਜਾਜ਼ ਨੇ ਜਾਂਦੇ ਵਕਤ ਮਰੀਅਮ ਨੂੰ ਕਿਹਾ, "ਤੁਹਾਨੂੰ ਸ਼ਾਦੀ ਕਰ ਲੈਣੀ ਚਾਹੀਦੀ ਹੈ। ਅਸਲੀ ਜ਼ਿੰਦਗੀ ਤਾਂ ਸ਼ਾਦੀ ਤੋਂ ਬਾਦ ਸ਼ੁਰੂ ਹੁੰਦੀ ਹੈ।"

"ਏਜਾਜ਼ ਸਾਹਿਬ! ਆਪ ਮੈਨੂੰ ਖ਼ੁਸ਼ ਨਹੀਂ ਦੇਖਣਾ ਚਾਹੰਦੇ। ਹੁਣ ਸ਼ਾਦੀ ਹੋ ਯਾ ਨਾ ਹੋ, ਇਹ ਦਾ ਕੀ ਫ਼ਰਕ ਪੈਂਦਾ ਹੈ। ਵੈਸੇ ਵੀ ਮੇਰੇ ਨਾਲ ਇਸ ਉਮਰ ਵਿੱਚ ਕੌਣ ਸ਼ਾਦੀ ਕਰੇਗਾ।"

"ਤੁਹਾਡੀ ਪਰਸਨੈਲਿਟੀ ਬੜੀ ਗਰੀਮਫਲ ਹੈ। ਕਾਫ਼ੀ ਲੋਗ ਹੁਣ ਵੀ ਤੁਹਾਡੇ ਨਾਲ ਸ਼ਾਦੀ ਕਰਨ ਲਈ ਤਿਆਰ ਹੋਣਗੇ," ਏਜਾਜ਼ ਨੇ ਹਸਰਤ ਭਰੇ

ਲਹਿਜੇ ਵਿੱਚ ਕਿਹਾ।

"ਮੈਂ!" ਮਸਲਨ ਮਰੀਅਮ ਨੇ ਪੁੱਛਿਆ।

"ਆਪ!" ਉਸਨੇ ਹੈਰਤ ਨਾਲ ਕਿਹਾ।

"ਆਪ ਕੀ ਬੀਵੀ ਔਰ ਬੱਚੇ?"

"ਉਣਕੋ ਛੱਡੋ! ਉਹ ਮੇਰਾ ਮਸਲਾ ਹੈ।"

ਆਪ ਕਾ ਮਸਲਾ!

"ਮੈਂ ਤੁਹਾਡੀ ਜ਼ਿੰਦਗੀ ਵਿੱਚ ਆਉਂਗੀ ਤੇ ਕਿਆ ਉਹਣਾਂ ਦੀ ਜ਼ਿੰਦਗੀ ਤੇ ਅਸਰ ਨਹੀਂ ਪਏਗਾ। ਲੋਗ ਕੀ ਕਹਿਣਗੇ ਕਿ ਤਿੰਨ ਬੱਚੇਆਂ ਦੇ ਬਾਪ ਨਾਲ ਸ਼ਾਦੀ ਕਰ ਲਈ। ਤੁਹਾਡੇ ਬਾਰੇ ਵਿੱਚ ਤਰਾਂ ਤਰਾਂ ਦੀਆਂ ਗੱਲਾਂ ਹੋਣ ਗਿਆਂ।"

"ਮੁਝੇ ਲੋਗਾਂ ਦੀ ਕੋਈ ਪਰਵਾਹ ਨਹੀਂ।।।।।।। ਵੈਸੇ ਭੀ ਅਸੀਂ ਕੋਈ ਗ਼ੈਰ ਕਾਨੂੰਨੀ ਗ਼ੈਰ ਸ਼ਰਈ ਹਰਕਤ ਤਾਂ ਨਹੀਂ ਕਰ ਰਹੇ।

"ਦੂਸਰੀ ਸ਼ਾਦੀ ਦੀ ਤਾਂ ਮਜ਼ਹਬ ਨੇ ਵੀ ਇਜਾਜ਼ਤ ਦਿੱਤੀ ਹੈ ਲੇਕਿਨ ਸ਼ਰਤੀਆ ਹੈ ਕਿ ਪਹਿਲੀ ਬੀਵੀ ਦੀ ਰਜ਼ਾਮੰਦੀ ਸ਼ਾਮਿਲ ਹੋ।"

"ਏਜਾਜ਼ ਸਾਹਿਬ! ਤੁਹਾਡੀ ਬੀਵੀ ਇਜਾਜ਼ਤ ਦੇ ਦੇਗੀ?"

"ਕਿਉਂ ਨਹੀਂ। ਉਸਨੇ ਇਜਾਜ਼ਤ ਨਾ ਦੀ ਤਾਂ ਫਿਰ ਭੀ ਸ਼ਾਦੀ ਕਰ ਲੂੰਗਾ।"

ਜਦ ਉਸਨੇ ਆਪਣੀ ਬੀਵੀ ਨੂੰ ਮਰੀਅਮ ਦੇ ਬਾਰੇ ਦੱਸਿਆ ਅਤੇ ਪਿਆਰ ਨਾਲ ਸਮਝਾਇਆ ਤਾਂ ਉਹ ਮੰਨ ਗਈ।

ਸਾਦਗੀ ਨਾਲ ਨਿਕਾਹ ਔਰ ਰੁਖ਼ਸਤੀ ਹੋਈ ਜਿਸ ਵਿੱਚ ਚੰਦ ਕਰੀਬੀ ਦੋਸਤ ਔਰ ਘਰ ਦੇ ਲੋਗਾਂ ਤੋਂ ਇਲਾਵਾ ਹੋਰ ਕਿਸੀ ਨੂੰ ਵੀ ਨਹੀਂ ਬੁਲਾਇਆ ਗਿਆ ਸੀ।

ਏਜਾਜ਼ ਉਹਣਾਂ ਸ਼ਾਅਰੋਂ ਵਿੱਚੋਂ ਸੀ ਜਿਹਣਾਂ ਨੇ ਤਮਾਮ ਉਮਰ ਸ਼ਾਇਰੀ

ਦੇ ਸਿਵਾ ਹੋਰ ਕੁਛ ਨਾ ਕੀਤਾ। ਇਸ ਲਈ ਹਮੇਸ਼ਾ ਮਾਲੀ ਔਰ ਜ਼ਹਿਨੀ ਪ੍ਰੇਸ਼ਾਨਿਆਂ ਦਾ ਸ਼ਿਕਾਰ ਰਿਹਾ।

ਸ਼ਾਦੀ ਨਾਲ ਇਸਦੇ ਹਾਲਾਤ ਬੇਹਤਰ ਹੋ ਗਏ ਸੀ। ਹੁਣ ਉਸ ਕੋਲ ਦੁਨੀਆਂ ਦੀ ਤਮਾਮ ਆਏਸ਼ੀ ਸੀ। ਸ਼ਹਿਰ ਦੇ ਪੋਸ਼ ਇਲਾਕੇ ਵਿੱਚ ਮਕਾਨ-ਗੱਡੀ, ਹਰ ਤਰ੍ਹਾਂ ਦੀ ਨੇਅਮਰ ਸੀ। ਐਸ ਆਏਸ਼ੀ ਲਈ ਉਸਨੇ ਕੀਮਤ ਚੁਕਾਈ ਸੀ।

ਸ਼ਾਦੀ ਤੋਂ ਦੋਨੋ ਖ਼ੁਸ਼ ਸੀ। ਮਰੀਅਮ ਨੂੰ ਇਕ ਮਰਦ ਦੀ ਜ਼ਰੂਰਤ ਸੀ, ਏਜਾਜ਼ ਨੂੰ ਦੌਲਤ ਦੀ।

ਉਹਦੇ ਬੱਚੇ ਜੋ ਪਹਿਲੇ ਕਿਸੀ ਗੌਰਮਿੰਟ ਸਕੂਲ ਵਿੱਚ ਪੜ੍ਹਦੇ ਸੀ, ਹੁਣ ਉਹਣਾਂ ਨੂੰ ਸ਼ਹਿਰ ਦੇ ਅੱਛੇ ਸਕੂਲ ਵਿੱਚ ਦਾਖ਼ਲ ਕਰਵਾ ਦਿੱਤਾ ਗਿਆ। ਇਹਦੀ ਪਹਿਲੀ ਬੀਵੀ ਦੀ ਹਾਲਤ ਵੀ ਕਾਫ਼ੀ ਬਿਹਤਰ ਹੋ ਗਈ ਸੀ। ਹੁਣ ਉਹ ਬਾਕਾਇਦਗੀ ਨਾਲ ਬਿਉਟੀ ਪਾਰਲਰ ਜਾਂਦੀ, ਦਿਲ ਖੋਲ ਕੇ ਸ਼ੋਪਿੰਗ ਕਰਦੀ ਔਰ ਫ਼ੈਸ਼ਨ ਦੇ ਮੁਤਾਬਿਕ ਕੱਪੜੇ ਖ਼ਰੀਦਦੀ।

ਮਰੀਅਮ ਸ਼ੁਰੂ ਵਿੱਚ ਤਾਂ ਬਹੁਤ ਖ਼ੁਸ਼ ਸੀ। ਇਸੀ ਖ਼ੁਸ਼ੀ ਵਿੱਚ ਅਜ਼ਦ-ਵਾਜੀ ਜਿੰਦਗੀ ਬਸਰ ਕਰਦੇ ਪੰਜ ਸਾਲ ਗੁਜ਼ਰ ਗਏ ਲੇਕਿਨ ਵਕਤ ਦੇ ਨਾਲ-ਨਾਲ ਏਜਾਜ਼ ਦੂਸਰੇ ਮਰਦਾਂ ਦੀ ਤਰਾਂ ਇਹਦੇ ਵਜੂਦ ਨਾਲ ਗ਼ਾਫ਼ਲ ਹੁੰਦਾ ਗਿਆ। ਹੁਣ ਉਸਦਾ ਦਿਲ ਇਹਦੇ ਕੋਲੋਂ ਭਰ ਗਿਆ ਸੀ। ਵੈਸੇ ਵੀ ਉਹ ਸ਼ੌਕੀਨ ਮਿਜ਼ਾਜ ਆਦਮੀ ਸੀ ਜਿਸਨੂੰ ਅਪਣਾ ਮਾਜ਼ੀ ਯਾਦ ਨਹੀਂ ਸੀ। ਇਹਨੂੰ ਤਾਂ ਹੁਣ ਇਹ ਵੀ ਯਾਦ ਨਹੀਂ ਸੀ ਕਿ ਇਹਦੇ ਕੋਲ ਜੋ ਕੁਛ ਵੀ ਹੈ ਉਹ ਮਰੀਅਮ ਦਾ ਦਿੱਤਾ ਹੋਇਆ ਹੈ।

ਜਦ ਇਹਨੂੰ ਏਜਾਜ਼ ਦੀਆਂ ਬੇਵਫ਼ਾਇਯਾਂ ਦਾ ਇਲਮ ਹੋਇਆ ਤਾਂ ਇਹਨੂੰ ਸਖ਼ਤ ਸਦਮਾ ਪਹੁੰਚਿਆ।

ਅਚਾਨਕ ਉਹ ਬੀਮਾਰ ਪੈ ਗਈ। ਕੁਝ ਹੀ ਦਿਨਾਂ ਵਿੱਚ ਹੱਡੀਆਂ ਦਾ ਢਾਂਚਾ ਬਣ ਗਈ। ਬਹੁਤ ਇਲਾਜ ਕੀਤੇ, ਤਾਵੀਜ਼ ਗੰਢੇ ਕੀਤੇ ਲੇਕਿਨ ਕੋਈ ਅਫ਼ਾਕਾ ਨਾ ਹੋਇਆ। ਮਰਜ਼ ਸੀ ਕਿ ਵੱਧਦਾ ਹੀ ਜਾ ਰਿਹਾ ਸੀ। ਆਖ਼ਿਰ ਉਸਨੇ ਆਪਣੇ ਸ਼ੌਹਰ ਨੂੰ ਬੁਲਾਇਆ ਔਰ ਕਹਿਣ ਲੱਗੀ,

"ਤੁਸੀਂ ਨਹੱਕ ਵਕਤ ਜ਼ਾਇਆ ਕਰ ਰਹੇ ਹੋ। ਹੁਣ ਮੈਂ ਠੀਕ ਹੋਣ ਵਾਲੀ ਨਹੀਂ।"

ਉਸ ਤੇ ਗ਼ਨੂਦਗੀ ਛਾ ਰਹੀ ਸੀ। ਅਚਾਨਕ ਹਲਕੀ ਜਹੀ ਚੀਖ਼ ਨਾਲ ਬੇਹੋਸ਼ ਹੋ ਗਈ।

ਏਜਾਜ਼ ਘਬਰਾ ਗਿਆ।

ਸਖ਼ਤ ਘਬਰਾਹਟ ਵਿੱਚ ਉਸਨੇ ਡਰਾਈਵਰ ਨੂੰ ਆਵਾਜ਼ ਦਿੱਤੀ ਕਿ ਗੱਡੀ ਲੈ ਕੇ ਆਓ। ਮਰੀਅਮ ਨੂੰ ਹਸਪਤਾਲ ਲੈ ਕੇ ਜਾਣਾ ਹੈ। ਜਦ ਉਹ ਹਸਪਤਾਲ ਜਾ ਰਿਹੇ ਸੀ ਤਾਂ ਸਾਰੇ ਰਸਤੇ ਉਹ ਬਹੁਤ ਹੀ ਬੇਚੈਨ ਔਰ ਪ੍ਰੇਸ਼ਾਨ ਨਜ਼ਰ ਆ ਰਿਹਾ ਸੀ।

ਡਰਾਈਵਰ ਨੇ ਕਿਹਾ ਕਿ ਸਾਹਿਬ! ਜਿੰਦਗੀ ਵਿੱਚ ਐਸੀਆਂ ਮੁਸ਼ਕਲਾਤਾਂ ਆਂਦੀਆਂ ਰਹਿੰਦੀਆਂ ਨੇ, ਆਪ ਹਿੰਮਤ ਨਾਲ ਕੰਮ ਲਵੋ। ਮਰੀਅਮ ਬੀਬੀ ਠੀਕ ਹੋ ਜਾਏਂਗੀ।

ਉਸ ਨੇ ਕਿਹਾ, "ਯਾਰ ਐਸੀ ਬਾਤ ਨਹੀਂ। ਮੈਂ ਮਰੀਅਮ ਦੀ ਵਜ੍ਹਾ ਨਾਲ ਪ੍ਰੇਸ਼ਾਨ ਨਹੀਂ। ਅਸਲ ਮਸਲਾ ਇਹ ਹੈ ਕਿ ਮੇਰੀ ਗ਼ਜ਼ਲ ਵਿੱਚ ਇਕ ਮਿਸਰੇ ਦਾ ਇਜ਼ਾਫ਼ਾ ਹੋ ਗਿਆ ਹੈ। ਕਲ ਸੇ ਮਿਸਰਾ ਸਾਨੀ ਨਹੀਂ ਮਿਲ ਰਿਹਾ ਸੀ।"

੩

ਪਛਤਾਵਾ

ਨਾਸਿਰ ਹੁਸੈਨ ਪਿਛਲੇ ਦੋ ਬਰਸ ਤੋਂ ਰੀਹੈਬਿਲੀਟੇਸ਼ਨ ਸੈਂਟਰ ਵਿੱਚ ਪਿਆ ਅਪਣੀ ਮੌਤ ਦਾ ਇੰਤਜ਼ਾਰ ਕਰ ਰਿਹਾ ਸੀ।ਯੇ ਐਸੀ ਜਗ੍ਹਾ ਸੀ ਜਿਥੇ ਕਿਸੀ ਨੂੰ ਅੱਗੇ ਵਧਣ ਦੀ ਕੋਈ ਤਮੰਨਾ ਨਹੀਂ ਸੀ। ਇੱਥੇ ਸਭ ਦਾ ਮੁਕਾਮ ਇਕੋ ਜਿਹਾ ਸੀ।

ਰੀਹੈਬ ਸੈਂਟਰ ਦਾ ਮਾਹੌਲ ਬੜਾ ਹੀ ਅਜੀਬ ਸੀ। ਹਰ ਤਰਫ਼ ਮਾਯੂਸੀ ਨਜ਼ਰ ਆਂਦੀ ਸੀ। ਉੱਮੀਦ ਨਾਮ ਦੀ ਕੋਈ ਚੀਜ਼ ਨਹੀਂ ਸੀ। ਉਥੇ ਰਹਿਣ ਵਾਲੇ ਉਹ ਸੀ ਜੋ ਮੌਤ ਦੇ ਕਰੀਬ ਤਰ ਹੁੰਦੇ ਜਾ ਰਹੇ ਸੀ। ਅਗਰ ਕੋਈ ਜ਼ਿੰਦਗੀ ਦੀ ਬਾਜੀ ਹਾਰ ਜਾਂਦਾ ਤਾਂ ਖ਼ਾਮੋਸ਼ੀ ਨਾਲ ਐਂਬੂਲੈਂਸ ਆਂਦੀ ਔਰ ਉਸ ਦੀ ਬਾਡੀ ਨੂੰ ਲੈ ਜਾਂਦੀ। ਨਾ ਕੋਈ ਅਫ਼ਸੋਸ ਕਰਦਾ, ਨਾ ਕਿਸੀ ਦੀ ਜ਼ਬਾਨ ਤੇ ਕੋਈ ਜ਼ਿਕਰ ਹੁੰਦਾ। ਲਗਦਾ ਕਿ ਜਿਵੇਂ ਉਥੇ ਕੋਈ ਸੀ ਹੀ ਨਹੀਂ। ਉਸ ਮਾਯੂਸੀ ਦੇ ਮਾਹੌਲ ਵਿੱਚ ਬੱਸ ਇਕ ਐਤਵਾਰ ਦਾ ਦਿਨ ਸੀ ਜਿਸ ਰੋਜ਼ ਉਹ ਬੜਾ ਖ਼ੁਸ਼ ਹੁੰਦਾ ਕਿਉਂਕਿ ਇਸ ਰੋਜ਼ ਉਸਦੀ ਬੀਵੀ ਬੱਚੇ ਉਹਨੂੰ ਮਿਲਣ ਆਂਦੇ। ਇਕ ਰੋਜ਼ ਪਹਿਲੇ ਤੋਂ ਉਹਣਾਂ ਦਾ ਇੰਤਜ਼ਾਰ ਸ਼ੁਰੂ ਕਰ ਦੇਂਦਾ। ਸਾਰੀ ਰਾਤ ਖ਼ੁਸ਼ੀ ਨਾਲ ਇਹਨੂੰ ਨੀਂਦ ਨਾ ਆਂਦੀ। ਕਰਵਟਾਂ ਬਦਲਦੇ ਉਹ ਦੀ ਰਾਤ ਗੁਜ਼ਰ ਜਾਂਦੀ। ਇਹ ਇੰਤਜ਼ਾਰ

ਇਹਣਾ ਆਸਾਨ ਨਹੀਂ ਸੀ, ਬੱਸ ਇਕ ਜਜ਼ਬਾ ਸੀ ਜੋ ਇਸ ਦੇ ਅੰਦਰ ਇਕ ਤਰਾਂ ਦੀ ਅਜੀਬ ਤਾਕਤ ਪੈਦਾ ਕਰ ਦਿੰਦਾ।

ਦੋ ਸਾਲਾਂ ਤੋਂ ਇਹਦੀ ਇਹ ਹੀ ਰੂਟੀਨ ਚੱਲ ਰਹੀ ਸੀ। ਉਹ ਸੁਬਹਾ ਸੱਤ ਬਜੇ ਉਠ ਜਾਂਦਾ, ਨਾਸ਼ਤਾ ਕਰਦਾ, ਤਿਆਰ ਹੋ ਜਾਂਦਾ ਔਰ ਅਪਣੀ ਵੀਲ ਚੇਅਰ ਖਿੜਕੀ ਦੇ ਸਾਮ੍ਹਣੇ ਲੈ ਜਾ ਕੇ ਬਾਹਰ ਹਰ ਆਣੇ-ਜਾਣੇ ਵਾਲੇ ਨੂੰ ਦੇਖਦਾ। ਤਕਰੀਬਨ ਦਸ ਬਜੇ ਇਸਦੀ ਬੀਵੀ ਆ ਜਾਂਦੀ। ਇਹ ਉਸ ਨੂੰ ਦੇਖ ਕੇ ਖ਼ੁਸ਼ ਹੋ ਜਾਂਦਾ ਜਿਵੇਂ ਇਹਨੂੰ ਕੋਈ ਖ਼ਜਾਨਾ ਮਿਲ ਗਿਆ ਹੈ। ਅਗਰ ਕਦੀ ਬੱਚੇ ਆ ਜਾਂਦੇ ਤਾਂ ਇਹ ਦੀ ਖ਼ੁਸ਼ੀ ਦੁੱਗਣੀ ਹੋ ਜਾਂਦੀ। ਲੇਕਿਨ ਹੁਣ ਕਾਫ਼ੀ ਅਰਸੇ ਤੋਂ ਇਹਦੀ ਬੀਵੀ ਹੀ ਆ ਰਹੀ ਸੀ। ਬੱਚੇ ਜ਼ਰਾ ਘੱਟ ਹੀ ਆਂਦੇ। ਫਿਰ ਇਹ ਅਪਣੀ ਬੀਵੀ ਨੂੰ ਅਪਣੇ ਕੋਲ ਬਿਠਾ ਲੈਂਦਾ ਔਰ ਢੇਰ ਸਾਰੀਆਂ ਗੱਲਾਂ ਉਸ ਨਾਲ ਕਰਦਾ ਜੋ ਪੂਰੇ ਹਫ਼ਤੇ ਦੀਆਂ ਇਕੱਠੀਆਂ ਹੋਈਆਂ ਹੁੰਦੀਆਂ।

ਲੇਕਿਨ ਜ਼ਿਆਦਾਤਰ ਉਹ ਇਹੀ ਪੁੱਛਦਾ, "ਰਾਸ਼ਿਦਾ, ਕਿਸੀ ਦੋਸਤ ਦਾ ਫ਼ੋਨ ਤਾਂ ਨਹੀਂ ਆਇਆ? ਮੇਰੀਆਂ ਕਿਤਾਬਾਂ ਦੀ ਸਫ਼ਾਈ ਕੀਤੀ, ਉਹ ਸਭ ਅਪਣੀ ਜਗ੍ਹਾ ਪਈਆਂ ਹੈਂ ਨਾ? ਅਲਮਾਰੀ ਵਿੱਚ ਮੇਰੇ ਸੂਟ ਉਸੀ ਤਰਾਂ ਟੰਗੇ ਪਏ ਹੈਂ ਨਾ? ਮੇਰੇ ਬੈੱਡ ਦੀ ਚਾਦਰ ਕਿਸ ਰੰਗ ਦੀ ਹੈ? ਅਲੀ ਵਕਤ ਤੇ ਘਰ ਆ ਜਾਂਦਾ ਹੈ? ਰੋਹੀ ਦੀ ਯੂਨੀਵਰਸਿਟੀ ਕਿਸ ਤਰ੍ਹਾਂ ਚੱਲ ਰਹੀ ਹੈ? ਲਾਨ ਵਿੱਚ ਜੋ ਪੋਦੇ ਲਗਾਏ ਸੀ, ਉਹਣਾਂ ਤੇ ਫਲ ਆਏ ਹੈਂ ਯਾ ਨਹੀਂ? ਇਹਣਾਂ ਨੂੰ ਬਾਕਾਇਦਗੀ ਨਾਲ ਪਾਣੀ ਤਾਂ ਦਿੰਦੀ ਹੈਂ ਨਾ?..."

ਇਸ ਤਰਾਂ ਦੇ ਬੇਸ਼ੁਮਾਰ ਸਵਾਲਾਤ ਜਿਨ੍ਹਾਂਦਾ ਹੁਣ ਉਸਦੀ ਜ਼ਿੰਦਗੀ ਨਾਲ ਕੋਈ ਤਾਅਲੁੱਕ ਵਾਸਤਾ ਨਹੀਂ ਸੀ। ਇਹ ਪੁੱਛਦਾ ਔਰ ਬਾਰ-ਬਾਰ ਪੁੱਛਦਾ। ਰਾਸ਼ਿਦਾ ਭੀ ਇਸਨੂੰ ਮਾਯੂਸ ਨਾ ਕਰਦੀ ਬਲਕਿ ਇਸ ਕੇ ਸਵਾਲਾਂ ਦਾ ਜਵਾਬ ਇਵੇਂ ਹੀ ਦੇਂਦੀ ਜਿਵੇਂ ਨਾਸਿਰ ਕੁਝ ਦਿਨਾਂ ਲਈ ਘਰ ਤੋਂ ਬਾਹਰ ਗਿਆ ਹੋ ਔਰ

ਵਾਪਸ ਆ ਕੇ ਰੂਟੀਨ ਵਿੱਚ ਪੁੱਛ ਰਿਹਾ ਹੋ।

ਦੁਪਹਿਰ ਨੂੰ ਦੋਨੋਂ ਇਕੱਠੇ ਖਾਣਾ ਖਾਂਦੇ ਜੋ ਉਹ ਖ਼ਾਸ ਤੌਰ ਨਾਲ ਘਰੋਂ ਇਹਦੇ ਲਈ ਤਿਆਰ ਕਰਕੇ ਲਿਆਂਦੀ। ਸ਼ਾਮ ਨੂੰ ਬੜੀ ਮੁਸ਼ਕਿਲ ਹੁੰਦੀ ਜਦ ਰਾਸ਼ਿਦਾ ਨਾਸਿਰ ਤੋਂ ਜਾਣ ਦੀ ਇਜਾਜ਼ਤ ਚਾਹੁੰਦੀ।

ਉਹ ਬਾਰ-ਬਾਰ ਇਹ ਹੀ ਕਹਿੰਦਾ, "ਰਾਸ਼ਿਦਾ! ਥੋੜੀ ਦੇਰ ਹੋਰ ਰੁੱਕ ਜਾਓ।

"ਮੇਰੇ ਪਾਸ ਠਹਿਰ ਜਾਓ।

"ਘਰ ਜਾ ਕੇ ਕੀ ਕਰੇਂਗੀ।

"ਥੋੜੀ ਦੇਰ ਹੋਰ ਬੈਠ ਜਾਓ।"

ਰਾਸ਼ਿਦਾ ਕਹਿੰਦੀ, "ਮੈਨੂੰ ਘਰ ਜਾ ਕੇ ਬੜੇ ਕੰਮ ਕਰਣੇ ਹੈਂ। ਖਾਣਾ ਭੀ ਤਿਆਰ ਕਰਨਾ ਹੈ।"

ਜਦ ਉਹ ਉੱਠਣ ਲੱਗਦੀ ਤਾਂ ਨਾਸਿਰ ਰੋਣਾ ਸ਼ੁਰੂ ਕਰ ਦਿੰਦਾ। ਉਹ ਵਿਚਾਰੀ ਵੀ ਰੋ ਪੈਂਦੀ।

"ਰਾਸ਼ਿਦਾ ਮੈਨੂੰ ਆਪਣੇ ਨਾਲ ਘਰ ਲੈ ਚਲੋ। ਮੇਰਾ ਇਥੇ ਦਿਲ ਨਹੀਂ ਲਗਦਾ। ਤੈਨੂੰ ਤਾਂ ਪਤਾ ਹੈ ਜਦ ਤੱਕ ਬੱਚੇਆਂ ਨੂੰ ਨਾ ਦੇਖ ਲਵਾਂ, ਮੈਨੂੰ ਨੀਂਦ ਨਹੀਂ ਆਂਦੀ।

"ਡਾਕਟਰ ਨਾਲ ਗੱਲ ਕਰ ਤੇ ਮੈਨੂੰ ਆਪਣੇ ਨਾਲ ਘਰ ਲੈ ਚਲ। ਮੈਂ ਯਹਾਂ ਤਨਹਾਈ ਤੋਂ ਤੰਗ ਆ ਗਿਆ ਹਾਂ। ਡਾਕਟਰ ਕੀ ਕਹਿੰਦੇ ਹੈਂ? ਮੈਨੂੰ ਹੋਰ ਕਿੰਨੇ ਰੋਜ਼ ਯਹਾਂ ਰਹਿਣਾ ਪਏਗਾ।

"ਰਾਸ਼ਿਦਾ! ਮੈਂ ਘਰ ਵਿੱਚ ਮਰਨਾ ਚਾਹੁੰਦਾ ਹਾਂ ਔਰ ਇਸ ਆਖ਼ਰੀ ਵਕਤ ਵਿੱਚ ਤੂੰ ਮੇਰੇ ਸਾਮਣੇ ਹੋਂਵੇਂ," ਉਹ ਭਰੀ ਹੋਈ ਆਵਾਜ਼ ਵਿੱਚ ਕਹਿੰਦਾ।

ਰਾਸ਼ਿਦਾ ਰੋਂਦੇ ਹੋਏ ਕਹਿੰਦੀ, "ਇਹ ਤੁਸੀਂ ਕੀ ਗੱਲਾਂ ਕਰਦੇ ਹੋ! ਸਭ

ਠੀਕ ਹੋ ਜਾਏਗਾ।"

ਉਹ ਨਾਸਿਰ ਨੂੰ ਝੂਠੀਆਂ ਤਸੱਲੀਆਂ ਦਿੰਦੀ ਰਹਿੰਦੀ ਮਗਰ ਦਿਲ ਵਿੱਚ ਸੋਚਦੀ ਕਿ ਇਹਨੂੰ ਕੀ ਪਤਾ ਕਿ ਹੁਣ ਇਹ ਕਦੀ ਵੀ ਘਰ ਨਹੀਂ ਜਾ ਸਕੇਗਾ। ਇਹਨੂੰ ਬਾਕੀ ਜ਼ਿੰਦਗੀ ਇੱਥੇ ਹੀ ਰਹਿਣਾ ਹੈ। ਇਸਦਾ ਜੀਣਾ-ਮਰਨਾ ਹੁਣ ਇਸੀ ਰੀਹੇਬ ਸੇਂਟਰ ਵਿੱਚ ਹੈ।

ਆਖ਼ਿਰ ਉਹ ਕੋਈ ਨਾ ਕੋਈ ਬਹਾਨਾ ਕਰਕੇ ਉੱਥੋਂ ਚਲੀ ਆਂਦੀ। ਜਿਸ ਤਰਾਂ ਮਾਂ ਛੋਟੇ ਬੱਚੇ ਨੂੰ ਰੋਂਦਾ ਹੋਇਆ ਟੀਚਰ ਦੇ ਹਵਾਲੇ ਕਰ ਕੇ ਆ ਜਾਂਦੀ ਹੈ ਬੱਸ ਉਸੀ ਤਰਾਂ ਰਾਸ਼ਿਦਾ ਨਾਸਿਰ ਨੂੰ ਰੋਂਦਾ ਹੋਇਆ ਨਰਸ ਕੋਲ ਛੱਡ ਕੇ ਚਲੀ ਆਂਦੀ। ਉਹ ਸਾਰੀ ਰਾਤ ਰੋਂਦਾ ਰਹਿੰਦਾ ਫਿਰ ਖ਼ੁਦ ਹੀ ਮਾਅਮੂਲ ਤੇ ਆ ਜਾਂਦਾ। ਇਹ ਸੋਚ ਕੇ ਅਗਲੇ ਐਤਵਾਰ ਦਾ ਇੰਤਜ਼ਾਰ ਸ਼ੁਰੂ ਕਰ ਦਿੰਦਾ ਕਿ ਉਹਦੀ ਬੀਵੀ ਆਏਗੀ।

ਅੱਜ ਫਿਰ ਐਤਵਾਰ ਸੀ। ਗਿਆਰਾਂ ਬਜ ਚੁੱਕੇ ਸੀ ਲੇਕਿਨ ਹਲੇ ਤੱਕ ਇਸਦੀ ਬੀਵੀ ਨਹੀਂ ਆਈ ਸੀ। ਇੰਤਜ਼ਾਰ ਕਰਦ-ਕਰਦੇ ਉਸਦੀ ਹਾਲਤ ਗ਼ੈਰ ਹੋ ਰਹੀ ਸੀ। ਤੰਗ ਆ ਕੇ ਉਸ ਨੇ ਨਰਸ ਨੂੰ ਬੁਲਾਇਆ। ਜਦ ਉਹ ਆਈ ਤਾਂ ਨਾਸਿਰ ਨੇ ਉਸ ਨੂੰ ਕਿਹਾ, "ਮੈਂ ਘਰ ਗੱਲ ਕਰਨਾ ਚਾਹੁੰਦਾ ਹਾਂ। ਮੇਰੀ ਬੀਵੀ ਹਰ ਐਤਵਾਰ ਨੂੰ ਆਂਦੀ ਹੈ ਲੇਕਿਨ ਅੱਜ ਨਹੀਂ ਆਈ। ਪਤਾ ਨਹੀਂ ਕਿਉਂ?"

ਨਰਸ ਨਾਸਿਰ ਨੂੰ ਟੈਲੀਫ਼ੋਨ ਦੇ ਕੋਲ ਲੈ ਗਈ, ਨੰਬਰ ਮਿਲਾ ਕੇ ਰੀਸੀਵਰ ਇਹਨੂੰ ਥਮਾ ਦਿੱਤਾ।

"ਹੈਲੋ ਰਾਸ਼ਿਦਾ! ਮੈਂ ਨਾਸਿਰ ਹੁਸੈਨ।"

"ਹਾਂ ਨਾਸਿਰ! ਅੱਸਲਾਮ ਵ ਆਲੈਕੁਮ!"

"ਵਾ ਅਲੈਕੁਮ ਅੱਸਲਾਮ!" ਨਾਸਿਰ ਨੇ ਜਵਾਬ ਦਿੱਤਾ।

"ਉਹ ਦਰਅਸਲ ਮੈਨੂੰ ਆਨਾ ਸੀ ਲੇਕਿਨ ਘਰ ਵਿੱਚ ਕੁਛ ਮਹਿਮਾਨ

ਆ ਗਏ। ਇਸ ਲਈ ਨਾ ਆ ਸਕੀ।" ਰਾਸ਼ਿਦਾ ਨੇ ਕਿਹਾ।

"ਅਗਰ ਨਹੀਂ ਆਨਾ ਸੀ ਤਾਂ ਫ਼ੋਨ ਹੀ ਕਰ ਦੇਂਦੀ। ਤੈਨੂੰ ਤਾਂ ਪਤਾ ਹੀ ਹੈ ਕਿ ਐਤਵਾਰ ਦਾ ਦਿਨ ਇਕ ਐਸਾ ਦਿਨ ਹੈ ਜਿਸ ਰੋਜ਼ ਮੈਨੂੰ ਆਪਣੇ ਜ਼ਿੰਦਾ ਹੋਣ ਦਾ ਅਹਿਸਾਸ ਹੁੰਦਾ ਹੈ। ਤੂੰ ਆਂਦੀ ਹੈਂ, ਕੁਝ ਗੱਲਾਂ ਕਰਦੇ ਹਾਂ। ਮੇਰੀਆਂ ਯਾਦਾਂ ਤਾਜ਼ਾ ਹੋ ਜਾਂਦਿਆਂ ਹੈਂ। ਔਰ ਮੈਂ ਖ਼ੁਸ਼ੀ ਨਾਲ ਚੰਦ ਲਮਹੇ ਗੁਜ਼ਾਰ ਲੈਂਦਾ ਹਾਂ। ਤੂੰ ਹੁਣ ਮੇਰੇ ਤੋਂ ਉਹ ਵੀ ਛੀਨ ਲੈਣਾ ਚਾਹੁੰਦੀ ਹੈਂ।" ਨਾਸਿਰ ਜਜ਼ਬਾਤ ਵਿੱਚ ਬੋਲਦਾ ਚਲਾ ਗਿਆ।

"ਸੌਰੀ, ਨਾਸਿਰ! ਮੈਂ ਇੰਨਾ ਮਸਰੂਫ਼ ਹੋ ਗਈ ਸੀ ਕਿ ਮੈਨੂੰ ਫ਼ੋਨ ਕਰਕੇ ਦੱਸਣ ਦਾ ਯਾਦ ਹੀ ਨਹੀਂ ਰਿਹਾ। ਹੁਣ ਬਾਰਾਂ ਬਜ ਗਏ ਹੈਂ। ਯੇ ਲੋਗ ਤਾਂ ਖਾਣਾ ਖਾ ਕੇ ਹੀ ਜਾਣਗੇ। ਉਸ ਦੇ ਬਾਦ ਤਾਂ ਵਕਤ ਹੀ ਨਹੀਂ ਰਹੇਗਾ ਮਗਰ ਅਗਲੇ ਐਤਵਾਰ ਨੂੰ ਜ਼ਰੂਰ ਆਉਂਗੀ। ਕੁਛ ਚਾਹੀਦਾ ਹੋਏ ਤੇ ਫ਼ੋਨ ਕਰਕੇ ਦੱਸ ਦੇਂਈਂ।"

"ਅੱਛਾ, ਰਾਸ਼ਿਦਾ! ਬੱਚੇਆਂ ਨੂੰ ਕਹਿਣਾ ਕਿ ਅੱਬੂ ਤੁਹਾਨੂੰ ਬੜਾ ਯਾਰ ਕਰਦੇ ਹੈਂ। ਵਕਤ ਮਿਲੇ ਤਾਂ ਜ਼ਰੂਰ ਮਿਲਣ ਆਨ। ਮੈਂਨੂੰ ਉਹਣਾਂ ਦਾ ਇੰਤਜ਼ਾਰ ਰਹੇਗਾ।"

"ਅੱਛਾ ਮੈਂ ਇਹਣਾਂ ਨੂੰ ਪੈਗ਼ਾਮ ਦੇ ਦੂੰਗੀ।

"ਅਪਣਾ ਖ਼ਿਆਲ ਰੱਖਣਾ ਨਾਸਿਰ।"

"ਹਾਂ! ਖ਼ੁਦਾ ਹਾਫ਼ਿਜ਼, ਰਾਸ਼ਿਦਾ।" ਨਾਸਿਰ ਨੇ ਫ਼ੋਨ ਬੰਦ ਕਰ ਦਿੱਤਾ।

ਇਹਦੇ ਆਂਸੂ ਨਹੀਂ ਥੰਮ ਰਹੇ ਸੀ। ਜਿਨ੍ਹਾਂਦੇ ਲਈ ਉਸਨੇ ਸਾਰੀ ਜ਼ਿੰਦਗੀ ਇੰਨੀ ਮਿਹਨਤ ਕੀਤੀ, ਉਨ੍ਹਾਂ ਦਾ ਮੁਸਤਕਬਿਲ ਬਨਾਣ ਲਈ ਦਿਨ ਦੇਖਿਆ ਨਾ ਰਾਤ। ਸਾਰੀ ਜ਼ਿੰਦਗੀ ਮਿਹਨਤ ਮਜ਼ਦੂਰੀ ਕੀਤੀ। ਅੱਜ ਇਨ੍ਹਾਂ ਕੋਲ ਇਹਦੇ ਲਈ ਵਕਤ ਨਹੀਂ ਸੀ। ਇਹ ਇਕ ਤਰ੍ਹਾਂ ਦੇ ਕਰਬ ਵਿੱਚ ਮੁਬਤਸਾ ਸੀ।

ਅੱਜ ਨਾ ਜਾਨੇ ਕਿਉਂ ਉਸਨੂੰ ਆਪਣੇ ਯਾਦ ਆ ਰਿਹੇ ਸੀ। ਅੱਜ ਕਿਉਂ

ਉਹ ਆਪਣੀ ਜ਼ਿੰਦਗੀ ਦੇ ਬੇਸੀਦਾ ਔਰਾਕ ਪਲਟ ਰਿਹਾ ਸੀ। ਕਿਉਂ ਇਹਨੂੰ ਆਪਣੀ ਕੀਤੀਆਂ ਹੋਈਆਂ ਗ਼ਲਤੀਆਂ ਯਾਦ ਆ ਰਹੀਆਂ ਸੀ। ਕਿਉਂ ਇਹ ਕਿਸੀ ਨਾਲ ਵਾਅਦਾ ਕਰਕੇ ਭੁੱਲ ਗਿਆ ਸੀ। ਉਹ ਕਦ ਤੱਕ ਇਹਦਾ ਰਸਤਾ ਦੇਖਦੀ ਰਹੀ ਹੋਏਗੀ। ਪਲਟ ਕੇ ਉਹਦੀ ਖ਼ਬਰ ਵੀ ਨਹੀਂ ਲਿੱਤੀ। ਇਹਨੂੰ ਕਿਉਂ ਇਨ੍ਹੇਂ ਸਾਲਾਂ ਦੇ ਬਾਦ ਆਪਣੇ ਵਾਲਦੈਨ ਦੀ ਯਾਦ ਸਤਾ ਰਹੀ ਸੀ, ਉਹੀ ਵਾਲਦੈਨ ਜਿਸ ਨੇ ਆਪਣੀ ਇਸਤਿਤਾਅਤ ਨਾਲ ਵੱਡਾ ਕਰਸੇ ਇਹਨੂੰ ਪੜ੍ਹਾਇਆ ਸੀ।

ਨਾਸਿਰ ਦੀ ਖ਼ਵਾਹਿਸ਼ ਸੀ ਕਿ ਇਹ ਆਲਾ ਤਾਲੀਮ ਦੇ ਲਈ ਅਮਰੀਕਾ ਜਾਏ। ਚੂੰਕਿ ਇਹ ਇਕਲੌਤਾ ਬੇਟਾ ਸੀ, ਇਸ ਲਈ ਮਾਂ ਇਹਨੂੰ ਨਜ਼ਰੋਂ ਦੂਰ ਨਹੀਂ ਕਰਨਾ ਚਾਹੁੰਦੀ ਸੀ ਲੇਕਿਨ ਇਸਦੀ ਖ਼ਵਾਹਿਸ਼ ਔਰ ਜ਼ਿੱਦ ਦੇ ਅੱਗੇ ਉਹ ਬੇਬਸ ਹੋ ਕੇ ਰਹਿ ਗਈ।

ਅਮਰੀਕਾ ਆਏ ਬਰਸ ਤੇ ਬਰਸ ਗੁਜ਼ਰ ਗਏ। ਪੜ੍ਹਾਈ, ਸ਼ਾਦੀ, ਬੱਚੇ, ਫਿਰ ਦੁਨਿਆਦਾਰੀ ਵਿੱਚ ਇਹ ਇੰਨਾ ਗੁਮ ਹੋਇਆ ਕਿ ਘਰ ਦੀ ਖ਼ਬਰ ਹੀ ਨਾ ਲਈ।

ਜਦ ਇਹਨੂੰ ਇਸ ਗੱਲ ਦੀ ਇੱਤਲਾਅ ਮਿਲੀ ਕਿ ਬਾਪ ਨੂੰ ਫ਼ਾਲਜ ਦਾ ਅਟੈਕ ਹੋਇਆ ਔਰ ਉਹਣਾਂ ਦਾ ਚੱਲਣਾ ਫਿਰਨਾ ਮੁਸ਼ਕਿਲ ਹੋ ਗਿਆ ਹੈ, ਉਦੋਂ-ਨਾਸਿਰ ਕੋਲ ਕਿੱਥੇ ਇੰਨਾ ਵਕਤ ਸੀ ਕਿ ਇਹ ਜਾ ਕੇ ਬਾਪ ਨੂੰ ਮਿਲ ਆਂਦਾ। ਬੱਸ ਫ਼ੋਨ ਦਰ ਦਿੰਦਾ ਤੇ ਪੈਸੇ ਭੇਜ ਦਿੰਦਾ ਮਗਰ ਇਹ ਸਭ ਕੁਝ ਤਾਂ ਬੀਮਾਰੀ ਦਾ ਇਲਾਜ ਨਹੀਂ ਸੀ।

ਇਹ ਉਹੀ ਬਾਪ ਸੀ ਜਿਸਨੇ ਇਸਦੀ ਪੈਦਾਇਸ਼ ਤੇ ਮਿਠਾਈਆਂ ਤਕਸੀਮ ਕੀਤੀਆਂ ਸੀ।

ਜਿਸਨੇ ਪਹਿਲੇ ਕਦਮ ਚੱਲਣ ਵਿੱਚ ਇਹਦੀ ਮਦਦ ਕੀਤੀ, ਹੁਣ ਇਨੂੰ ਜ਼ਰੂਰਤ ਸੀ ਲੇਕਿਨ ਇਹ ਉਸਨੂੰ ਦੇਖਣ ਨਹੀਂ ਗਿਆ ਜਦ ਉਹ ਮਰ ਰਿਹਾ ਸੀ।

ਬਾਰ-ਬਾਰ ਉਸ ਦਾ ਨਾਮ ਪੁਕਾਰ ਰਿਹਾ ਸੀ ਤਾਂ ਇਹਦੀ ਮਾਂ ਨੇ ਝੂਠੀਆਂ ਤੱਸਲੀਆਂ ਦਿੱਤੀਆਂ ਸੀ ਕਿ ਹਾਂ ਤੁਹਾਡਾ ਬੇਟਾ ਆਏਗਾ, ਹੋਸਲਾ ਰੱਖੋ। ਜਦ ਇਹਦੇ ਬਾਪ ਦਾ ਇੰਤਕਾਲ ਹੋਇਆ ਤਾਂ ਵੀ ਮਾਂ ਦੀਆਂ ਨਜ਼ਰਾਂ ਦਰਵਾਜ਼ੇ ਤੇ ਟਿਕਿਆਂ ਹੋਇਆਂ ਸੀ ਮਗਰ ਇਹ ਨਹੀਂ ਆਇਆ। ਫਿਰ ਇਕ ਰੋਜ਼ ਮਾਂ ਵੀ ਚੱਲ ਬਸੀ। ਇਹ ਕਿਸ ਹਾਲ ਵਿੱਚ ਰਹਿ ਹੋਇਗੀ। ਉਹ ਸਾਰੀਆਂ ਗੱਲਾਂ ਯਾਦ ਕਰਕੇ ਇਹਦਾ ਕਲੇਜਾ ਮੂੰਹ ਨੂੰ ਆ ਰਿਹਾ ਸੀ। ਬਾਰ-ਬਾਰ ਆਪਣੀ ਮਾਂ ਨੂੰ ਯਾਦ ਕਰ ਰਿਹਾ ਸੀ ਕਿ ਜਿਸ ਨੂੰ ਸਾਰੀ-ਸਾਰੀ ਰਾਤ ਚੈਨ ਨਹੀਂ ਆਂਦਾ ਸੀ। ਜਦ ਇਹ ਕਿਸੀ ਤਕਲੀਫ਼ ਵਿੱਚ ਹੁੰਦਾ, ਉਹ ਸਾਰੀ ਰਾਤ ਇਹਦੇ ਸਿਰਹਾਣੇ ਬੈਠ ਕੇ ਕੱਟ ਦਿੰਦੀ ਇਹਦੇ ਲਈ ਦੁਆਂਵਾਂ ਕਰਦੀ ਹੋਈ।

ਇਹਨੂੰ ਔਹ ਵੀ ਯਾਦ ਹੈ ਕਿ ਬਾਪ ਨੇ ਇਹਨੂੰ ਕਿਸ਼ਤਾਂ ਤੇ ਨਵਾਂ ਸਾਈਕਲ ਲੈ ਕੇ ਦਿੱਤਾ ਸੀ ਕਿ ਮੇਰਾ ਬੱਚਾ ਗਰਮੀ ਵਿੱਚ ਪੈਦਲ ਸਕੂਲ ਨਈਂ ਜਾਏ। ਅੱਜ ਇਹਦੇ ਕੋਲ ਦੁਨੀਆਂ ਦੀ ਹਰ ਚੀਜ਼ ਸੀ ਅਗਰ ਨਹੀਂ ਸੀ ਤੇ ਅਨਮੋਲ ਰਿਸ਼ਤੇ।

ਉਮਰ ਦੇ ਆਖ਼ਰੀ ਹਿੱਸੇ ਵਿੱਚ ਇਹਨੂੰ ਅਹਿਸਾਸ ਹੋ ਰਿਹਾ ਸੀ ਜਦ ਇਹ ਖ਼ੁਦ ਮੌਤ ਦੀ ਦਹਿਲੀਜ਼ ਤੇ ਖੜ੍ਹਾ ਸੀ।

ਜਦ ਇਹਦੇ ਬਾਪ ਦਾ ਇੰਤਕਾਲ ਹੋਇਆ ਸੀ ਇਹਦੀ ਮਾਂ ਉਹਣਾਂ ਦੇ ਕੋਲ ਸੀ। ਜਦ ਇਹਦਾ ਆਖ਼ਰੀ ਵਕਤ ਆਇਗਾ ਤੇ ਇਹਦੇ ਕੋਲ ਕੋਣ ਹੋਇਗਾ?

ਇਹਨੇ ਬੜੀ ਮੁਸ਼ਕਿਲ ਨਾਲ ਰਾਤ ਕੱਟੀ। ਰੋਂਦੇ-ਰੋਂਦੇ ਨਾ ਜਾਨੇ ਕਦੋਂ ਅੱਖ ਲੱਗ ਹਈ, ਇਹਦਾ ਪਤਾ ਹੀ ਨਹੀਂ ਚੱਲਿਆ। ਅਗਲੇ ਰੋਜ਼ ਜਦ ਡਾਕਟਰ ਆਏ ਤਾਂ ਇਹਣੇ ਡਾਕਟਰ ਨੂੰ ਕਿਹਾ ਕਿ ਮੈਂ ਮਰਨਾ ਚਾਂਹਦਾ ਹਾਂ। ਮੈਂ ਇਸ ਜ਼ਿੰਦਗੀ ਤੋਂ ਤੰਗ ਆ ਗਿਆ ਹਾਂ।

ਡਾਕਟਰ ਨੇ ਇਹਨੂੰ ਇਕ ਫ਼ਾਰਮ ਦਿੱਤਾ ਜਿਸ ਉੱਤੇ ਨਾਸਿਰ ਨੇ ਦਸਤਖ਼ਤ ਕਰ ਦਿੱਤੇ। ਦੂਸਰੇ ਤੋਜ਼ ਇਕ ਅਦਾਰੇ ਦੇ ਦੋ ਅਫ਼ਰਾਦ ਆਏ। ਉਹਣਾਂ

ਨੇ ਨਾਸਿਰ ਨੂੰ ਬਿਤਾਇਆ ਕਿ ਅਸੀਂ ਤੇਨੂੰ ਐਸਾ ਇੰਜੈਕਸ਼ਨ ਦਿਆਂਗੇ ਕਿ ਤੁਸੀਂ ਆਰਾਮ ਨਾਲ ਸੋ ਜਾਔਗੇ। ਕਿਸੀ ਕਿਸਮ ਦੀ ਕੋਈ ਤਕਲੀਫ਼ ਨਹੀਂ ਹੋਏਗੀ। ਇਹ ਤੇ ਨਾਸਿਰ ਮੁਸਕੁਰਾਇਆ ਕਿ ਜੋ ਕੁਛ ਮੇਰੇ ਤੇ ਬੀਤ ਰਹੀ ਹੈ ਔਰ ਜੋ ਮੈਂ ਬਰਦਾਸ਼ਤ ਕਰ ਰਿਹਾ ਹਾਂ ਇਸ ਤੋਂ ਵੱਧ ਕੇ ਹੋਰ ਕਿੰਨੀ ਜ਼ਿਆਦਾ ਤਕਲੀਫ਼ ਹੋ ਸਕਦੀ ਹੈ।

ਨਾਸਿਰ ਦੀ ਬੀਵੀ ਨੂੰ ਪਤਾ ਚੱਲਿਆ ਤਾਂ ਉਹ ਰੋਂਦੀ ਹੋਈ ਆਈ। ਉਹ ਡਾਕਟਰ ਨਾਲ ਮਿਲੀ ਕਿ ਤੁਸੀਂ ਐਸ ਤਰਾਂ ਨਹੀਂ ਕਰ ਸਕਦੇ। ਮੈਂ ਇਹਦੀ ਇਜਾਜ਼ਤ ਨਹੀਂ ਦੂੰਗੀ।

"ਅਸੀਂ ਤੁਹਾਡੀ ਗੱਲ ਨਹੀਂ ਮੰਨ ਸਕਦੇ ਕਿਉਂਕਿ ਮਰੀਜ਼ ਨੇ ਖ਼ੁਦ ਆਪਣੀ ਮਰਜ਼ੀ ਨਾਲ ਫ਼ਾਰਮ ਤੇ ਦਸਤਖਤ ਕੀਤੇ ਹੈਂ।" ਡਾਕਟਰ ਨੇ ਰਸ਼ਿਦਾ ਨੂੰ ਦੱਸਿਆ।

"ਮਗਰ ਆਪ ਮੇਰੀ ਗੱਲ ਤਾਂ ਸੁਣੋ। ਉਹ ਤਾਂ ਮਰੀਜ਼ ਹੈ, ਪਰੇਸ਼ਾਨ ਹੈ, ਆਪਣੇ ਆਪ ਵਿੱਚ ਨਹੀਂ ਹੈ।" ਰਾਸ਼ਿਦਾ ਨੇ ਡਾਕਟਰ ਨੂੰ ਕਿਹਾ।

"ਸੌਰੀ, ਮੈਡਮ! ਉਸ ਦੀ ਵੀ ਖ਼ਵਾਹਿਸ਼ ਹੈ। ਅਸੀਂ ਕੁੱਛ ਨਹੀਂ ਕਰ ਸੱਕਦੇ।"

ਅੱਜ ਐਤਵਾਰ ਦਾ ਦਿਨ ਸੀ ਲੇਕਿਨ ਨਾਸਿਰ ਕਮਰੇ ਵਿੱਚ ਸੋ ਰਿਹਾ ਸੀ। ਰਾਸ਼ਿਦਾ ਕਮਰੇ ਵਿੱਚ ਦਾਖ਼ਿਲ ਹੋਈ ਤਾਂ ਇਹਣੇ ਕੋਈ ਜਵਾਬ ਨਹੀਂ ਦਿੱਤਾ। ਉਹਣੇ ਸੋਚਿਆ ਸ਼ਾਇਦ ਹੱਲੇ ਤੱਕ ਨਾਰਾਜ਼ ਹੈ। ਉਸਨੇ ਨਾਸਿਰ ਦਾ ਸਿਰ ਹਿਲਾਇਆ ਮਗਰ ਉਹ ਇਕ ਤਰਫ਼ ਢਿਲਕ ਗਿਆ। ਉਹ ਘਬਰਾ ਕੇ ਡਾਕਟਰ ਦੀ ਤਰਫ਼ ਦੌੜੀ ਕਿ ਇਹਨੂੰ ਬੁਲਾਉ ਲੇਕਿਨ ਨਾਸਿਰ ਦਮ ਤੋੜ ਚੁੱਕਾ ਸੀ।

੪
ਖ਼ੁਦਕਸ਼ੀ

ਮੈਂ ਉਣ ਦਿਨਾਂ ਅਖ਼ਬਾਰ ਵਿੱਚ ਕੰਮ ਕਰਦਾ ਸੀ। ਰਾਤ ਦੇਰ ਤੱਕ ਦਫ਼ਤਰ ਵਿੱਚ ਬੈਠਾ ਰਹਿੰਦਾ। ਆਖ਼ਿਰੀ ਕਾਪੀ ਪ੍ਰੈਸ ਵਿੱਚ ਭੇਜ ਕੇ ਘਰ ਦੀ ਰਾਹ ਲੈਂਦਾ। ਇਸ ਤਰ੍ਹਾਂ ਇਕ ਬਜੇ ਤੱਕ ਘਰ ਪਹੁੰਚ ਜਾਂਦਾ। ਇਹ ਮੇਰਾ ਹਰ ਰੋਜ਼ ਦਾ ਮਾਅਮੂਲ ਸੀ। ਅਕੇਲੀ ਜਾਨ ਸੀ। ਕੋਈ ਖ਼ਾਸ ਜ਼ਿੰਮੇਦਾਰੀ ਨਹੀਂ ਸੀ। ਬੱਸ ਅਖ਼ਬਾਰ ਵਿੱਚ ਕੰਮ ਕਰਣ ਦਾ ਸ਼ੌਕ ਸੀ। ਵੈਸੇ ਵੀ ਮੈਂ ਨਾਵਲ ਲਿਖ ਕੇ ਯਾਂ ਕਿਸੀ ਅੰਗਰੇਜ਼ੀ ਨਾਵਲ ਦਾ ਤਰਜਮਾ ਕਰਕੇ ਇੰਨੇ ਪੈਸੇ ਕਮਾ ਲੈਂਦਾ ਕਿ ਮੇਰਾ ਗੁਜ਼ਾਰਾ ਹੋ ਜਾਂਦਾ। ਮੈਂ ਕਾਫ਼ੀ ਦਿਨਾਂ ਤੋਂ ਕਹਾਣੀ ਦੀ ਤਲਾਸ਼ ਵਿੱਚ ਸੀ। ਕਈ ਵਾਰੀ ਲਿੱਖਣ ਦੀ ਕੋਸ਼ਿਸ਼ ਕੀਤੀ ਲੇਕਿਨ ਕੁਛ ਸਮਝ ਵਿੱਚ ਨਹੀਂ ਆ ਰਿਹਾ ਸੀ ਜਿਹਦੀ ਵਜ੍ਹਾ ਨਾਲ ਤਬੀਅਤ ਚ ਕਾਫ਼ੀ ਬੇਚੈਨੀ ਸੀ।

ਅੱਜ ਮੈਂ ਦਫ਼ਤਰ ਤੋਂ ਛੁੱਟੀ ਲੈ ਕੇ ਬੱਸ ਸਟਾਪ ਤੇ ਖੜ੍ਹਾ ਬੱਸ ਦਾ ਇੰਤਜ਼ਾਰ ਕਰ ਰਿਹਾ ਸੀ। ਮੇਰੇ ਆਲੇ-ਦੁਆਲੇ ਹੋਰ ਵੀ ਲੋਗ ਸੀ ਕਿ ਇਕ ਲੜਦੀ ਘਬਰਾਹਟ ਵਿੱਚ ਆਲੇ-ਦੁਆਲੇ ਇਸ ਤਰ੍ਹਾਂ ਦੇਖ ਰਹੀ ਸੀ ਜਿਵੇਂ ਕਿਸੀ ਨੂੰ ਤਲਾਸ਼ ਕਰ ਰਹੀ ਹੋਏ। ਉਮਰ ਉਸ ਦੀ ਕੋਈ ਬਾਈਸ ਸਾਲ ਹੋਏਗੀ। ਰੰਗ ਤਾਂ ਇਹਦਾ ਗੰਦਮੀ ਸੀ ਮਗਰ ਸੀ ਖ਼ੂਬਸੂਰਤ।

ਕੁਛ ਦੇਰ ਬਾਦ ਮੈਂ ਮਹਿਸੂਸ ਕੀਤਾ ਕਿ ਉਹ ਮੈਨੂੰ ਦੇਖ ਕੇ ਮੁਸਕੁਰਾ ਰਹੀ ਸੀ। ਮੈਂ ਉਹਦੀ ਮੁਸਕੁਰਾਹਟ ਦਾ ਕੋਈ ਜਵਾਬ ਨਹੀਂ ਦਿੱਤਾ ਲੇਕਿਨ ਉਹ ਮੰਨਣ ਵਾਲੀ ਨਹੀਂ ਸੀ। ਉਹ ਲੋਗਾਂ ਤੋਂ ਬੇਨਿਆਜ਼ ਮੁਤਵਾਤਰ ਮੈਨੂੰ ਦੇਖ ਰਹੀ ਸੀ। ਉਹ ਐਸੀ ਬੇਚੈਨ ਰੂਹ ਸੀ ਜਿਸਨੂੰ ਕਿਸੀ ਨਾਲ ਕੋਈ ਮਤਲਬ ਨਹੀਂ। ਬੱਸ ਮੈਨੂੰ ਟਾਰਗੇਟ ਕੀਤਾ ਹੋਇਆ ਸੀ। ਇਹ ਸੂਰਤੇਹਾਲ ਬੜੀ ਹੀ ਦਿਲਚਸਪ ਸੀ। ਅਚਾਨਕ ਮੈਨੂੰ ਖ਼ਿਆਲ ਆਇਆ ਕਿ ਮੈਂ ਤਾਂ ਕਹਾਣੀ ਦੀ ਤਲਾਸ਼ ਵਿੱਚ ਹਾਂ। ਪਤਾ ਨਹੀਂ ਕਿਉਂ ਉਹ ਮੈਨੂੰ ਇਕ ਮੁਕੰਮਲ ਕਹਾਣੀ ਲੱਗ ਰਹੀ ਸੀ।

ਮੈਂ ਹੱਥ ਨਾਲ ਇਸ਼ਾਰਾ ਕੀਤਾ।

ਉਹ ਮੇਰੇ ਕਰੀਬ ਆ ਗਈ।

ਕਰੀਬ ਆਂਦੇ ਹੀ ਬੇਤਕੱਲੁਫ਼ੀ ਨਾਲ ਕਿਹਾ, "ਚੱਲੋ!"

ਮੈਂ ਕਿਹਾ, "ਕਿੱਧਰ?"

ਉਹ ਬੋਲੀ, "ਜਿੱਧਰ ਤੁਹਾਡੀ ਮਰਜ਼ੀ।"

ਮੈਂ ਕਿਹਾ, "ਮੈਂ ਤਾਂ ਘਰ ਜਾ ਰਿਹਾ ਹਾਂ।"

"ਘਰ ਹੀ ਲੈ ਚੱਲੋ।"

ਮੈਂ ਤਾਂ ਇਹਨਾਂ ਕੰਮਾਂ ਵਿੱਚ ਅਨਾੜੀ ਸੀ। ਸੌਦਾ ਕਰਣ ਦੇ ਢੰਗ ਨਾਲ ਵਾਕਫ਼ ਨਹੀਂ ਸੀ ਲੇਕਿਨ ਮੈਂ ਸਮਝ ਗਿਆ ਕਿ ਇਹ ਲੜਕੀ ਕਿਸ ਕਮਾਸ਼ ਦੀ ਹੈ। ਗੱਲ ਇਕ ਹਜ਼ਾਰ ਵਿੱਚ ਤੈਅ ਹੋ ਗਈ।

ਰੁਪਏ ਮੇਰੇ ਕੋਲੋਂ ਲੈ ਕੇ ਉਹਣੇ ਆਪਣੇ ਕੋਲ ਰੱਖ ਲਏ।

ਕਰੀਬ ਹੀ ਟੈਕਸੀ ਵਿੱਚ ਬੈਠ ਗਏ। ਡਰਾਈਵਰ ਨੇ ਕਿਹਾ, "ਸਾਹਿਬ ਕਹਾਂ ਜਾਣਾ ਹੈ?"

ਮੈਂ ਨੇ ਕਿਹਾ, "ਅਨਾਰਕਲੀ।"

ਲੇਕਿਨ ਮੈਂ ਤਾਂ ਅੰਦਰੋਂ ਡਰ ਰਿਹਾ ਸੀ। ਔਰਤ ਜਾਤ ਹੈ ਅਗਰ ਉਸਨੇ

ਸ਼ੋਰ ਮਚਾ ਦਿੱਤਾ ਕਿ ਇਹ ਮੈਨੂੰ ਜ਼ਬਰਦਸਤੀ ਲੈ ਕੇ ਜਾ ਰਿਹਾ ਹੈ। ਕੋਈ ਐਸੀ-ਵੈਸੀ ਗੱਲ ਜੋ ਗਈ ਤਾਂ ਇੱਜ਼ਤ ਦਾ ਜਨਾਜ਼ਾ ਨਿਕਲ ਜਾਏਗਾ। ਇਹ ਕੌਣ ਹੈ? ਕਿਥੋਂ ਆਈ ਹੈ? ਐਸਾ ਕਿਉਂ ਕਰ ਰਹੀ ਹੈ? ਬਹੁਤ ਸਾਰੇ ਸਵਾਲਾਤ ਮੇਰੇ ਜ਼ਹਿਨ ਵਿੱਚ ਗਰਦਿਸ਼ ਕਰ ਰਿਹੇ ਸੀ।

ਵੈਸੇ ਮੈਨੂੰ ਆਪਣੇ ਆਪ ਤੇ ਵੀ ਗੁੱਸਾ ਆ ਰਿਹਾ ਸੀ। ਮੈਂ ਵੀ ਕਹਾਣੀ ਦੇ ਪਿੱਛੇ ਅਜਨਬਿਆਂ ਤੇ ਭਰੋਸਾ ਦਾ ਲੈਂਦਾ ਹਾਂ। ਇਕ ਦਿਨ ਮੈਨੂੰ ਮੇਰੀ ਕਹਾਣੀ ਮਰਵਾਏਗੀ।

ਅਸੀਂ ਅਨਾਰਕਲੀ ਆ ਗਏ।

ਮੈਂ ਟੈਕਸੀ ਵਾਲੇ ਨੂੰ ਕਿਰਾਇਆ ਅਦਾ ਕੀਤਾ।

ਸੜਕ ਕ੍ਰਾਸ ਕਰਕੇ ਅਸੀਂ ਰੈਸਟੋਰਾਂਟ ਵਿੱਚ ਆ ਗਏ ਜੋ ਰਾਤ ਗਏ ਤਕ ਖੁੱਲਾ ਰਹਿੰਦਾ। ਇਹ ਰੈਸਟੋਰਾਂਟ ਕਾਫ਼ੀ ਚਲਦਾ ਸੀ। ਹਰ ਵਕਤ ਲੋਗਾਂ ਨਾਲ ਖਚਾਖਚ ਭਰਿਆ ਰਹਿੰਦਾ। ਹੁਣ ਵੀ ਕੁਛ ਲੋਗ ਮੌਜੂਦ ਸੀ। ਮੈਨੂੰ ਕਾਰਨਰ ਵਾਲੀ ਟੇਬਲ ਖ਼ਾਲੀ ਨਜ਼ਰ ਆਈ। ਅਸੀਂ ਔਥੇ ਜਾਕੇ ਬੈਠ ਗਏ।

ਮੈਂ ਕਿਹਾ, "ਮੈਨੂੰ ਤਾਂ ਭੁੱਖ ਲੱਗ ਰਹੀ ਹੈ। ਅੱਛਾ! ਇਹ ਦੱਸੋ ਤੁਸੀਂ ਕੀ ਖਾਓਗੇ।"

ਉਹ ਬੋਲੀ, "ਮੈਂ ਕੰਮ ਦੇ ਦੌਰਾਨ ਕੁਛ ਨਹੀਂ ਖਾਂਦੀ।"

ਮੈਂ ਮੁਸਕੁਰਾਇਆ, "ਔਰ ਕਹੋ ਕੈਸਾ ਕੰਮ।"

ਉਹ ਵੀ ਮੁਸਕੁਰਾ ਦਿੱਤੀ।

ਮੈਂ ਖਾਣੇ ਦਾ ਆਰਡਰ ਦੇ ਦਿੱਤਾ।

ਅਸੀਂ ਦੋਨੋਂ ਗੱਲਾਂ ਕਰ ਰਿਹੇ ਸੀ। ਥੋੜੀ ਦੇਰ ਬਾਦ ਮੈਂ ਮਹਿਸੂਸ ਕੀਤਾ ਜੋ ਖ਼ੌਫ਼ ਮੇਰੇ ਅੰਦਰ ਸੀ, ਉਹ ਖ਼ਤਮ ਹੋ ਗਿਆ ਹੈ। ਉਹ ਵੀ ਖੁੱਲ ਕੇ ਗੱਲ ਕਰ ਰਹੀ ਸੀ ਜਿਵੇਂ ਅਸੀਂ ਬਰਸਾਂ ਤੋਂ ਇਕ ਦੂਸਰੇ ਨੂੰ ਜਾਣਦੇ ਹਾਂ।

ਵੈਸੇ ਵੀ ਇਕ ਚੀਜ਼ ਜੋ ਸਾਡੇ ਦੋਨਾਂ ਵਿੱਚ ਕਾਮਨ ਸੀ। ਦੋਨੋਂ ਹੀ ਜ਼ਰੂਰਤਮੰਦ ਸੀ। ਉਹ ਗਾਹਕ ਦੀ ਤਲਾਸ਼ ਵਿੱਚ ਸੀ ਔਰ ਮੈਂ ਕਹਾਣੀ ਦੀ ਤਲਾਸ਼ ਵਿੱਚ ਸੀ। ਅਸੀਂ ਦੋਨੋਂ ਇਕ ਦੂਸਰੇ ਦੀ ਮਜਬੂਰੀ ਸਮਝ ਸਕਦੇ ਸੀ। ਅੱਜ ਇਹਨੂੰ ਪਹਿਲੀ ਦਫ਼ਾ ਕੋਈ ਐਸਾ ਸ਼ਖ਼ਸ ਮਿਲਿਆ ਸੀ ਜੋ ਇਹਦੇ ਜਿਸਮ ਦੀ ਬਜਾਏ ਇਹਦੇ ਨਾਲ ਗੱਲ ਕਰਨਾ ਚਾਹੁੰਦਾ ਸੀ। ਉਹ ਵੀ ਪਤਾ ਨਹੀਂ ਕਿਉਂ ਮੇਰੇ ਤੇ ਭਰੋਸਾ ਕਰਣ ਲਗ ਗਈ ਸੀ। ਆਪਣਾ ਮਸਨੁਈਪਨ ਖ਼ਤਮ ਕਰਕੇ ਅਸਲ ਲੜਕੀ ਮੇਰੇ ਸਾਮ੍ਹਣੇ ਸੀ। ਮੈਂ ਗੱਲਾਂ-ਗੱਲਾਂ ਵਿੱਚ ਅਸਲ ਕਹਾਣੀ ਦੀ ਤਰਫ਼ ਆਇਆ।

ਮੈਂ ਪੁਛਿਆ, "ਤੂੰ ਕੋਣ ਹੈਂ। ਸ਼ਕਲ ਤੋਂ ਤਾਂ ਕਿਸੀ ਅੱਛੇ ਘਰਾਣੇ ਦੀ ਲੱਗ ਰਹੀ ਹੈਂ ਲੇਕਿਨ ਇਹ ਤੂੰ ਕੀ ਕਰ ਰਹੀ ਹੈਂ। ਕਿਉਂ ਤੂੰ ਆਪਣੇ ਆਪ ਨੂੰ ਇਸ ਜ਼ਾਲਮ ਮੁਆਸ਼ਰੇ ਦੇ ਹਵਾਲੇ ਕਰ ਦਿੱਤਾ ਹੈ।"

ਉਹ ਮੁਸਕੁਰਾਈ ਤੇ ਕਿਹਾ, "ਸ਼ਾਇਦ ਮੈਂ ਆਪਣੇ ਆਪ ਨੂੰ ਸਜ਼ਾ ਦੇ ਰਹੀ ਹਾਂ।"

ਮੈਂ ਹੈਰਤ ਨਾਲ ਕਿਹਾ, "ਸਜ਼ਾ!"

ਇਹ ਕੈਸੀ ਸਜ਼ਾ ਹੈ? ਇਹ ਵੀ ਕੋਈ ਸਜ਼ਾ ਦਾ ਤਰੀਕਾ ਹੈ?

ਉਹ ਖ਼ੁਦ ਹੀ ਬੋਲੀ, "ਕਿਆ ਮੁਹੱਬਤ ਕਰਨਾ ਜੁਰਮ ਹੈ?"

ਮੈਂਨੇ ਕਿਹਾ, "ਨਹੀਂ। ਮੁਹੱਬਤ ਤਾਂ ਉਹ ਖ਼ੁਸ਼ ਨਸੀਬ ਲੋਗਾਂ ਦੇ ਹਿੱਸੇ ਆਂਦੀ ਹੈ ਜਿਨ੍ਹਾਂ ਤੇ ਅੱਲ੍ਹਾ ਤਾਅਲਾ ਦੀ ਖ਼ਾਸ ਰਹਿਮਤ ਹੁੰਦੀ ਹੈ ਲੇਕਿਨ ਇਸ ਲਈ ਜ਼ਰੂਰੀ ਹੈ ਤੁਹਾਡਾ ਮਹਿਬੂਬ ਕੋਣ ਹੈ।"

ਉਹ ਬੋਲੀ, "ਬੱਸ ਮੁਹੱਬਤ ਹੀ ਮੇਰਾ ਜੁਰਮ ਸੀ। ਮੈਂ ਕਾਲਜ ਵਿੱਚ ਪੜ੍ਹਦੀ ਸੀ। ਮੇਰੇ ਹੀ ਮੁਹੱਲੇ ਦੇ ਇਕ ਲੜਕੇ ਨਾਲ ਦੋਸਤੀ ਹੋ ਗਈ। ਫਿਰ ਉਹ ਦੋਸਤੀ ਮੁਹੱਬਤ ਵਿੱਚ ਬਦਲ ਗਈ ਲੇਕਿਨ ਸਾਡੀ ਮੁਹੱਬਤ ਨੂੰ ਕੋਈ ਸਮਝਣ

ਵਾਲਾ ਨਹੀਂ ਸੀ।

ਅਬੂ ਪੜ੍ਹਾਨਾ ਚਾਂਹਦੇ ਸੀ ਲੇਕਿਨ ਮੇਰੇ ਉੱਪਰ ਤਾਂ ਇਸ਼ਕ ਸਵਾਰ ਸੀ। ਆਖ਼ਰਕਾਰ ਮੈਂ ਸਭ ਕੁਛ ਛੱਡ ਕੇ ਘਰੋਂ ਭੱਜ ਕੇ ਸ਼ਾਦੀ ਕਰ ਲਈ।

ਅਸੀਂ ਲਾਹੌਰ ਆ ਗਏ। ਦਿਨ ਬੜੇ ਹੀ ਮਜ਼ੇ ਨਾਲ ਗੁਜ਼ਰ ਰਹੇ ਸੀ। ਸਾਡੇ ਦੋ ਬੱਚੇ ਹੋਏ। ਫਿਰ ਇਕ ਦਿਨ ਉਹ ਅਚਾਨਕ ਛੱਡ ਕੇ ਚਲਾ ਗਿਆ। ਕਿਥੇ ਗਿਆ, ਕੋਈ ਪਤਾ ਨਹੀਂ। ਮੈਂ ਬਹੁਤ ਤਲਾਸ਼ ਕੀਤਾ ਮਗਰ ਬੇ ਸੂਦ। ਕੁਛ ਦਿਨਾਂ ਬਾਦ ਉਹਣੇਂ ਤਲਾਕ ਭੇਜ ਦਿੱਤੀ। ਨਾ ਮੇਰਾ ਕੋਈ ਕਸੂਰ ਨਾ ਕੋਈ ਵਜ੍ਹਾ ਔਰ ਤਨਹਾ ਉਸ ਦੁਨੀਆ ਦੇ ਹਵਾਲੇ ਕਰ ਦਿੱਤਾ। ਮੇਰੇ ਵਿੱਚ ਇਨ੍ਹੀ ਹਿੰਮਤ ਵੀ ਨਹੀਂ ਸੀ ਕਿ ਮੈਂ ਵਾਪਸ ਵਾਲਦੈਨ ਕੋਲ ਜਾ ਸਕਦੀ।

ਅਕੇਲੀ ਔਰਤ, ਹੁਣ ਮੈਂ ਕੀ ਕਰਦੀ। ਔਰਤ ਦੀ ਇੱਜ਼ਤ ਤਾਂ ਮਰਦ ਨਾਲ ਹੁੰਦੀ ਹੈ ਵਰਨਾ ਦੁਨੀਆ ਵਾਲੇ ਤਾਂ ਹਰ ਵਕਤ ਖਾਣ ਲਈ ਤਿਆਰ ਰਹਿੰਦੇ ਹੈਂ। ਔਰਤ ਨੂੰ ਰਖੈਲ ਤਾਂ ਹਰ ਕੋਈ ਬਨਾਣ ਲਈ ਤਿਆਰ ਹੈ ਲੇਕਿਨ ਬੱਚੇਆਂ ਵਾਲੀ ਔਰਤ ਨੂੰ ਅਪਨਾਣਾ ਬੜੇ ਦਿਲ ਗੁਰਦੇ ਦਾ ਕੰਮ ਹੈ। ਨੌਕਰੀ ਲਈ ਵੀ ਕਈ ਜਗ੍ਹਾ ਗਈ ਲੇਕਿਨ ਨਹੀਂ ਮਿਲੀ। ਇਸ ਵਿੱਚ ਵੀ ਮੇਰੀ ਖ਼ੂਬਸੂਰਤੀ ਹਾਇਲ ਹੋ ਜਾਂਦੀ। ਖ਼ੂਬਸੂਰਤੀ ਵੀ ਇਕ ਕਿਸਮ ਦਾ ਅਜ਼ਾਬ ਹੈ - ਜਿਸ ਦੀ ਵੀ ਨਜ਼ਰ ਪੈਂਦੀ ਹੈ, ਬੁਰੀ ਹੀ ਪੈਂਦੀ ਹੈ। ਹਰ ਕੋਈ ਹਵਸ ਭਰੀਆਂ ਨਜ਼ਰਾਂ ਨਾਲ ਦੇਖਦਾ ਹੈ। ਆਖ਼ਿਰ ਕਦ ਤੱਕ! ਜੋ ਜਮ੍ਹਾਂ ਪੂੰਜੀ ਸੀ, ਉਹ ਵੀ ਖ਼ਤਮ ਹੋ ਗਈ।

ਨੌਬਤ ਫ਼ਾਕਿਆਂ ਤੱਕ ਆ ਗਈ।

ਆਪ ਨੂੰ ਕੀ ਪਤਾ ਯੇ ਭੁੱਖ ਕੀ ਹੁੰਦੀ ਹੈ! ਮੈਨੂੰ ਪਤਾ ਹੈ ਜਦ ਬੱਚੇ ਭੁੱਖ ਨਾਲ ਮਰ ਰਹੇ ਹੁੰਦੇ ਹੈਂ ਤਾਂ ਇਕ ਵਕਤ ਆਂਦਾ ਹੈ ਆਪ ਸਭ ਕੁਛ ਕਰਣ ਲਈ ਤਿਆਰ ਹੋ ਜਾਂਦੇ ਹੈਂ। ਜਾਇਜ਼ ਔਰ ਨਾਜਾਇਜ਼ ਦੀ ਤਮੀਜ਼ ਖ਼ਤਮ ਹੋ ਜਾਂਦੀ ਹੈ। ਮਜ਼ਹਬ, ਇਨਸਾਨੀਅਤ, ਅੱਛਾਈ, ਬੁਰਾਈ - ਯੇ ਸਭ ਕੁਛ ਖ਼ਤਮ ਹੋ ਜਾਂਦਾ

ਹੈ। ਇਹ ਗੱਲਾਂ ਉਸੀ ਵਕਤ ਚੰਗੀਆਂ ਲਗਦੀਆਂ ਹੈਂ ਜਦ ਇਨਸਾਨ ਦਾ ਪੇਟ ਭਰਿਆ ਹੋ।

ਇਸ ਵਕਤ ਮੇਰੇ ਬੱਚੇ ਤਿੰਨ ਦਿਨ ਤੋਂ ਭੁੱਖੇ ਸੀ। ਮੇਰੇ ਤੋਂ ਉਹਣਾਂ ਦੀ ਭੁੱਖ ਦੇਖੀ ਨਹੀਂ ਜਾ ਸਕਦੀ ਸੀ। ਮੈਂ ਸੋਚਿਆ ਖ਼ੁਦਕਸ਼ੀ ਕਰ ਲੂੰ। ਮੈਂ ਰੇਲਵੇ ਸਟੇਸ਼ਨ ਗਈ ਮਗਰ ਟਰੇਨ ਲੇਟ ਸੀ। ਮੈਂ ਬੈਂਚ ਤੇ ਬੈਠ ਗਈ। ਮੇਰੇ ਦਿਲ ਵਿੱਚ ਖ਼ਿਆਲ ਆਇਆ ਕਿ ਅਗਰ ਮੈਂ ਮਰ ਗਈ ਤਾਂ ਮੇਰੇ ਬੱਚਿਆਂ ਦਾ ਕੀ ਹੋਇਗਾ।

ਬੱਚਿਆਂ ਦਾ ਖ਼ਿਆਲ ਆਂਦੇ ਹੀ ਮੈਂ ਖ਼ੁਦਕਸ਼ੀ ਦਾ ਇਰਾਦਾ ਤਰਕ ਕਰ ਦਿੱਤਾ ਔਰ ਘਰ ਆ ਗਈ। ਮੈਂ ਖ਼ੂਬਸੂਰਤੀ ਨੂੰ ਹਥਿਆਰ ਬਣਾ ਲਿਆ। ਆਪ ਨੂੰ ਤਾਂ ਪਤਾ ਹੈ ਅਕੇਲੀ ਔਰਤ ਕੀ ਆਪਣੀ ਖ਼ੁਸ਼ਬੂ ਹੁੰਦੀ ਹੈ ਜੋ ਤਮਾਮ ਖ਼ੁਸ਼ਬੂਆਂ ਨਾਲੋਂ ਤੇਜ਼ ਹੁੰਦੀ ਹੈ ਜਿਸਨੂੰ ਹਵਸ ਦੇ ਪੁਜਾਰੀ ਦੂਰੋਂ ਹੀ ਸੁੰਘਦੇ ਹੋਏ ਘਰ ਦੇ ਦਰਵਾਜ਼ੇ ਤੇ ਪਹੁੰਚ ਜਾਂਦੇ ਹੈਂ।

ਸ਼ੁਰੂ-ਸ਼ੁਰੂ ਵਿੱਚ ਬਹੁਤ ਰੋਂਦੀ ਕਿ ਮੈਂ ਕੀ ਕਰ ਰਹੀ ਹਾਂ, ਲੇਕਿਨ ਅੱਜ ਤਾਂ ਇਹਦਾ ਅਹਿਸਾਸ ਨਹੀਂ ਹੁੰਦਾ। ਜਿਵੇਂ ਮੇਰੇ ਅੰਦਰ ਦੀ ਔਰਤ ਮਰ ਗਈ ਹੈ। ਉਹ ਤਾਂ ਖ਼ੈਰ ਉਸ ਦਿਨ ਮਰ ਗਈ ਸੀ ਜਿਸ ਦਿਨ ਮੈਂ ਘਰੋਂ ਭੱਜੀ ਸੀ। ਹੁਣ ਤਾਂ ਮੈਨੂੰ ਆਪਣੇ ਕੰਮ ਵਿੱਚ ਕਾਫ਼ੀ ਮਹਾਰਤ ਹਾਸਿਲ ਹੈ। ਹੁਣ ਮੇਰੇ ਕੋਲ ਕੁਛ ਹੈ। ਉਸੀ ਵਕਤ ਮਸਜਿਦ ਤੋਂ ਅਜ਼ਾਨ ਦੀ ਆਵਾਜ਼ ਆਈ, ਖਾਣਾ ਕਦੋਂ ਦਾ ਠੰਡਾ ਹੋ ਗਿਆ ਸੀ ਔਰ ਲੋਗ ਵੀ ਜਾ ਚੁੱਕੇ ਸੀ। ਮੈਂ ਕਾਫ਼ੀ ਦੇਰ ਤੋਂ ਅਪਣਾ ਸਿਰ ਟੇਬਲ ਤੇ ਝੁਕਾਏ ਉਸ ਦੀਆਂ ਗੱਲਾਂ ਸੁਣ ਰਿਹਾ ਸੀ।

"ਸਾਹਿਬ! ਮੈਂ ਤਾਂ ਮਰ ਗਈ ਲੇਕਿਨ ਅੱਜ ਮੇਰੇ ਬੱਚੇ ਜ਼ਿੰਦਾ ਹੈਂ।" ਇਹ ਕਹਿ ਕੇ ਉਸ ਨੇ ਇਕ ਹਜ਼ਾਰ ਰੁਪਏ ਟੇਬਲ ਤੇ ਰੱਖੇ ਔਰ ਸੁਬ੍ਹਾ ਹੋਣ ਤੋਂ ਪਹਿਲੇ ਚਲੀ ਗਈ।

੫
ਇਹਤਜਾਜ

ਡਾਕਟਰ ਫ਼ਤਿਹ ਮਹੰਮਦ ਪੰਜਾਬੀ ਦੇ ਬਹੁਤ ਅੱਛੇ ਸ਼ਾਇਰ ਸੀ। ਮੇਰੀ ਉਹਣਾਂ ਨਾਲ ਮੁਲਾਕਾਤ ਇਕ ਮੁਸ਼ਾਇਰੇ ਵਿੱਚ ਹੋਈ। ਮੈਂਨੂੰ ਪਤਾ ਨਹੀਂ ਸੀ ਕਿ ਇਹ ਸਰਸਰੀ ਤਾਆਰੁਫ਼ ਬੇਤਕੱਲੁਫ਼ ਦੋਸਤੀ ਵਿੱਚ ਤਬਦੀਲ ਹੋ ਜਾਇਗਾ।

ਡਾਕਤਰ ਸਾਹਿਬ ਬੜੀ ਹੀ ਦਿਲਚਸਪ ਸ਼ਖ਼ਸੀਅਤ ਦੇ ਮਾਲਿਕ ਸੀ। ਜਦ ਵੀ ਉਨ੍ਹਾਂ ਨਾਲ ਮੁਲਾਕਾਤ ਹੁੰਦੀ, ਪਿਆਰ ਨਾਲ ਪੇਸ਼ ਆਂਦੇ ਔਰ ਆਪਣੇ ਕੋਲ ਬਿਠਾ ਲੈਂਦੇ ਤੇ ਦੇਰ ਤੱਕ ਲਿਟਰੇਚਰ ਤੇ ਗੱਲਾਂ ਕਰਦੇ ਰਹਿੰਦੇ।

ਇਕ ਦਿਨ ਮੇਰੇ ਦਫ਼ਤਰ ਆਏ ਰਸਮੀ ਗੁਫ਼ਤਗੂ ਤੋਂ ਬਾਦ। ਇਕ ਤਰਫ਼ ਕੁਰਸੀ ਤੇ ਬੈਠ ਗਏ।

ਮੈਂ ਮਹਿਸੂਸ ਕੀਤਾ ਕਿ ਕੋਈ ਮਸਲਾ ਹੈ।

"ਕੀ ਗੱਲ ਹੈ ਡਾਕਟਰ ਸਾਹਿਬ?"

ਡਾਕਟਰ ਸਾਹਿਬ ਨੇ ਜੇਬ ਤੋਂ ਸਿਗਰੇਟ ਨਿਕਾਲ ਕੇ ਸੁਲਗਾਇਆ ਔਰ ਜਵਾਬ ਦਿੱਤਾ, "ਤੁਹਾਨੂੰ ਤਾਂ ਪਤਾ ਹੈ ਕਿ ਮੇਰੀ ਸਾਰੀ ਫ਼ੈਮਿਲੀ ਅਮਰੀਕਾ ਵਿੱਚ ਹੈ। ਮਗਰ ਮੈਂ ਅੱਥੇ ਹਾਂ ਤਾਂ ਇਹਦੀ ਸਭਤੋਂ ਵੱਡੀ ਵਜ੍ਹਾ ਸ਼ਾਇਰੀ ਹੈ।

"ਲੇਕਿਨ ਮੈਂ ਕੁਛ ਅਰਸੇ ਤੋਂ ਮਹਿਸੂਸ ਕਰ ਰਿਹਾ ਸੀ ਕਿ ਇਸ ਬੂੜ੍ਹੇ ਨੂੰ

ਕੋਈ ਨਹੀਂ ਪੁਛਦਾ। ਮੈਂ ਪਹਿਲੇ ਵੀ ਸ਼ਾਇਰੀ ਕਰਦਾ ਸੀ ਲੇਕਿਨ ਜੋ ਮਕਬੂ-ਲੀਅਤ ਪਹਿਲੇ ਸੀ, ਹੁਣ ਨਹੀਂ ਰਹੀ।

"ਮੈਂ ਫ਼ੈਂਸਲਾ ਕਰ ਲਿਆ ਹੈ ਹੁਣ ਸ਼ਾਇਰੀ ਖ਼ਤਮ।"

ਮੈਂ ਕਿਹਾ, "ਆਪ ਨੂੰ ਅਦਬ ਦੀ ਖ਼ਿਦਮਤ ਕਰਦੇ ਕਈ ਸਾਲ ਹੋ ਗਏ। ਹੁਣ ਆਪ ਕਹਿ ਰਹੇ ਹੈਂ ਸ਼ਾਇਰੀ ਖ਼ਤਮ?

"ਇਹ ਕਿਵੇਂ ਮੁਮਕਿਨ ਹੈ? ਸ਼ਾਇਰ ਤਾਂ ਕਦੀ ਬੂੜ੍ਹਾ ਨਹੀਂ ਹੁੰਦਾ। ਕੋਣ ਬੇਵਕੂਫ਼ ਕਹਿੰਦਾ ਹੈ ਕਿ ਤੁਹਾਡਾ ਕਲਮ ਬੂੜ੍ਹਾ ਹੋ ਗਿਆ ਹੈ ਔਰ ਇਸਮੇਂ ਜਾਨ ਨਹੀਂ ਰਹੀ।

"ਡਾਕਟਰ ਸਾਹਿਬ! ਅਸਲ ਮਸਲਾ ਕਿਆ ਹੈ ਜਿਹਣੇਂ ਤੁਹਾਨੂੰ ਪ੍ਰੇਸ਼ਾਨ ਕੀਤਾ ਹੈ।"

ਡਾਕਟਰ ਸਾਹਿਬ ਨੇ ਖੁਸ਼ਕ ਹੋਂਠਾਂ ਤੇ ਜ਼ਬਾਨ ਫੇਰੀ ਔਰ ਕਿਹਾ, "ਯਾਰ! ਗੱਲ ਕਰਅਸਲ ਇਹ ਹੈ ਕਿ ਅਕਾਦਮੀ ਅਦਬੀਆਤ ਹਰ ਸਾਲ ਬਿਹਤਰੀਨ ਕਿਤਾਬ ਤੇ ਇਕ ਲੱਖ ਰੁਪਏ ਨਕਦ ਇਨਾਮ ਔਰ ਤਾਰੀਫ਼ੀ ਅਸਨਾਦ ਦੇਂਦੀ ਹੈ। ਉਹ ਇਨਾਮ ਮੈਨੂੰ ਮਿਲਣਾ ਸੀ ਲੇਕਿਨ ਨਹੀਂ ਮਿਲਿਆ। ਖ਼ੈਰ! ਇਹ ਇਨਾਮ ਤਾਂ ਮੇਰੀ ਅਹਿਲੀਅਤ ਦੇ ਸਾਮ੍ਹਣੇ ਕੋਈ ਮਾਅਣੇ ਨਹੀਂ ਰੱਖਦਾ ਲੇਕਿਨ ਜਦ ਮੇਰੀ ਕਿਤਾਬ ਦਾ ਨਾਮ ਆ ਗਿਆ ਸੀ ਤਾਂ ਇਸਨੂੰ ਇਨਾਮ ਮਿਲਣਾ ਚਾਹੀਦਾ ਸੀ। ਅਨਾਮਿ ਦਾ ਨਾ ਮਿਲਣਾ ਮੇਰੇ ਖ਼ਿਆਲ ਵਿੱਚ ਮੇਰੀ ਸ਼ਿਕਸਤ ਹੈ, ਮੇਰੇ ਜੈਸੇ ਅਨਾ ਪ੍ਰਸਤ ਸ਼ਾਇਰ ਦੀ ਤੌਹੀਣ ਹੈ। ਮੇਰੇ ਖ਼ਿਆਲ ਵਿੱਚ ਇਹ ਜੱਜ ਹੀ ਕੁਰੱਪਟ ਹੈਂ। ਸਾਰਾ ਅਦਬੀ ਸੇਟ-ਅਪ ਹੀ ਕੁਰੱਪਟ ਹੈ। ਸਿਆਸਤ ਹੈ ਭਾਈ। ਕਿਤਾਂਬਾਂ ਦੇ ਇੰਤਖ਼ਾਬ ਲਈ ਨਾ ਕੋਈ ਅਸੂਲ ਹੈ ਨਾ ਜ਼ਾਬਤਾ। ਸ਼ਾਇਰ ਦੀ ਇਲਮੀ ਸਲਾਹੀਅਤ ਔਰ ਕਿਤਾਬ ਦੇ ਮਿਆਰ ਨੂੰ ਮਲਹੋਜ਼ ਰੱਖਣ ਦੀ ਬਜਾਏ ਜੱਜਾਂ ਦੀ ਸਵਾਬ ਦੀਦ ਤੇ ਫ਼ੈਸਲਾ ਛੱਡ ਦਿੱਤਾ ਜਾਂਦਾ ਹੈ ਕਿ ਅਨਾਮਿ ਦਾ ਹੱਕਦਾਰ ਕਿਨੂੰ

ਸਮਝਦੇ ਹੈਂ ਔਰ ਕਿਨ੍ਹੂੰ ਨਹੀਂ।

"ਲਿਹਾਜ਼ਾਏ ਤਾਂ ਮੈਂ ਇਹਤਜਾਜੀ ਤੌਰ ਤੇ ਸ਼ਾਇਰੀ ਛੱਡ ਰਿਹਾ ਹਾਂ ਔਰ ਅਮਰੀਕਾ ਵਾਪਸ ਜਾ ਰਿਹਾ ਹਾਂ। ਮੈਨੂੰ ਇੰਨੇ ਸਾਲ ਅਦਬ ਦੀ ਖ਼ਿਦਮਤ ਕਰਕੇ ਕੀ ਮਿਲੀਆ।"

ਇਹ ਸਭ ਗੱਲਾਂ ਸੁਣ ਕੇ ਮੈਂ ਉਹਣਾਂ ਨੂੰ ਸਵਾਲ ਕੀਤਾ, "ਡਾਕਟਰ ਸਾਹਿਬ! ਆਪ ਇਹ ਦੱਸੋ ਕਿ ਆਪ ਸ਼ਾਇਰੀ ਕਿਹਦੇ ਲਈ ਕਰਦੇ ਹੋ। ਆਪਣੀ ਰੂਹ ਦੀ ਤਸਕੀਨ ਲਈ ਯਾਂ ਦੂਸਰੀਆਂ ਲਈ। ਸ਼ਾਇਰੀ ਤਾਂ ਐਸਾ ਕੰਮ ਹੈ ਜੋ ਤੁਹਾਡੀ ਅਹਸਾਸਾਤ ਔਰ ਜਜ਼ਬਾਤ ਦੀ ਤਰਜਮਾਨੀ ਕਰਦਾ ਹੈ।

"ਅਗਰ ਇਨਾਮ ਨਹੀਂ ਮਿਲੀਆ, ਛੱਡੋ ਜਾਣ ਦਿਓ ਇਸ ਇਨਾਮ ਨੂੰ। ਜੋ ਲੋਗ ਐਸੀਆਂ ਚੀਜ਼ਾਂ ਦੇ ਭੁੱਖੇ ਹੁੰਦੇ ਹੈਂ, ਉਹ ਬਾਸਲਾਹੀਅਤ ਨਹੀਂ ਹੁੰਦੇ। ਵੈਸੇ ਵੀ ਇਨਾਮ ਲੈਣ ਵਾਲੇ ਦਰਬਾਰੀ ਸਰਕਾਰੀ ਲੋਗ ਹੋਰ ਹੁੰਦੇ ਹੈਂ ਔਰ ਕੰਮ ਕਰਣ ਵਾਲੇ ਹੋਰ। ਤੁਸੀਂ ਤਾਂ ਅਕਸਰ ਦੇਖਿਆ ਹੋਇਗਾ ਕਿ ਨਾਮ ਪਹਾੜ ਜਿੰਨ੍ਹਾ ਤੇ ਕੰਮ ਸਿਫ਼ਰ। ਐਸੇ ਏਜ਼ਾਜ਼ਾਤ ਨੂੰ ਕੌਣ ਯਾਦ ਰੱਖਦਾ ਹੈ। ਇਹ ਤਾਲ਼ਿਆਂ ਦੀ ਗੂੰਜ ਦੇ ਨਾਲ ਹੀ ਮੰਦ ਪੈ ਜਾਂਦੇ ਹੈਂ ਔਰ ਉਹਣਾਂ ਦੇ ਮਾਲਿਕਾਂ ਦੇ ਨਾਲ ਹੀ ਦਫ਼ਨਾ ਦਿੱਤੇ ਜਾਂਦੇ ਹੈਂ। ਅਗਰ ਕੋਈ ਚੀਜ਼ ਰਹਿ ਜਾਂਦੀ ਹੈ ਤਾਂ ਉਹਣਾਂ ਦਾ ਕੰਮ। ਕਾਂ ਬੁਲਨਦ ਮੀਨਾਰ ਤੇ ਬੈਠਣ ਤੋਂ ਉਕਾਬ ਨਹੀਂ ਬਣ ਜਾਂਦਾ। ਅਵਾਰਡ ਦੀ ਹੁਣ ਤਾਂ ਸ਼ਾਪਿੰਗ ਕੀ ਜਾਂਦੀ ਹੈ। ਜੋ ਜ਼ਿਆਦਾ ਬੋਲੀ ਦਵੇ, ਲੈ ਜਾਏ।"

"ਮਿਆਂ ਤੁਮ ਠੀਕ ਕਹਿੰਦੇ ਹੋ ਲੇਕਿਨ ਇਬਤਦਾ ਤੋਂ ਅੱਜ ਤੱਕ ਇਹੀ ਦਸਤੂਰ ਰਿਹਾ ਹੈ ਕਿ ਏਜ਼ਾਜ਼ਾਤ ਇਨਸਾਨ ਲਈ ਇੱਜ਼ਤ ਵਕਾਰ ਵਿੱਚ ਇਜ਼ਾਫ਼ਾ ਕਰਦੇ ਹੈਂ। ਬੱਸ ਮੇਰੇ ਖ਼ਿਆਲ ਵਿੱਚ ਅਦਬੀ ਬਦ ਦਿਆਨਤੀ ਹੈ, ਹੋਰ ਕੁਛ ਨਹੀਂ।"

ਮੈਂ ਕਿਹਾ, "ਲੇਕਿਨ ਡਾਕਟਰ ਸਾਹਿਬ! ਵਾਰਿਸ ਸ਼ਾਹ, ਬਾਬਾ ਫ਼ਰੀਦ,

ਬੁੱਲ੍ਹੇ ਸ਼ਾਹ, ਸ਼ਾਹ ਹੁਸੈਨ, ਮੀਆਂ ਮੁਹੰਮਦ ਬਖ਼ਸ਼ ਨੂੰ ਕੋਈ ਅਵਾਰਡ ਨਹੀਂ ਦਿੱਤਾ ਗਿਆ ਲੇਕਿਨ ਅੱਜ ਵੀ ਇਹਨਾਂ ਦੇ ਨਾਮ ਜ਼ਿੰਦਾ ਹੈਂ।"

"ਪੰਜਾਬੀ ਨੂੰ ਅਸੀਂ ਜਿੰਨ੍ਹਾ ਨੁਕਸਾਨ ਖ਼ੁਦ ਪਹੁੰਚਾਇਆ ਹੈ, ਸ਼ਇਦ ਹੀ ਕਿਸੀ ਹੋਰ ਨੇ ਲੇਕਿਨ ਉਹ ਅੱਜ ਵੀ ਜ਼ਿੰਦਾ ਹੈ। ਇਹਦਾ ਕਰੈਡਿਟ ਅਸੀਂ ਸ਼ਾਇਰਾਂ ਨੂੰ ਨਹੀਂ ਬਲਕਿ ਖ਼ੁਦ ਪੰਜਾਬੀ ਜ਼ਬਾਨ ਨੂੰ ਜਾਂਦਾ ਹੈ।"

ਇਹ ਸੁਣਕੇ ਡਾਕਟਰ ਸਾਹਿਬ ਨੇ ਦਰਦਨਾਕ ਲਹਿਜ਼ੇ ਵਿੱਚ ਕਿਹਾ, "ਮੈਂ ਤੁਮ੍ਹਾਰੀ ਗੱਲ ਨਾਲ ਇਤਫ਼ਾਕ ਕਰਦਾ ਹਾਂ ਲੇਕਿਨ ਹੁਣ ਤਾਂ ਮੇਰੇ ਆਪਣੇ ਬੱਚੇ ਅੰਗਰੇਜ਼ੀ ਬੋਲਦੇ ਤੇ ਲਿਖਦੇ ਹੈਂ। ਪੰਜਾਬੀ ਨੂੰ ਹੁਣ ਕੌਣ ਪੁੱਛਦਾ ਹੈ? ਸ਼ਾਇਦ ਮੇਰੇ ਜਿਹੇ ਅਜ਼ੀਮ ਸ਼ਾਇਰ ਲਈ ਪੰਜਾਬੀ ਜ਼ਬਾਨ ਮੁਨਾਸਬ ਨਹੀਂ। ਅਗਰ ਮੈਂ ਅੰਗਰੇਜ਼ੀ ਵਿੱਚ ਸ਼ਾਇਰੀ ਕਰਦਾ ਤਾਂ ਨੋਬਲ ਪ੍ਰਾਇਜ਼ ਤਾਂ ਜ਼ਰੂਰ ਮਿਲਦਾ।

੬

ਗਾਹਕ

ਚੰਦ ਦਿਨ ਬਾਕੀ ਸੀ ਜਦ ਅਨਵਰ ਨੂੰ ਇੱਤਲਾਅ ਦਿੱਤੀ ਗਈ ਕਿ ਇਹਦੀ ਸ਼ਾਦੀ ਹੋ ਰਹੀ ਹੈ। ਉਹਨੂੰ ਤਾਂ ਮਲੂਮ ਨਹੀਂ ਸੀ ਕਿ ਇਹਦਾ ਰਿਸ਼ਤਾ ਕਿੱਥੇ ਤੈਅ ਕੀਤਾ ਗਿਆ ਹੈ।

ਰਿਸ਼ਤਾ ਤਾਂ ਇਹਦੀ ਗ਼ੈਰ ਮੌਜੂਦਗੀ ਵਿੱਚ ਖ਼ੁਸ਼ ਅਸਲੂਬੀ ਨਾਲ ਤੈਅ ਹੋ ਗਿਆ। ਲੜਕੀ ਦੇ ਰਿਸ਼ਤੇਦਾਰਾਂ ਨੇ ਅਨਵਰ ਦੇ ਖ਼ਾਨਦਾਨ ਵਾਲੀਆਂ ਦਾ ਰੁਪਈਆ ਪੈਸਾ ਦੇਖ ਕੇ ਹਾਂ ਕਰ ਦਿੱਤੀ ਸੀ। ਇਸ ਲਈ ਤਸਵੀਰ ਤੋਂ ਹੀ ਪੱਕਾ ਕਰ ਲਿਆ ਗਿਆ।

ਅਨਵਰ ਵਾਲਦੈਨ ਦੇ ਅੱਗੇ ਇੰਨਕਾਰ ਨਾ ਦਰ ਸੱਕੀਆ। ਨਜਮਾ ਨਾਲ ਸ਼ਾਦੀ ਹੋ ਗਈ। ਉਹ ਇਕ ਪੜ੍ਹੀ-ਲਿਖੀ ਔਰ ਖ਼ੂਬਸੂਰਤ ਲੜਕੀ ਸੀ। ਕੁਛ ਅਰਸਾ ਤਾਂ ਬੜਾ ਚੰਗਾ ਗੁਜ਼ਰੀਆ। ਫਿਰ ਉਸਨੇ ਅਪਣਾ ਐਸਾ ਰੰਗ ਦਿਖਾਇਆ ਕਿ ਖ਼ਾਨਦਾਨ ਦੇ ਮੁਮਕਿਨਾ ਰਿਸ਼ਤਿਆਂ ਵਿੱਚੋਂ ਇਕ ਵੀ ਨਹੀਂ ਰਿਹਾ।

ਉਹਣਾਂ ਦੇ ਦਰਮਿਆਨ ਕਈ ਵਾਰੀ ਤੂੰ-ਤੂੰ ਮੈਂ-ਮੈਂ ਹੋਈ। ਜਦ ਅਨਵਰ ਨੂੰ ਇਹਦੀ ਜ਼ਬਾਨ ਦੀ ਧਾਰ ਦਾ ਅੰਦਾਜ਼ਾ ਹੋਇਆ ਤਾਂ ਉਸਨੇ ਹਥਿਆਰ ਡਾਲ ਦਿੱਤੇ।

ਹੁਣ ਤਾਂ ਇਹਨੂੰ ਕੋਈ ਪੁੱਛਣ ਵਾਲਾ ਨਹੀਂ ਸੀ ਲੇਕਿਨ ਇਹਦੇ ਬਾਵਜੂਦ ਉਹ ਖ਼ੁਸ਼ ਨਹੀਂ ਸੀ। ਉਹ ਕੁਛ ਕਰਣਾ ਚਾਹੁੰਦੀ ਸੀ। ਉਹ ਅਕਸਰ ਕਹਿੰਦੀ, "ਮੇਰੇ ਨਾਲ ਧੋਖਾ ਹੋਇਆ ਹੈ। ਮੈਨੂੰ ਕੀ ਪਤਾ ਸੀ ਕਿ ਤੁਮ੍ਹਾਰੇ ਕੋਲ ਕੁਛ ਨਹੀਂ।

"ਮੈਂ ਤਾਂ ਤੁਮ੍ਹਾਰੇ ਨਾਲ ਪੈਸੇ ਦੀ ਵਜ੍ਹਾ ਨਾਲ ਸ਼ਾਦੀ ਕੀਤੀ ਸੀ।"

ਅਨਵਰ ਇਹਨੂੰ ਸਮਝਾਂਦਾ ਲੇਕਿਨ ਨਜਮਾ ਸਮਝਣਾ ਹੀ ਨਹੀਂ ਚਾਹੁੰਦੀ ਸੀ। ਉਹ ਕਹਿੰਦੀ "ਮੈਂ ਗ਼ਰੀਬ ਪੈਦਾ ਹੋਈ ਹਾਂ ਲੇਕਿਨ ਗ਼ਰੀਬ ਮਰਨਾ ਨਹੀਂ ਚਾਹੁੰਦੀ।"

ਦਿਨ-ਰਾਤ ਪੈਸਾ ਇਹਦੇ ਸਿਰ ਤੇ ਸਵਾਰ ਰਹਿੰਦਾ। ਹਾਏ ਪੈਸਾ, ਹਾਏ ਪੈਸਾ!

ਅਨਵਰ ਨੂੰ ਕਦੀ-ਕਦੀ ਉਹਦੇ ਜਨੂਨ ਤੋਂ ਖ਼ੌਫ਼ ਆਂਦਾ। ਹੱਦ ਤੋਂ ਜ਼ਿਆਦਾ ਖ਼ੁਦ ਪਸੰਦੀ ਨੂੰ ਅੱਗੇ ਹੀ ਅੱਗੇ ਵਧਾਈ ਜਾ ਰਹੀ ਸੀ।

ਉਹ ਆਪਣੇ ਕੰਮ-ਗੋਈ ਦੀ ਵਜ੍ਹਾ ਨਾਲ ਕਾਫ਼ੀ ਸੁਲਝੀਆ ਹੋਇਆ ਸੀ ਔਰ ਉਹ ਉਸਦੀ ਨਰਮੀ ਦਾ ਨਾਜਾਇਜ਼ ਫ਼ਾਇਦਾ ਉਠਾ ਰਹੀ ਸੀ। ਉਹਣੇ ਬਹੁਤ ਕੋਸ਼ਿਸ਼ ਕੀਤੀ ਕਿ ਇਹਦਾ ਰਵਇਆ ਠੀਕ ਰਹੇ ਲੇਕਿਨ ਉਹ ਆਪਸੀ ਸਮਝ ਪੈਦਾ ਨਾ ਕਰ ਸਕਿਆ। ਸਾਰੀ ਰਾਤ ਉਹ ਉਸਦੇ ਪਹਿਲੂ ਵਿੱਚ ਲਿਟੀਆ ਰਹਿੰਦਾ।

ਜਦ ਵੀ ਉਹ ਇਹਨੂੰ ਛੂੰਦਾ, ਉਹ ਗੁੱਸੇ ਨਾਲ ਹਾਫਦੇ ਹੋਏ ਚੀਖਦੀ।

"ਨਾ ਛੂ ਮੈਨੂੰ !" ਉਹਦੀਆਂ ਅੱਖਾਂ ਸੁਰਖ਼ ਹੋ ਜਾਂਦੀਆਂ, "ਘਿਣ ਆਂਦੀ ਹੈ ਮੈਨੂੰ ਤੁੰਮ੍ਹਾਰੇ ਵਜੂਦ ਤੋਂ। ਨਫ਼ਰਤ ਹੈ ਮੈਨੂੰ ਤੇਰੇ ਜੈਸੇ ਕੀੜੇ ਮਕੋੜਿਆਂ ਤੋਂ। ਇਹ ਦੁਨੀਆ ਤੇਰੇ ਜੈਸੇ ਲੋਗਾਂ ਦੇ ਜੀਣ ਲਈ ਨਹੀਂ ਹੈ।" ਅਨਵਰ ਬੇਚਾਰਾ ਖ਼ਾਮੋਸ਼ ਹੋ ਜਾਂਦਾ। ਉਹਣੇ ਬਹੁਤ ਕੋਸ਼ਿਸ਼ ਕੀਤੀ ਲੇਕਿਨ ਇਹਦੇ ਰਵੱਈਏ ਵਿੱਚ ਕੋਈ ਤਬ-ਦੀਲੀ ਨਹੀਂ ਆਈ। ਪਾਣੀ ਸਿਰ ਤੋਂ ਲੰਘ ਚੁੱਕਾ ਸੀ। ਹੁਣ ਉਹ ਇਹ ਆਸੀਬ

ਤੋਂ ਛੁਟਕਾਰਾ ਹਾਸਲ ਕਰਣਾ ਚਾਹੁੰਦਾ ਸੀ। ਆਖ਼ਿਰ ਉਸਣੇ ਤੰਗ ਆਕੇ ਇਹਨੂੰ ਤਲਾਕ ਦੇ ਦਿੱਤਾ।

ਇਸ ਬਾਦ ਉਹਦੇ ਅੰਦਰ ਪਤਾ ਨਹੀਂ ਕੀ ਜਜ਼ਬਾ ਪੈਦਾ ਹੋਈਆ, ਉਹਣੇ ਪੇਟ ਕੱਟ ਕੇ ਤਾਲੀਮੀ ਇਖ਼ਰਾਜਾਤ ਪੂਰੇ ਕੀਤੇ। ਆਲਾ ਤਾਲੀਮ ਹਾਸਲ ਕੀਤੀ। ਕੁਛ ਅਰਸੇ ਵਿੱਚ ਤਰੱਕੀ ਕਰਦੇ-ਕਰਦੇ ਮਲਟੀਨੈਸ਼ਨਲ ਕੰਪਨੀ ਵਿੱਚ ਉੱਚੇ ਔਹਦੇ ਤੇ ਫ਼ਾਇਜ਼ ਹੋ ਗਿਆ।

ਅੱਜ ਸ਼ਾਮ ਨੂੰ ਦਫ਼ਤਰ ਤੋਂ ਛੁੱਟੀ ਕਰਕੇ ਪੈਦਲ ਹੀ ਘਰ ਆ ਰਿਹਾ ਸੀ। ਫਿਰ ਉਹੀ ਤਨਹਾਈ, ਉਦਾਸੀ, ਕੋਈ ਗੱਲ ਨਹੀਂ ਸੀ। ਜਿਵੇਂ ਉਹਣੇ ਖ਼ੁਦ ਨਾਲ ਸਮਝੋਤਾ ਕਰ ਲਿਆ ਸੀ। ਬੱਸ ਅਜੀਬ ਜਹੀ ਉਦਾਸੀ ਜਿਸਦਾ ਇਹਨੂੰ ਖ਼ੁਦ ਪਤਾ ਨਹੀਂ ਸੀ। ਚੂੰਕਿ ਸਰਦੀ ਕਾਫ਼ੀ ਸੀ, ਆਪਣੇ ਦੋਨੋਂ ਹੱਥ ਕੋਟ ਦੀਆਂ ਜੇਬਾਂ ਵਿੱਚ ਦਬਾਏ ਇਰਦ-ਗਿਰਦ ਦੇ ਮਾਹੌਲ ਤੋਂ ਬੇਖ਼ਬਰ ਆਪਣੀਆਂ ਸੋਚਾਂ ਚ ਗੁੰਮ ਸੀ। ਕਿਉਂ ਉਸਨੇ ਖ਼ੁਦ ਘਰ ਅਜ਼ੀਅਤ ਵਿੱਚ ਮੁਬਤਲਾ ਕਰ ਰੱਖੀਆ ਹੈ? ਇਸ ਸਵਾਲ ਦਾ ਜਵਾਬ ਉਹ ਤਲਾਸ਼ ਕਰ ਰਿਹਾ ਸੀ। ਔਰ ਆਪਣੀ ਅਜ਼ੀਅਤ ਨੂੰ ਘਟਾਣ ਲਈ ਸੜਕ ਦੇ ਕਿਨਾਰੇ ਧੀਮੀ ਰਫ਼ਤਾਰ ਵਿੱਚ ਬੇ ਮਕਸਦ ਚੱਲ ਰਿਹਾ ਸੀ। ਉਸਦੇ ਕਦਮ ਹੁਣ ਥੱਕੇ-ਥੱਕੇ ਸੀ। ਸ਼ਾਇਦ ਇਹ ਥਕਣ ਹੁਣ ਉਸਦੇ ਵਜੂਦ ਦਾ ਹਿੱਸਾ ਸੀ। ਉਹੀ ਥਕਾਨ ਆਹਿਸਤਾ-ਆਹਿਸਤਾ ਉਸ ਦੇ ਵਜੂਦ ਵਿੱਚ ਫੈਲਦੀ ਜਾ ਰਹੀ ਸੀ। ਉਹਦੇ ਪੈਰ ਜਵਾਬ ਦੇ ਰਹੇ ਸੀ। ਚਲਦੇ-ਚਲਦੇ ਉਹ ਕਾਫ਼ੀ ਦੂਰ ਆ ਗਿਆ ਸੀ।

ਅਚਾਨਕ ਉਹਣੇ ਆਪਣੇ ਕਦਮਾਂ ਨੂੰ ਰੋਕ ਲਿਆ ਔਰ ਅਪਣਾ ਰੁਖ਼ ਆਪਣੇ ਘਰ ਦੀ ਤਰਫ਼ ਮੁੜਣੇ ਵਾਲੀ ਛੋਟੀ ਸੜਕ ਤੇ ਮੋੜ ਦਿੱਤਾ। ਉਹਦੇ ਕੋਲੋਂ ਲੋਗ ਗੁਜ਼ਰ ਰਹੇ ਸੀ ਲੇਕਿਨ ਕੋਈ ਵੀ ਇਹਨੂੰ ਪਛਾਣਦਾ ਨਹੀਂ ਸੀ। ਹਰ ਕੋਈ ਇਕ ਦੂਸਰੇ ਦਾ ਨਫ਼ਾ ਕਰਦਾ ਗੁਜ਼ਰ ਰਿਹਾ ਸੀ।

ਅਚਾਨਕ ਅਨਵਰ ਨੇ ਦੇਖਿਆ ਕਿ ਇਕ ਸਾਂਵਲੇ ਰੰਗ ਦਾ ਆਦਮੀ ਸਾਮ੍ਹਣੇ ਖੜ੍ਹਾ ਹੈ। ਅਨਵਰ ਘਬਰਾ ਗਿਆ।

ਇਹਣੇ ਬੜੇ ਬੇਤਕੱਲੁਫ਼ ਅੰਦਾਜ਼ ਵਿੱਚ ਅਨਵਰ ਨੂੰ ਕਿਹਾ, ਸਾਹਿਬ! ਲੜਕੀ ਚਾਹੀਏ?"

ਅਨਵਰ ਨੇ ਆਪਣੀ ਘਬਰਾਹਟ ਤੇ ਕਾਬੂ ਪਾਕੇ ਗ਼ੈਰ ਇਰਾਦੀ ਤੌਰ ਨਾਲ ਕਿਹਾ, "ਹਾਂ।"

"ਕਿੱਧਰ ਜਾਣਾ ਹੈ?" ਅਜਨਬੀ ਨੇ ਕਿਹਾ।

ਅਨਵਰ ਨੇ ਕਿਹਾ, "ਜਿੱਥੇ ਤੁਮਹਾਰੀ ਮਰਜ਼ੀ, ਲੈ ਚਲੋ।"

ਇਹਣੇ ਅਨਵਰ ਦੇ ਨਾਲ ਰਕਮ ਤੈਅ ਕੀਤੀ।

ਉਹ ਇਸਨੂੰ ਇਕ ਫ਼ਲੈਟ ਵਿੱਚ ਲੈ ਆਇਆ ਜੋ ਸ਼ਹਿਰ ਦੇ ਇਕ ਪਸਮਾਂਦਾ ਇਲਾਕੇ ਵਿੱਚ ਸੀ।

ਕਮਰੇ ਵਿੱਚ ਅੰਧੇਰਾ ਸੀ। ਅਨਵਰ ਕਮਰੇ ਵਿੱਚ ਲੇਟੀ ਹੋਈ ਲੜਕੀ ਦੇ ਨਾਲ ਲੇਟ ਗਿਆ। ਲੜਕੀ ਨੇ ਵੀ ਕਿਸੀ ਕਿਸਮ ਦੀ ਝਿਜਕ ਮਹਿਸੂਸ ਨਹੀਂ ਕੀਤੀ। ਉਹ ਇਹਦੇ ਨਾਲ ਇਸ ਤਰ੍ਹਾਂ ਲੇਟ ਗਈ ਜਿਵੇਂ ਸਦਿਆਂ ਦੀ ਬਿਛੜੀ ਹੋਈ ਸੀ।

ਅਨਵਰ ਨੂੰ ਐਸਾ ਤਜਰਬਾ ਜ਼ਿੰਦਗੀ ਵਿੱਚ ਪਹਿਲੇ ਕਦੀ ਨਹੀਂ ਹੋਇਆ ਸੀ। ਲੜਕੀ ਤਾਂ ਆਪਣੇ ਕੰਮ ਵਿੱਚ ਕਾਫ਼ੀ ਮਹਾਰਤ ਰੱਖਦੀ ਸੀ। ਉਹ ਮਰਦ ਦੀ ਜ਼ਰੂਰੀਆਤ ਨੂੰ ਸਮਝਦੀ ਸੀ। ਉਸਨੇ ਅਪਣਾ ਕੰਮ ਪ੍ਰੋਫ਼ੈਸ਼ਨਲ ਅੰਦਾਜ਼ ਨਾਲ ਕੀਤਾ।

ਅਨਵਰ ਨੂੰ ਕੁਛ ਵੀ ਕਰਨਾ ਨਹੀਂ ਪਿਆ।

ਸੁਬ੍ਹਾ ਅਨਵਰ ਦੀ ਅੱਖ ਖੁੱਲੀ ਤਾਂ ਉਹਣੇ ਦੇਖਿਆ ਉਸਦੇ ਪਹਿਲੂ ਵਿੱਚ ਜੋ ਲੜਕੀ ਸੋ ਰਹੀ ਸੀ, ਇਹ ਉਸਦੀ ਸਾਬਕਾ ਬੀਵੀ ਸੀ ਔਰ ਉਹ ਇਹਦਾ ਗਾਹਕ ਬਣਕੇ ਆਇਆ ਸੀ।

੭

ਟਿਮ ਹਾਰਟਨ

(ਟਿਮ ਹਾਰਟਨ ਕੈਨੇਡਾ ਦੀ ਸਭ ਤੋਂ ਮਕਬੂਲ ਕਾਫ਼ੀ ਸ਼ਾਪ ਹੈ।)

ਕਲ ਦੁਪਹਿਰ ਦੀ ਡਾਕ ਵਿੱਚ ਹਿਰਾ ਮਲਕ ਦੀ ਸ਼ਾਇਰੀ ਦੀ ਕਿਤਾਬ ਵਸੂਲ ਹੋਈ। ਇਹਦੇ ਮਤਅਲੇ ਇਸ ਕਦਰ ਮਗਣ ਸੀ ਕਿ ਅਚਾਨਕ ਫ਼ੋਨ ਦੀ ਘੰਟੀ ਵੱਜੀ। ਮੈਂ ਰਿਸੀਵਰ ਉਠਾਇਆ।

"ਹੈਲੋ!"

"ਸ਼ੋਐਬ ਭਾਈ!" ਦੂਸਰੀ ਤਰਫ਼ੋਂ ਆਵਾਜ਼ ਆਈ।

"ਜੀ ਮੈਂ ਬੋਲ ਰਿਹਾ ਹੂੰ।"

"ਮੈਂ ਸਾਇਮਾ ਬਾਤ ਕਰ ਰਹੀ ਹੂੰ।"

"ਕਿਆ ਹਾਲ ਹੈ ਸਾਇਮਾ ਭਾਭੀ? ਖ਼ੈਰੀਅਤ ਤਾਂ ਹੈ ਜੋ ਇੰਨੀ ਸੁਬ੍ਹਾ ਫ਼ੋਨ ਕੀਤਾ ?"

"ਖ਼ੈਰੀਅਤ ਨਹੀਂ ਹੈ।"

"ਕਿਆ ਹੋਇਆ? ਅਦਨਾਨ ਕਿੱਥੇ ਹੈ?"

"ਬੈਠਾ ਹੋਗਾ ਟਿਮ ਹਾਰਟਨ ਤੇ ਵਾਹੀਆਤ ਕਿਸਮ ਦੇ ਦੋਸਤਾਂ ਨਾਲ ਜਿਨ੍ਹਾਂ ਨੂੰ ਨਾ ਕੋਈ ਕੰਮ ਨਾ ਕਾਜ। ਸਾਰਾ ਦਿਨ ਸ਼ਾਇਰੀ 'ਅਦਬ' – ਕਿਆ

ਹੈਂ ਯੇ ਸਭ ਚੀਜ਼ੇਂ? ਅਗਰ ਯਹੀ ਸਭ ਕੁਛ ਕਰਨਾ ਸੀ ਤਾਂ ਐਥੇ ਆਨ ਦਾ ਫ਼ਾਇਦਾ। ਸੁਬ੍ਹਾ ਤੋਂ ਕਈ ਵਾਰ ਇਨ੍ਹਾਂ ਨਾਲ ਰਾਬਤਾ ਕਰਨ ਦੀ ਕੋਸ਼ਿਸ਼ ਕੀਤੀ ਮਗਰ ਇਨ੍ਹਾਂ ਦਾ ਸੈਲਫ਼ੋਨ ਹੀ ਆਫ਼ ਹੈ। ਇਸ ਬੇ-ਗ਼ੈਰਤ ਨੇ ਤਾਂ ਮੇਰੀ ਜ਼ਿੰਦਗੀ ਅਜ਼ਾਬ ਕਰ ਦਿੱਤੀ ਹੈ। ਨਾ ਘਰ ਦੀ ਫ਼ਿਕਰ ਨਾ ਬੱਚੇਆਂ ਦੀ। ਬਹੁਤ ਹੋ ਗਈ। ਮੈਂ ਤੰਗ ਆ ਗਈ ਹਾਂ। ਬਰਦਾਸ਼ਤ ਦੀ ਵੀ ਕੋਈ ਹੱਦ ਹੁੰਦੀ ਹੈ। ਕੰਮ ਵੀ ਕਰਾਂ, ਬੱਚੇਆਂ ਨੂੰ ਵੀ ਦੇਖਾਂ, ਘਰ ਦਾ ਖ਼ਰਚ ਤੇ ਬਿਲ ਵੀ ਭਰਾਂ। ਅਗਰ ਇਹ ਸਭ ਮੈਂ ਹੀ ਕਰਨਾ ਸੀ ਤਾਂ ਅਦਨਾਨ ਦਾ ਕੀ ਫ਼ਾਇਦਾ?

"ਉਹ ਕੱਦ ਆਪਣੀ ਜ਼ਿੰਮੇਦਾਰੀਆਂ ਨੂੰ ਸਮਝੇਗਾ? ਉਹ ਤਾਂ ਸਾਰਾ ਦਿਨ ਘਰ ਪਿਆ ਸੁੱਤਾ ਰਹਿੰਦਾ ਹੈ। ਨੌਂ ਵਜੇ ਸਵੇਰੇ ਉਠਦਾ ਹੈ। ਦੁਪਹਿਰ ਨੂੰ ਵੀ ਇਹਨੂੰ ਦੋ ਘੰਟੇ ਆਰਾਮ ਲਈ ਚਾਹੀਦੇ ਹੈਂ ਔਰ ਸ਼ਾਮ ਨੂੰ ਟਿਮ ਹਾਰਟਨ। ਰਾਤ ਬਾਰਾਂ ਵਜੇ ਵਾਪਸੀ, ਜਿਵੇਂ ਇਸ ਘਰ ਵਿੱਚ ਕੋਈ ਸੋਇਆ ਹੀ ਨਹੀਂ ਹੋ।"

ਮੈਂ ਖ਼ਾਮੋਸ਼ੀ ਨਾਲ ਸਾਇਮਾ ਭਾਬੀ ਦੀਆਂ ਗੱਲਾਂ ਸੁਣਦਾ ਰਿਹਾ।

"ਅੱਛਾ ਤੁਸੀਂ ਫ਼ੋਨ ਬੰਦ ਕਰੋ, ਮੈਂ ਉਸ ਨਾਲ ਗੱਲ ਕਰਦਾਂ।"

ਉਹਣੇ ਰਿਸੀਵਰ ਰੱਖ ਦਿੱਤਾ। ਔਰ ਮੈਂ ਇਸ ਮਸਲੇ ਦੇ ਬਾਰੇ ਬਹੁਤ ਦੇਰ ਤੱਕ ਸੋਚਦਾ ਰਿਹਾ। ਅਦਨਾਨ ਨੂੰ ਫ਼ੋਨ ਦੀਤਾ ਤਾਂ ਇਹਦਾ ਸੈਲ ਬੰਦ ਸੀ। ਮੈਂ ਗੱਡੀ ਕੱਡ ਕੇ ਟਿਮ ਹਾਰਟਨ ਆ ਗਿਆ। ਉਹ ਉਥੇ ਦੋਸਤਾਂ ਨਾਲ ਕਾਰਨਾ ਦੀ ਟੇਬਲ ਤੇ ਮਹਿਫ਼ਲ ਜਮਾਏ ਬੈਠਾ ਸੀ। ਅਦਨਾਨ ਆਪਣੀ ਨਵੀਂ ਗ਼ਜ਼ਲ ਸੁਣਾ ਰਿਹਾ ਸੀ ਔਰ ਉਹਣਾਂ ਤੋਂ ਦਾਦ ਵਸੂਲ ਕਰ ਰਿਹਾ ਸੀ। ਮੈਂ ਜਿਵੇਂ ਹੀ ਅੰਦਰ ਦਾਖ਼ਲ ਹੋਈਆ, ਮੈਨੂੰ ਦੇਖ ਕੇ ਉਹਣੇ ਕਿਹਾ, "ਆਓ! ਸੁਣੋ ਮੇਰੀ ਨਵੀਂ ਗ਼ਜ਼ਲ।"

ਮੈਂ ਕਿਹਾ, "ਹੁਣੇ ਥੋੜੀ ਹੀ ਦੇਰ ਪਹਿਲੇ ਤੁਮ੍ਹਾਰੀ ਨਵੀਂ ਗ਼ਜ਼ਲ ਸੁਣੀ ਹੈ।"

"ਭਈ, ਤੂੰ ਤਾਂ ਹੁਣੇ ਹੀ ਆਇਆਂ, ਤੂੰ ਕਿਵੇਂ ਸੁਣ ਲਈ?"

ਮੈਂ ਨੇ ਕਿਹਾ ਕਿ ਭਾਬੀ ਨੇ ਸੁਣਾਈ ਹੈ।

ਅਚਾਨਕ ਅਦਨਾਨ ਖ਼ਾਮੋਸ਼ ਜੋ ਗਿਆ। ਬਾਕੀ ਦੋਸਤ ਹੱਸ ਪਏ।

"ਮੇਰੀ ਸ਼ਾਇਰੀ ਨਾਲ ਤਾਂ ਇਹਨੂੰ ਅੱਲ੍ਹਾ ਵਾਸਤੇ ਦਾ ਬੈਰ ਹੈ। ਇਸ ਬਦ ਜ਼ੌਕ ਨੂੰ ਕਿਆ ਪਤਾ ਸ਼ਾਇਰੀ ਕਿਸ ਬਲਾ ਦਾ ਨਾਮ ਹੈ। ਕਲ ਮੈਂ ਬੈਠਾ ਸੋਚ ਰਿਹਾ ਸੀ ਔਰ ਕੁਛ ਨਵੇਂ ਖ਼ਿਆਲਾਤ ਗਰਦਿਸ਼ ਕਰ ਰਹੇ ਸੀ। ਮੈਂ ਕੁਛ ਲਿਖਣਾ ਚਾਹੁੰਦਾ ਸੀ। ਮੇਰੇ ਕੋਲ ਆਈ ਔਰ ਆ ਕੇ ਕਹਿਣੇ ਲੱਗੀ ਕਿ ਅਦਨਾਨ ਫ਼ਾਰਗ਼ ਬੈਠੇ ਹੋ ਯੇ ਜ਼ਰਾ ਸਬਜੀ ਤਾਂ ਕੱਟ ਦੋ। ਛੱਡੋ ਇਸ ਨੂੰ, ਯੇ ਤੋ ਹੁਣ ਰੋਜ਼ ਦੀ ਗੱਲ ਹੈ। ਮੈਂ ਤੇਰੇ ਲਈ ਕਾਫ਼ੀ ਲੈ ਆਣਾਂ।" ਉਹ ਉਠਿਆ ਔਰ ਮੇਰੇ ਲਈ ਕਾਫ਼ੀ ਲੈ ਆਇਆ।

ਮਹਿਫ਼ਲ ਕੁਛ ਦੇਰ ਤੱਕ ਜਾਰੀ ਰਹੀ।

ਫਿਰ ਮੈਂ ਓੱਠੀਆ ਔਰ ਅਦਨਾਨ ਨੂੰ ਆਪਣੇ ਨਾਲ ਬਾਹਿਰ ਲੈ ਆਇਆ। ਮੈਂ ਕਿਹਾ, "ਅਦਨਾਨ! ਮੈਨੂੰ ਤੇਰੇ ਨਾਲ ਜ਼ਰੂਰੀ ਗੱਲ ਕਰਨੀ ਹੈ।"

"ਖ਼ੈਰੀਅਤ ਤਾਂ ਹੈ?"

"ਹਾਂ ਯਾਰ। ਅੱਜ ਭਾਬੀ ਦਾ ਫ਼ੋਨ ਆਇਆ ਸੀ। ਕਿਆ ਮਸਲਾ ਹੈ? ਬਿਚਾਰੀ ਬਹੁਤ ਪ੍ਰੇਸ਼ਾਨ ਸੀ। ਮੇਰੇ ਖ਼ਿਆਲ ਵਿੱਚ ਉਹ ਠੀਕ ਕਹਿੰਦੀ ਹੈ ਜੋ ਖ਼ਾਵੰਦ ਆਪਣੇ ਬੀਵੀ ਬੱਚੇਆਂ ਦਾ ਖ਼ਿਆਲ ਨਹੀਂ ਰੱਖ ਸਕਦਾ, ਉਹਦੇ ਨਾਲ ਰਹਿਣ ਦਾ ਕੀ ਫ਼ਾਇਦਾ?"

"ਸੋਇਬ ਤੂੰ ਵੀ ਸਾਇਮਾ ਦੀ ਹਿਮਾਇਤ ਕਰ ਰਿਹਾ ਹੈਂ।"

"ਨਹੀਂ ਅਦਨਾਨ! ਜੋ ਮੈਨੂੰ ਠੀਕ ਲੱਗ ਰਿਹਾ ਹੈ, ਮੈਂ ਤਾਂ ਉਹ ਗੱਲ ਕਰ ਰਿਹਾ ਹਾਂ। ਯਾਰ! ਬੱਚੇ ਔਰ ਭਾਬੀ ਦੇ ਬਾਰੇ ਸੋਚੋ ਔਰ ਆਪਣੀ ਜ਼ਿੰਮੇਦਾਰੀਆਂ ਦਾ ਅਹਿਸਾਸ ਕਰੋ।"

"ਯਾਰ ਸ਼ੋਇਬ, ਸਵੇਰੇ ਉਠਦੇ ਹੀ ਇਹਨੂੰ ਕੋਈ ਨਾ ਕੋਈ ਬਹਾਨਾ ਚਾਹੀਦਾ ਹੈ। ਗ਼ੁੱਸਾ ਤਾਂ ਇਹਦੇ ਨੱਕ ਤੇ ਰਖਿਆ ਹੁੰਦਾ ਹੈ। ਕੋਈ ਗੱਲ ਹੋਈ ਨਹੀਂ, ਇਹਦਾ ਪਾਰਾ ਚੜ੍ਹਿਆ ਨਹੀਂ। ਫਿਰ ਉਹ ਯੇ ਨਹੀਂ ਦੇਖਦੀ ਕਿ ਇਹਦੇ ਸਾਮ੍ਹਣੇ ਕੌਣ ਹੈ। ਜੋ ਮੂੰਹ ਮੇਂ ਆਂਦਾ ਹੈ ਕਹਿ ਦਿੰਦੀ ਹੈ।

"ਸ਼ਾਇਰੀ ਤਾਂ ਇਕ ਬਹਾਨਾ ਹੈ। ਵੈਸੇ ਲੜਨ ਲਈ ਉਸ ਕੋਲ ਇਕ ਸੌ ਬਹਾਨੇ ਹੈਂ।"

"ਅਦਨਾਨ ਮੈਨੂੰ ਪਤਾ ਹੈ ਇੰਨ ਔਰਤਾਂ ਦਾ, ਇਹਣਾਂ ਦੇ ਮਿਸਾਈਲ ਦਾ। ਯੇ ਤੋ ਬਿਚਾਰੀ ਬੇਵਕੂਫ਼ ਹੈਂ।ਜ਼ਰਾ ਸੀ ਤਵੱਜਾ ਚਾਹੁੰਦੀਆਂ ਹੈਂ। ਤੂੰ ਤਾਂ ਹੈ ਕਿ ਫ਼ਾਰਗ਼ ਹੋ ਕੇ ਵੀ ਤੇਰੇ ਕੋਲ ਟਾਇਮ ਨਹੀਂ ਹੈ।"

"ਅੱਜ ਸਵੇਰੇ ਨਾਸ਼ਤੇ ਦੇ ਟੇਬਲ ਤੇ ਸਾਡੀ ਜ਼ਵਰਦਸਤ ਲੜਾਈ ਹੋਈ ਔਰ ਮੈਂ ਨਾਸ਼ਤਾ ਲਿੱਤੇ ਬ਼ਗੈਰ ਘਰੋਂ ਚਲਾ ਆਇਆ। ਸਾਇਮਾ ਕਹਿ ਰਹੀ ਸੀ ਹੁਣ ਖ਼ੁਦ ਹੀ ਛੱਡ ਕੇ ਜਾ ਰਹੇ ਹੋ। ਅਗਰ ਮਰਦ ਹੋ ਤਾਂ ਹੁਣ ਘਰ ਵਾਪਸ ਨਾ ਆਣਾ। ਮੈਂ ਤੁਮ੍ਹਾਰੇ ਬ਼ਗੈਰ ਰਹਿ ਸਕਤੀ ਹੂੰ। ਮੈਂ ਹੁਣ ਵਾਪਸ ਨਹੀਂ ਜਾਊਂਗਾ।" ਅਦਨਾਨ ਦੀਆਂ ਅੱਖਾਂ ਵਿੱਚ ਨਮੀ ਉਤਰ ਆਈ।

ਮੈਂ ਕਿਹਾ, "ਗ਼ੁੱਸਾ ਛੱਡ, ਬੈਠ ਮੇਰੇ ਨਾਲ ਗੱਡੀ ਵਿੱਚ।" ਉਹ ਮੇਰੇ ਅਸਰਾਰ ਤੇ ਘਰ ਚੱਲਣ ਨੂੰ ਰਾਜ਼ੀ ਹੋ ਗਿਆ।

ਮੈਂ ਉਸਨੂੰ ਉਹਦੇ ਘਰ ਲੈ ਆਇਆ। ਮੈਂ ਕਿਹਾ, "ਤੂੰ ਇੱਥੇ ਹੀ ਬੈਠ, ਮੈਂ ਭਾਬੀ ਨਾਲ ਗੱਲ ਕਰਦਾਂ।"

ਮੈਂ ਦਰਵਾਜ਼ਾ ਖਟਖਟਾਇਆ।

ਭਾਬੀ ਨੇ ਦਰਵਾਜ਼ਾ ਖੋਲ੍ਹਿਆ।

ਮੈਂ ਕਿਹਾ, "ਭਾਬੀ, ਅਦਨਾਨ ਆਇਆ ਹੈ। ਉਹ ਆਪਣੇ ਰਵੱਈਏ ਤੇ ਸ਼ਰਮਿੰਦਾ ਹੈ, ਆਪ ਵੀ ਗ਼ੁੱਸਾ ਛੱਡੋ। ਛੋਟੀਆਂ-ਮੋਟੀਆਂ ਗੱਲਾਂ ਮਿਆਂ-

ਬੀਵੀ ਵਿੱਚ ਹੁੰਦਿਆਂ ਰਹਿੰਦਿਆਂ ਹੈਂ। ਇਕ ਦੂਸਰੇ ਨੂੰ ਮਨਾ ਲਵੋ, ਯੇ ਜ਼ਿੰਦਗੀ ਬੜੀ ਮੁਖ਼ਤਸਰ ਹੈ।

ਇਨ੍ਹੀ ਦੇਰ ਵਿੱਚ ਅਦਨਾਨ ਵੀ ਆ ਗਿਆ। ਇਹਨੂੰ ਆਪਣੇ ਰਵੱਈਏ ਤੇ ਵਾਕਈ ਸ਼ਰਮਿੰਦਗੀ ਸੀ। ਔਰ ਉਹ ਇਹੇ ਵੀ ਜਾਣਦਾ ਸੀ ਕਿ ਇਹਦੀ ਬੀਵੀ ਜ਼ਬਾਨ ਦੀ ਤੇਜ਼ ਸਹੀ ਮਗਰ ਦਿਲ ਦੀ ਬੁਰੀ ਨਹੀਂ ਹੈ। ਸਾਇਮਾ ਭਾਬੀ ਦਾ ਗ਼ੁੱਸਾ ਵੀ ਝੱਗ ਦੀ ਤਰਾਂ ਬੈਠ ਗਿਆ ਔਰ ਉਹਦਾ ਪਾਰਾ ਨੀਚੇ ਆ ਚੁੱਕਾ ਸੀ। ਉਹ ਵੀ ਕਹਿ ਰਹੀ ਸੀ, "ਮੇਰੀ ਵੀ ਜ਼ਿਆਦਤੀ ਹੈ। ਸੌਰੀ ਅਦਨਾਨ! ਮੈਂ ਸ਼ਰਮਿੰਦਾ ਹਾਂ।"

"ਨਹੀਂ ਸਾਇਮਾ! ਮੈਂ ਹੀ ਬੁਰਾ ਹਾਂ। ਤੂੰ ਠੀਕ ਕਹਿੰਦੀ ਹੈਂ, ਮੈਂ ਹੀ ਤੇਨੂੰ ਕੋਈ ਸੁੱਖ ਨਹੀਂ ਦਿੱਤਾ।" ਅਦਨਾਨ ਦੀ ਆਵਾਜ਼ ਆਂਸੂਆਂ ਵਿੱਚ ਭਿੱਗੀ ਹੋਈ ਸੀ।

ਸਾਇਮਾ ਦੀਆਂ ਅੱਖਾਂ ਤੋਂ ਵੀ ਆਂਸੂ ਟਪਕ ਰਹੇ ਸੀ। "ਮੈਂ ਤੁਹਾਡੀ ਦੁਸ਼ਮਣ ਨਹੀਂ ਹਾਂ। ਅਗਰ ਕੁਛ ਕਹਿੰਦੀ ਹਾਂ ਤਾਂ ਸਿਰਫ਼ ਇਸ ਲਈ ਕਿ ਬਾਦ ਵਿੱਚ ਤੁਹਾਨੂੰ ਕੋਈ ਪ੍ਰੇਸ਼ਾਨੀ ਨਾ ਉਠਾਣੀ ਪਏ।"

ਕੁਛ ਦੇਰ ਬਾਦ ਉਹ ਇਸ ਤਰਾਂ ਹੋ ਗਏ ਜਿਵੇਂ ਕੋਈ ਗੱਲ ਹੋਈ ਹੀ ਨਹੀਂ। ਔਰ ਮੈਨੂੰ ਇਵੇਂ ਲੱਗ ਰਿਹਾ ਸੀ ਜਿਵੇਂ ਪਰਾਈ ਸ਼ਾਦੀ ਵਿੱਚ ਅਬਦੁੱਲ੍ਹਾ ਦੀਵਾਨਾ।

ਅਦਨਾਨ ਬੋਲਿਆ, "ਸ਼ੋਇਬ ਟਿਮ ਹਾਰਟਨ ਚਲਦੇ ਹਾਂ। ਮੈਂ ਗੱਡੀ ਵੀ ਲੈਨੀ ਹੈ ਤੇ ਕਾਫ਼ੀ ਵੀ ਪੀਦੇ ਹਾਂ। ਚੱਲ ਸਾਇਮਾ ਤੂੰ ਵੀ।" ਅਸੀਂ ਤਿਨੋਂ ਟਿਮ ਹਾਰਟਨ ਆ ਗਏ। ਕਾਫ਼ੀ ਲਿੱਤੀ ਔਰ ਗੱਪਸ਼ੱਪ ਵਿੱਚ ਵਕਤ ਗੁਜ਼ਰਨੇ ਦਾ ਅਹਿਸਾਸ ਹੀ ਨਹੀਂ ਰਿਹਾ।

ਖ਼ੈਰ ਇਹਨਾਂ ਨੂੰ ਖ਼ੁਦਾ ਹਾਫ਼ਿਜ਼ ਕਹਿਕੇ ਮੈਂ ਘਰ ਆ ਗਿਆ। ਹਜੇ ਅਦਰ

ਦਾਖ਼ਲ ਹੀ ਹੋਇਆ ਸੀ ਕਿ ਬੀਵੀ ਦੀ ਆਵਾਜ਼ ਆਈ, "ਕਿਥੋਂ ਆ ਰਿਹੇ ਹੋ? ਤੁਹਾਨੂੰ ਪਤਾ ਹੈ ਮੈਂ ਸ਼ਾਪਿੰਗ ਜਾਣਾ ਸੀ। ਭਈ ਫ਼ੋਨ ਕਰ ਦਿੱਤਾ ਹੁੰਦਾ।

"ਫ਼ੋਨ ਅਗਰ ਲੈ ਗਏ ਹੁੰਦੇ ਤਾਂ? ਤੁਸੀਂ ਹੋ ਕਿ ਗ਼ੈਰ ਜ਼ਿੰਮੇਦਾਰ। ਤੁਹਾਨੂੰ ਕਿਸੀ ਗੱਲ ਦੀ ਫ਼ਿਕਰ ਹੀ ਨਹੀਂ।"

ਗੱਲਾਂ-ਗੱਲਾਂ ਵਿੱਚ ਸ਼ਦੀਦ ਝਗੜਾ ਹੋ ਗਿਆ। ਮੈਂ ਗ਼ੁੱਸੇ ਚ ਬਾਹਿਰ ਨਿਕਲ ਆਇਆ ਔਰ ਟਿਮ ਹਾਰਟਨ ਤੇ ਆ ਕੇ ਬੈਠ ਗਿਆ।

ਥੋੜੀ ਦੇਰ ਬਾਦ ਹੋਰ ਦੋਸਤ ਵੀ ਆ ਗਏ ਲੇਕਿਨ ਅੱਜ ਅਦਨਾਨ ਨਹੀਂ ਆਇਆ ਸੀ। ਕਾਫ਼ੀ ਦੇ ਨਾਲ-ਨਾਲ ਸ਼ਾਇਰੀ ਦਾ ਦੌਰ ਚੱਲ ਰਿਹਾ ਸੀ। ਇਸ ਦਫ਼ਾ ਅਦਨਾਨ ਦੀ ਬਜਾਏ ਮੈਂ ਨਵੀਂ ਗ਼ਜ਼ਲ ਸੁਣਾ ਰਿਹਾ ਸੀ।

੮

ਜਜ਼ਾਕ ਅੱਲ੍ਹਾ

ਮੈਂ ਜਿਸ ਮੁਹੱਲੇ ਵਿੱਚ ਰਿਹਾਇਸ਼ ਪਜ਼ੀਰ ਸੀ, ਉਥੇ ਇਕ ਸ਼ੇਖ਼ ਸਾਹਿਬ ਰਹਿੰਦੇ ਸੀ। ਆਦਮੀ ਪੁਰਾਣੀ ਵਜ਼ਅ ਦੇ ਸੀ। ਉਹਣਾਂ ਦਾ ਇਕ ਬੁੱਡਾ ਮੁਲਾਜ਼ਮ ਨੂਰ ਦੀਨ ਸੀ। ਸਭ ਇਹਨੂੰ ਬਾਬਾ ਨੋਰਾ ਕਹਿੰਦੇ। ਉਮਰ ਉਸ ਦੀ ਕੋਈ ੬੫ ਸਾਲ ਸੀ। ਸ਼ੇਖ਼ ਸਾਹਿਬ ਦੇ ਉਥੇ ਚੂੰਕਿ ਪਰਦਾ ਸੀ, ਇਸ ਲਈ ਸਿਵਾਏ ਨੂਰ ਦੀਨ ਦੇ ਕੋਈ ਮਰਦ ਮੁਲਾਜ਼ਮ ਨਹੀਂ ਸੀ। ਉਸਨੇ ਭੀ ਆਪਣੀ ਜ਼ਿੰਦਗੀ ਦਾ ਤਵੀਲ ਅਰਸਾ ਸ਼ੇਖ਼ ਸਾਹਿਬ ਦੇ ਉਥੇ ਗੁਜ਼ਾਰ ਦਿੱਤਾ ਸੀ।

ਕਾਫ਼ੀ ਅਰਸਾ ਪਹਿਲੇ ਉਸ ਦੀ ਬੀਵੀ ਫ਼ੌਤ ਹੋ ਗਈ ਸੀ। ਇਕ ਬੇਟਾ ਅਖ਼ਤਰ ਸੀ। ਦੁਬਲਾ-ਪਤਲਾ ਜਿਹਾ ਫ਼ਾਕਾ ਜ਼ਦਾ ਚੇਹਰਾ ਲੇਕਿਨ ਸੀ ਬੜਾ ਹੀ ਸ਼ਰੀਫ਼। ਬਾਬਾ ਨੂੰ ਇਸ ਨਾਲ ਬਹੁਤ ਮੁਹੱਬਤ ਸੀ। ਇਸੀ ਮੁਹੱਲੇ ਵਿੱਚ ਸਾਈਂ ਮੁਸ਼ਤਾਕ ਦਾ ਹੋਟਲ ਸੀ ਜਿਥੇ ਉਹ ਕੰਮ ਕਰਦਾ। ਸ਼ਾਮ ਨੂੰ ਥੱਕਾ-ਹਾਰਾ ਘਰ ਵਾਪਸ ਆਂਦਾ। ਨਾਂ ਕਿਸੀ ਨਾਲ ਦੋਸਤੀ, ਨਾਂ ਯਾਰਾਨਾ। ਬੱਸ ਅਪਣੇ ਕੰਮ ਨਾਲ ਕੰਮ। ਸਵੇਰ ਹੁੰਦੇ ਹੀ ਉਹ ਹੋਟਲ ਤੇ ਚਲਾ ਜਾਂਦਾ ਔਰ ਬਾਬਾ ਘਰ ਦੇ ਕੰਮ-ਕਾਜ ਵਿੱਚ ਮਸਰੂਫ਼ ਹੋ ਜਾਂਦਾ।

ਸ਼ੇਖ਼ ਸਾਹਿਬ ਨੇ ਰਹਿਣ ਲਈ ਕਵਾਰਟਰ ਦੇ ਰੱਖਿਆ ਸੀ ਜਿਥੇ ਇਹ

ਦੋਨੋਂ ਬਾਪ-ਬੇਟਾ ਰਹਿੰਦੇ ਸੀ।

ਇਸੀ ਤਰਾਂ ਇਹਨਾਂ ਦੇ ਦਿਨ ਗੁਜ਼ਰ ਰਹੇ ਸੀ। ਨਾਂ ਕਿਸੀ ਨਾਲ ਕੋਈ ਸ਼ਿਕਵਾ, ਨਾਂ ਸ਼ਿਕਾਅਤ, ਹਰ ਵਕਤ ਖ਼ੁਸ਼ ਔਰ ਅਪਣੀ ਹੀ ਧੁਨ ਵਿੱਚ ਮਗਨ। ਜਦ ਮੁਹੱਲੇ ਵਿੱਚ ਕੋਈ ਦੂਸਰਾ ਕਿਸੀ ਕੰਮ ਲਈ ਕਹਿੰਦਾ ਤਾਂ ਬਾਬਾ ਉਹਦੇ ਕੰਮ ਵੀ ਆਂਦਾ। ਬੇ-ਲੁਸ ਖ਼ਾਦਮ, ਨਾਂ ਪੈਸੇ ਦਾ ਲਾਲਚ, ਪਤਾ ਨਹੀਂ ਕਿਸ ਮਿੱਟੀ ਦਾ ਬਣਿਆ ਸੀ।

ਕਦੀ ਕਿਸੀ ਨੇ ਕੁਛ ਦੇ ਦਿੱਤਾ ਤਾਂ ਠੀਕ, ਨਾਂ ਦਿੱਤਾ ਫਿਰ ਵੀ ਠੀਕ। ਉਹ ਤਾਂ ਪੂਰੇ ਮੁਹੱਲੇ ਦਾ ਬਾਬਾ ਸੀ।

ਇਕ ਦਿਨ ਦੁਪਹਿਰ ਨੂੰ ਉਹ ਕੁਛ ਲੈਣ ਆਪਣੇ ਕਵਾਰਟਰ ਵਿੱਚ ਆਇਆ, ਦੇਖਿਆ ਤਾਂ ਇਸ ਦਾ ਬੇਟਾ ਅਖ਼ਤਰ ਚਾਰਪਾਈ ਉੱਤੇ ਬੇਸੁਧ ਲਿਟਿਆ ਹੋਇਆ ਸੀ।

ਬਾਬਾ ਨੇ ਇਹਨੂੰ ਕਿਹਾ, "ਬੇਟਾ, ਤੇਰੀ ਤਬੀਯਤ ਤਾਂ ਠੀਕ ਹੈ?"

ਉਹ ਬੋਲਿਆ, "ਵੈਸੇ ਹੀ ਹਲਕਾ ਸਾ ਬੁਖ਼ਾਰ ਹੈ।"

ਜਦ ਬਾਬਾ ਨੇ ਦੇਖਿਆ ਤਾਂ ਇਹਨੂੰ ਬਹੁਤ ਤੇਜ਼ ਬੁਖ਼ਾਰ ਸੀ। ਉਹ ਫ਼ੌਰਨ ਹਕੀਮ ਕੋਲ ਗਿਆ, ਦਵਾਈ ਲੈ ਆਇਆ ਲੇਕਿਨ ਕੋਈ ਅਫ਼ਾਕਾ ਨਾ ਹੋਇਆ।

ਦੂਸਰੇ ਦਿਨ ਵੀ ਇਹਦੀ ਹਾਲਤ ਬਿਹਤਰ ਨਾ ਹੋਈ। ਸ਼ਾਮ ਨੂੰ ਉਹ ਡਾਕਟਰ ਨੂੰ ਬੁਲਾ ਲਿਆਇਆ। ਡਾਕਟਰ ਨੇ ਜਦ ਇਹਨੂੰ ਦੇਖਿਆ ਤੇ ਬਾਬਾ ਨੂੰ ਕਿਹਾ, "ਇਸ ਦੀ ਹਾਲਤ ਨਾਜ਼ੁਕ ਹੈ, ਮੈਂ ਦਵਾਈ ਦੇਣਾ ਲੇਕਿਨ ਇਹਦੇ ਠੀਕ ਹੋਣ ਦੇ ਮੁਤਅੱਲਕ ਮੈਂ ਕੁਛ ਨਹੀਂ ਕਹਿ ਸਕਦਾ। ਇਹਨੂੰ ਫ਼ੌਰਨ ਹਸਪਤਾਲ ਵਿੱਚ ਦਾਖ਼ਲ ਕਰਵਾਣਾ ਪਏਗਾ।"

ਉਸਨੇ ਕੁਝ ਦਵਾਈ ਤੇ ਟੀਕੇ ਤਜਵੀਜ਼ ਕੀਤੇ ਲੇਕਿਨ ਇਹਦੀ ਹਾਲਤ ਬਿਹਤਰ ਨਾ ਹੋਈ। ਬਾਬਾ ਦੇ ਕੋਲ ਇਹਣੇ ਪੈਸੇ ਤਾਂ ਨਹੀਂ ਸੀ ਕਿ ਇਹਨੂੰ

ਹਸਪਤਾਲ ਵਿੱਚ ਐਡਮਿਟ ਕਰਵਾ ਸਕਦਾ। ਬੱਸ ਆਖ਼ਰੀ ਉੱਮੀਦ ਸ਼ੇਖ਼ ਸਾਹਿਬ ਸੀ । ਉਹ ਇਹਨਾਂ ਕੋਲ ਗਿਆ।

"ਖ਼ੁਦਾ ਵਾਸਤੇ ਮੇਰੇ ਬੱਚੇ ਨੂੰ ਬਚਾ ਲੈ। ਪਤਾ ਨਹੀਂ ਉਸਨੂੰ ਕੀ ਹੋ ਗਿਆ ਹੈ। ਆਏ ਦਿਨ ਬੁਖ਼ਾਰ ਚੜਿਆ ਰਹਿੰਦਾ ਹੈ। ਇਸਦੇ ਸਿਵਾ ਮੇਰਾ ਇਸ ਦੁਨੀਆ ਵਿੱਚ ਕੋਈ ਨਹੀਂ।" ਇਹਤੋਂ ਪਹਿਲੇ ਕਿ ਸ਼ੇਖ਼ ਸਾਹਿਬ ਕੁਛ ਜਵਾਬ ਦਿੰਦੇ, ਅਗਲੇ ਹੀ ਪਲ ਉਹਣਾਂ ਦੇ ਪੈਰਾਂ ਵਿੱਚ ਪਿਆ ਗਿੜਗਿੜਾਣ ਲੱਗਾ। ਅਖ਼ਤਰ ਦੀ ਹਾਲਤ ਨੇ ਇਹਨੂੰ ਬਦਹਵਾਸ ਕਰ ਦਿੱਤਾ ਸੀ।

ਸ਼ੇਖ਼ ਸਾਹਿਬ ਨੇ ਅਪਣਾ ਰੌਣਾ ਸ਼ੁਰੂ ਕਰ ਦਿੱਤਾ, "ਬਾਬਾ! ਤੈਨੂੰ ਤਾਂ ਪਤਾ ਹੈ ਅੱਜ ਕਲ ਕਾਰੋਬਾਰ ਕਾਫ਼ੀ ਮੰਦਾ ਹੈ।

"ਮੇਰੇ ਕੋਲ ਤਾਂ ਪੈਸੇ ਨਹੀਂ ਹੈਂ। ਤੂੰ ਇੰਜ ਕਰ, ਅਖ਼ਤਰ ਨੂੰ ਸਰਕਾਰੀ ਹਸਪਤਾਲ ਲੈ ਜਾ। ਉਥੇ ਹੁਣ ਕਾਫ਼ੀ ਚੰਗੇ ਡਾਕਟਰ ਹੈਂ। ਇਹਦਾ ਇਲਾਡ ਚੰਗਾ ਹੋ ਜਾਇਗਾ। ਵੈਸੇ ਵੀ ਮੌਸਮੀ ਬੁਖ਼ਾਰ ਹੈ, ਕੁਛ ਹੀ ਦਿਨਾਂ ਬਾਦ ਉਤੱਰ ਜਾਇਗਾ। ਬੁਖ਼ਾਰ ਤਾਂ ਕੋਈ ਬੀਮਾਰੀ ਨਹੀਂ ਹੈ, ਬੰਦਾ ਬੀਮਾਰ ਹੁੰਦਾ ਹੀ ਰਹਿੰਦਾ ਹੈ। ਇਸ ਚ ਫ਼ਿਕਰ ਦੀ ਕੋਈ ਗੱਲ ਨਹੀਂ। ਜਾਓ ਘਰ ਜਾ ਕੇ ਆਰਾਮ ਕਰੋ।" ਇਸ ਨੇ ਸਰਸਰੀ ਲਹਿਜੇ ਵਿੱਚ ਕਿਹਾ।

ਲੇਕਿਨ ਉਹ ਤਾਂ ਬਾਪ ਸੀ, ਇਸ ਤਰਾਂ ਚਾਰਪਾਈ ਤੇ ਆਪਣੇ ਬੇਟੇ ਨੂੰ ਤੜਪਦਾ ਨਹੀਂ ਵੇਖ ਸਕਦਾ ਸੀ।

ਸ਼ੇਖ਼ ਸਾਹਿਬ ਨੇ ਪੈਸੇ ਦੇਣ ਤੋਂ ਸਾਫ਼ ਇਨਕਾਰ ਕਰ ਦਿੱਤਾ। ਆਖ਼ਿਰ ਬਾਬਾ ਮਾਯੂਸ ਹੋ ਕੇ ਔਥੋਂ ਨਿਕਲ ਆਇਆ ਔਰ ਮੁਹੱਲੇ ਦੇ ਦੂਸਰੇ ਲੋਕਾਂ ਕੋਲ ਗਿਆ ਲੇਕਿਨ ਉਥੇ ਵੀ ਨਾਕਾਮ ਰਿਹਾ। ਅੱਜ ਜ਼ਿੰਦਗੀ ਵਿੱਚ ਪਹਿਲੀ ਦਫ਼ਾ ਉਹ ਬੇਬਸ ਨਜ਼ਰ ਆ ਰਿਹਾ ਸੀ। ਉਹ ਪਾਗਲਾਂ ਦੀ ਤਰਾਂ ਇੱਧਰ-ਉੱਧਰ ਭੱਜ ਰਿਹਾ ਸੀ ਲੇਕਿਨ ਕੋਈ ਵੇ ਇਹਦੀ ਮਦਦ ਕਰਨ ਲਈ ਤਿਆਰ ਨਹੀਂ ਸੀ।

ਇਹਦਾ ਬੇਟਾ ਬੁਖ਼ਾਰ ਵਿੱਚ ਬਾਰ-ਬਾਰ ਇਹ ਕਹਿ ਰਿਹਾ ਸੀ, "ਮੈਨੂੰ ਘਰੋਂ ਬਾਹਰ ਲੈ ਜਾਓ, ਇਥੇ ਮੇਰਾ ਦਿਲ ਘੱਬਰਾ ਰਿਹਾ ਹੈ।" ਉਹ ਕਿਸੀ ਨਾ ਕਿਸੀ ਤਰਾਂ ਇਹਦੀ ਚਾਰਪਾਈ ਮੁਹੱਲੇ ਦੀ ਮਸਜਿਦ ਦੇ ਬਾਹਰ ਲੈ ਆਇਆ। ਜੋ ਭੀ ਨਮਾਜ਼ ਪੜ੍ਹਕੇ ਬਾਹਿਰ ਨਿਕਲਦਾ, ਪਿਆਰ ਨਾਲ ਫੂੰਕ ਮਾਰ ਦਿੰਦਾ ਔਰ ਉਸਦੀ ਸੇਹਤਯਾਬੀ ਲਈ ਦੁਆ ਕਰਦਾ। ਹਰ ਕਿਸੀ ਨੂੰ ਹਮਦਰਦੀ ਸੀ ਲੇਕਿਨ ਪੈਸੇ ਦੇਣ ਲਈ ਕੋਈ ਤਿਆਰ ਨਹੀਂ ਸੀ।

ਬਾਬਾ ਦੀਆਂ ਅੱਖਾਂ ਵਿੱਚ ਆਂਸੂ ਜਾਰੀ ਸੀ ਔਰ ਬਾਰ-ਬਾਰ ਯੇ ਹੀ ਕਹਿ ਰਿਹਾ ਸੀ ਕਿ ਅਗਰ ਅਖ਼ਤਰ ਨੂੰ ਕੁਛ ਹੋ ਗਿਆ ਤਾਂ ਉਹ ਵੀ ਜ਼ਿੰਦਾ ਨਹੀਂ ਰਹੇਗਾ। ਮੁਹੱਲੇ ਦੀਆਂ ਔਰਤਾਂ ਇਕ ਦੂਸਰੇ ਨੂੰ ਕਹਿ ਰਹਿਆਂ ਸੀ, "ਬੇਚਾਰਾ! ਮੁਸ਼ਕਿਲ ਹੀ ਬੱਚੇਗਾ।"

ਅਖ਼ਤਰ ਆਪਣੀ ਆਖ਼ਿਰੀ ਸਾਂਸ ਲੈ ਰਿਹਾ ਸੀ ਔਰ ਬਾਬਾ ਅਪਣਾ ਸਿਰ ਘੁਟਣਿਆਂ ਵਿੱਚ ਦਿੱਤੇ ਮੁਸਲਸਲ ਰੋ ਰਿਹਾ ਸੀ।

ਮਸਜਿਦ ਤੋਂ ਆਵਾਜ਼ ਆ ਰਹੀ ਸੀ - "ਸ਼ੇਖ਼ ਸਾਹਿਬ ਨੇ ਮਸਜਿਦ ਦੇ ਮਾਰਬਲ ਲਈ ਦਸ ਹਜ਼ਾਰ ਰੁਪਏ ਦਿੱਤੇ ਹੈਂ। ਅੱਲ੍ਹਾ ਤਾਅਲਾ ਇਹਣਾਂ ਦੇ ਕਾਰੋਬਾਰ ਵਿੱਚ ਤਰੱਕੀ ਦਵੇ ਤੇ ਯੇ ਪੈਸੇ ਮਨਜ਼ੂਰ-ਵ-ਕਬੂਲ ਫ਼ਰਮਾਨ। ਜਜ਼ਾਕ ਅੱਲ੍ਹਾ, ਜਜ਼ਾਕ ਅੱਲ੍ਹਾ॥"

੯

ਸੈਕਿੰਡ ਲੈਂਗੁਏਜ

ਆਬਿਦ ਹੁਸੈਨ ਨੂੰ ਕੈਨੇਡਾ ਆਏ ਤੀਹ ਸਾਲ ਹੋ ਗਏ ਸੀ। ਸ਼ਾਇਰੀ ਨਾਲ ਲਗਾਵ ਤਾਂ ਇਹਨੂੰ ਬਚਪਣ ਤੋਂ ਹੀ ਸੀ ਲੇਕਿਨ ਕੁਛ ਅਰਸੇ ਤੋਂ ਇਹ ਉਸ ਤਰਫ਼ ਭਰਪੂਰ ਤਵੱਜਾ ਦੇ ਰਿਹਾ ਸੀ। ਜਦ ਇਹਦੀਆਂ ਗਜ਼ਲਾਂ ਮਕਬੂਲ ਹੋਣੀਆਂ ਸ਼ੁਰੂ ਹੋਈਆਂ ਤਾਂ ਇਸਦੇ ਦਿਲ ਵਿੱਚ ਖ਼ਵਾਹਿਸ਼ ਪੈਦਾ ਹੋਈ ਕਿ ਉਹ ਪਾਕਿਸਤਾਨ ਦੇ ਬੜੇ-ਬੜੇ ਸ਼ੁਅਰਾ ਨੂੰ ਇਥੇ ਆਨ ਦੀ ਦਾਵਤ ਦੇ ਤੇ ਇਸ ਤਰਾਂ ਉਸ ਦੀ ਮਕਬੂ-ਲੀਅਤ ਔਰ ਸ਼ੋਹਰਤ ਵਿੱਚ ਇਜ਼ਾਫ਼ਾ ਵੀ ਹੋਗਾ। ਅਤੇ ਨਾਲ-ਨਾਲ ਇਲਮ ਅਦਬ ਔਰ ਸ਼ਾਇਰੀ ਨਾਲ ਇਸਦਾ ਤਾਅਲੁੱਕ ਵੀ ਕਾਇਮ ਰਹੇਗਾ। ਫਿਰ ਜਦ ਉਹ ਪਾਕਿਸਤਾਨ ਜਾਏ ਤਾਂ ਉਥੇ ਵੀ ਇਹਦੀ ਕੋਈ ਪਹਿਚਾਣ ਹੋਵੇ। ਉਸਦੀ ਸ਼ਾਇਰੀ ਦੇ ਹਵਾਲੇ ਨਾਲ ਵੀ ਕੋਈ ਗੱਲ ਕੀਤੀ ਜਾਏ। ਹਰ ਕੋਈ ਕੈਨੇਡਾ ਦੇ ਚੱਕਰ ਵਿੱਚ ਉਸਦੀ ਪਜ਼ੀਰਅਈ ਕਰੇ। ਉਹ ਇਥੇ ਤੇ ਪਾਕਿਸਤਾਨ, ਦੋਨੋਂ ਜਗ੍ਹਾ ਨਾਮ ਔਰ ਇੱਜ਼ਤ ਕਮਾਏ ਜੋ ਉਹ ਇਹਣਾਂ ਤੀਹ ਸਾਲਾਂ ਤੋਂ ਹਾਸਿਲ ਨਹੀਂ ਕਰ ਸਕਿਆ। ਉਹਦੇ ਕੋਲ ਕਈ ਸ਼ੁਅਰਾ ਦੇ ਨਾਮ ਸੀ। ਉਸਨੇ ਯੇ ਫ਼ੈਸਲਾ ਕੀਤਾ ਕਿ ਹਰ ਸਾਲ ਗਰਮੀਆਂ ਵਿੱਚ ਕਿਸੀ ਨਾ ਕਿਸੀ ਸ਼ਾਇਰ ਅਦੀਬ ਨੂੰ ਉਹ ਇਥੇ ਆਨ ਦੀ ਦਾਵਤ ਦਿਆ ਕਰੇਗਾ।

ਸਭ ਤੋਂ ਪਹਿਲਾਂ ਇਹਨੂੰ ਫ਼ਿਆਜ਼ ਅਖ਼ਤਰ ਦਾ ਨਾਮ ਯਾਦ ਆਇਆ ਜਿਸ ਨਾਲ ਕੁਛ ਅਰਸਾ ਪਹਿਲੇ ਖ਼ਤ ਸੁਮੇਲ ਹੋਇਆ ਸੀ ਜਿਸ ਵਿੱਚ ਉਸਨੇ ਆਬਿਦ ਹੁਸੈਨ ਦੀ ਸ਼ਾਇਰੀ ਨੂੰ ਬਹੁਤ ਪਸੰਦ ਕੀਤਾ ਤੇ ਜਦੀਦ ਸ਼ਾਇਰੀ ਵਿੱਚ ਨਵੇਂ ਨਾਮ ਦਾ ਇਜ਼ਾਫ਼ਾ ਕਰਾਰ ਦਿੱਤਾ ਸੀ। ਉਰਦੂ ਸ਼ਾਇਰੀ ਦੇ ਚਾਰ-ਪੰਜ ਬੜੇ ਨਾਮਾਂ ਵਿੱਚ ਉਹਦੇ ਨਾਮ ਨੂੰ ਵੀ ਸ਼ਾਮਿਲ ਕੀਤਾ। ਉਹ ਉਸਦੀ ਸ਼ਾਇਰੀ ਤੋਂ ਇਸ ਕਦਰ ਮੁਤਾਸਿਰ ਹੋਇਆ ਕਿ ਇਸ ਨੂੰ ਮਿਲਣ ਦੀ ਖ਼ਵਾਹਿਸ਼ ਦਾ ਇਜ਼ਹਾਰ ਕੀਤਾ।

ਇਕ ਦਿਨ ਆਬਿਦ ਦੇ ਕੁਛ ਦੋਸਤ ਮਿਨਣ ਆਏ, ਉਹਣੇ ਕਿਹਾ, "ਯਾਰ! ਪਾਕਿਸਤਾਨ ਦਾ ਬਹੁਤ ਬੜਾ ਆਦਮੀ ਮੈਨੂੰ ਮਿਲਣਾ ਚਾਹੁੰਦਾ ਹੈ। ਉਹ ਮੇਰੀ ਸ਼ਾਇਰੀ ਨੂੰ ਬਹੁਤ ਪਸੰਦ ਕਰਦਾ ਹੈ। ਮੈਂ ਸੋਚ ਰਿਹਾ ਹਾਂ ਕਿ ਇਹਨੂੰ ਇਸ ਦਫ਼ਾ ਇਥੇ ਆਉਣ ਦੀ ਦਾਵਤ ਦਈ ਜਾਏ। ਤੁਹਾਡਾ ਕੀ ਖ਼ਿਆਲ ਹੈ?"

"ਹਾਂ ਕਿਉਂ ਨਹੀਂ? ਵੈਸੇ ਵੀ ੧੪ ਅਗਸਤ ਕਰੀਬ ਆ ਰਿਹਾ ਹੈ, ਵੀਜ਼ੇ ਦਾ ਵੀ ਕੋਈ ਮਸਲਾ ਨਹੀਂ ਹੋਇਗਾ।"

ਦੂਸਰੇ ਦਿਨ ਉਸਨੇ ਧੜਕਦੇ ਦਿਲ ਨਾਲ ਦਾਵਤ ਨਾਮਾ ਲਿਖਿਆ ਔਰ ਫ਼ਿਆਜ਼ ਅਖ਼ਤਰ ਨੂੰ ਕੈਨੇਡਾ ਆਨ ਦੀ ਦਾਵਤ ਦਿੱਤੀ। ਕੁਛ ਦਿਨਾਂ ਬਾਦ ਫ਼ਿਆਜ਼ ਅਖ਼ਤਰ ਦਾ ਜਵਾਬ ਆ ਗਿਆ। ਇਸਨੇ ਆਬਿਦ ਹੁਸੈਨ ਦੀ ਦਾਵਤ ਕਬੂਲ ਕਰ ਲਈ ਸੀ।

ਉਹ ਸੋਚ ਰਿਹਾ ਸੀ ਕਿ ਇੰਨਾਂ ਵੱਡਾ ਆਦਮੀ ਇਹਦਾ ਮਹਿਮਾਨ ਹੋਇਗਾ ਜਿਸਨੂੰ ਉਹ ਕਦੀ ਟੀ ਵੀ ਤੇ ਦੇਖਿਆ ਕਰਦਾ ਸੀ। ਜਿਸਨੂੰ ਪਾਕਿਸਤਾਨ ਵਿੱਚ ਹਰ ਕੋਈ ਜਾਨਦਾ ਹੈ, ਇਸ ਨਾਲ ਮੁਲਾਕਾਤ ਹੋਇਗੀ। ਇਥੇ ਸਾਰੀ ਕਮਿਊਨਿਟੀ ਵਿੱਚ ਉਸਦੀ ਇੱਜ਼ਤ ਹੋਏ, ਇਹ ਸੋਚਕੇ ਉਸ ਦੀ ਖ਼ੁਸ਼ੀ ਵਿੱਚ ਇਜ਼ਾਫ਼ਾ ਹੁੰਦਾ ਜਾ ਰਿਹਾ ਸੀ।

ਫ਼ਿਆਜ਼ ਅਖ਼ਤਰ ਅਗਸਤ ਦੇ ਪਹਿਲੇ ਹਫ਼ਤੇ ਕੈਨੇਡਾ ਆ ਗਏ। ਉਹ ਇਨਸੇ ਮਿਲਕਰ ਬਹੁਤ ਖ਼ੁਸ਼ ਹੋਇਆ ਔਰ ਅਪਣਾ ਕਲਾਮ ਸੁਣਾ ਕੇ ਦਾਦ ਹਾਸਲ ਕਰਦਾ ਰਿਹਾ। ਪੁਰਾਣੀ ਔਰ ਜਦੀਦ ਸ਼ਾਇਰੀ ਦੇ ਹਵਾਲੇ ਨਾਲ ਗੱਲ ਹੁੰਦੀ ਰਹੀ। ਫ਼ਿਆਜ਼ ਅਖ਼ਤਰ ਦਾ ਅੰਦਾਜ਼ ਗੁਫ਼ਤਗੂ ਬੜਾ ਹੀ ਦਿਲਕਸ਼ ਸੀ। ਉਹ ਵੀ ਇਸਦਾ ਗਰਵੀਦਾ ਹੋ ਚੁੱਕਾ ਸੀ।

ਕੁਛ ਕਿਨ ਤਾਂ ਵੱਧਿਆ ਗੁਜ਼ਰੇ ਫਿਰ ਇਕ ਦਿਨ ਅਚਾਨਕ ਕਹਿਣ ਲੱਗੇ, "ਜਨਾਬ ਆਬਿਦ ਸਾਹਿਬ ਕੋਈ ਸ਼ਰਾਬ ਵ.ਗੈਰਾ ਨਾਂ ਮਿਲ ਜਾਏ? ਔਰ ਅਗਰ ਇਹਦੇ ਨਾਲ ਸ਼ਬਾਬ ਹੋਵੇ ਤਾਂ ਕਿਆ ਬਾਤ ਹੈ!"

ਇਹ ਜੋ ਉਹਣਾਂ ਦੀ ਬਹੁਤ ਇੱਜ਼ਤ ਕਰਦਾ ਸੀ, ਇਹ ਗੱਲ ਸੁਣ ਕੇ ਹੈਰਾਨ ਰਹਿ ਗਿਆ। ਇਸੇ ਤਾਂ ਉਨ ਕੰਮਾਂ ਦਾ ਕੋਈ ਤਜਰਬਾ ਨਹੀਂ ਸੀ ਲੇਕਿਨ ਉਹ ਆਖ਼ਿਰ ਮਹਿਮਾਨ ਸੀ। ਬਿਚਾਰੇ ਨੂੰ ਸਭ ਕੁਝ ਕਰਨਾ ਪਿਆ।

ਇਕ ਦਿਨ ਇਹ ਉਹਣਾਂ ਨੂੰ ਆਪਣੇ ਇਕ ਇੰਡੀਅਨ ਦੋਸਤ ਵਿਕਰਮ ਸੇਠੀ ਦੇ ਔਥੇ ਲੈ ਗਿਆ। ਵਿਕਰਮ ਨੂੰ ਵੀ ਸ਼ਾਇਰੀ ਨਾਲ ਲਗਾਵ ਸੀ। ਆਬਿਦ ਨੇ ਦੱਸਿਆ ਕਿ ਯੇ ਬਹੁਤ ਬੜੇ ਸ਼ਾਇਰ ਹੈਂ ਔਰ ਪਾਕਿਸਤਾਨ ਦੇ ਚੰਦ ਬੜੇ ਸ਼ੁਅਰਾ ਵਿੱਚ ਸ਼ਾਮਿਲ ਹੈਂ।

ਵਿਕਰਮ ਫ਼ਿਆਜ਼ ਅਖ਼ਤਰ ਨਾਲ ਮਿਲਕੇ ਬਹੁਤ ਮੁਤਾਸਿਰ ਹੋਇਆ। ਸ਼ਾਇਰੀ ਔਰ ਅਦਬ ਤੇ ਗੱਲ ਹੁੰਦੀ ਰਹੀ, ਅਚਾਨਕ ਗੁਫ਼ਤਗੂ ਦੇ ਦੌਰਾਨ ਫ਼ਿਆਜ਼ ਦੀ ਨਜ਼ਰ ਅਲਮਾਰੀ ਵਿੱਚ ਪਈ ਹੋਈ ਸ਼ਰਾਬ ਦੀ ਬੋਤਲ ਤੇ ਪਈ। ਬਾਰ-ਬਾਰ ਹੱਥ ਦੇ ਇਸ਼ਾਰੇ ਨਾਲ ਇਸਦੀ ਤਵੱਜਾ ਇਸ ਜਾਨਿਬ ਦਿੱਤੀ ਕਿ ਮੈਨੂੰ ਉਹ ਚਾਹੀਦਾ ਹੈ। ਆਬਿਦ ਨੇ ਇਸਦੀ ਇਸ ਹਰਕਤ ਨੂੰ ਨਜ਼ਰ ਅੰਦਾਜ਼ ਕਰ ਦਿੱਤਾ ਲੇਕਿਨ ਵਿਕਰਮ ਫ਼ੌਰਨ ਸਮਝ ਗਿਆ। ਉਹ ਸੋਫ਼ੇ ਤੋਂ ਉੱਠਿਆ ਤੇ ਬੋਤਲ .ਲੈਕੇ ਫ਼ਿਆਜ਼ ਅਖ਼ਤਰ ਦੇ ਸਾਮ੍ਹਣੇ ਟੇਬਲ ਤੇ ਰੱਖ ਦਿੱਤੀ।

ਆਬਿਦ ਨੂੰ ਬੜੀ ਸ਼ਰਮਿੰਦਗੀ ਹੋਈ ਕਿ ਇਕ ਤਰਫ਼ ਤਾਂ ਇਹ ਸ਼ਖ਼ਸ ਇਲਮ-ਵ-ਅਦਬ ਦੀਆਂ ਗੱਲਾਂ ਕਰ ਰਿਹਾ ਹੈ ਤੇ ਅਚਾਨਕ ਯੇ ਸਭ ਕਿਆ ਹੈ? ਉਸਨੂੰ ਗ਼ੁੱਸਾ ਬਹੁਤ ਆਇਆ ਲੇਕਿਨ ਉਹ ਖ਼ਾਮੋਸ਼ ਰਿਹਾ।

ਵਿਕਰਮ ਤੋਂ ਇਜਾਜ਼ਤ ਲੈ ਕੇ ਵਾਪਸ ਘਰ ਚੱਲ ਦਿੱਤੇ। ਰਸਤੇ ਵਿੱਚ ਬੀਅਰ ਸਟੋਰ ਤੋਂ ਵੈਸੀ ਹੀ ਸ਼ਰਾਬ ਦੀ ਬੋਤਲ ਖ਼ਰੀਦੀ ਤਾਕਿ ਵਿਕਰਮ ਨੂੰ ਵਾਪਸ ਕਰ ਸਕੇ।

ਅਗਲੇ ਰੋਜ਼ ਉਹ ਬੋਤਲ ਵਿਕਰਮ ਨੂੰ ਦੇ ਆਇਆ ਔਰ ਕਿਹਾ ਕਿ ਫ਼ਿਆਜ਼ ਸਾਹਿਬ ਨੂੰ ਮਜ਼ਾਕ ਦੀ ਆਦਤ ਹੈ। ਉਹ ਤਾਂ ਐਂਵੀਂ ਮਜ਼ਾਕ ਕਰ ਰਹੇ ਸੀ । ਉਹ ਸੋਚਣ ਲੱਗਾ ਕਿ ਸਾਡੀ ਅਕਦਾਰ ਨੂੰ ਕਿਆ ਹੁੰਦਾ ਜਾ ਰਿਹਾ ਹੈ ਕਿ ਅਸੀਂ ਮਹਿਜ਼ ਸ਼ਰਾਬ ਦੀ ਬੋਤਲ ਲਈ ਅਪਣਾ ਸਭ ਕੁਝ ਬੇਚ ਸਕਦੇ ਹਾਂ।

ਹੁਣ ਤਾਂ ਉਹ ਅਕਸਰ ਸ਼ਰਾਬ ਦੇ ਨਸ਼ੇ ਵਿੱਚ ਰਹਿਣ ਲੱਗੇ। ਮੁਸ਼ਾਇਰੇ ਵਾਲੇ ਰੋਜ਼ ਵੀ ਇਹਣਾਂ ਨੂੰ ਕੋਈ ਹੋਸ਼ ਨਹੀਂ ਸੀ ਕਿ ਅੱਜ ੧੪ ਅਗਸਤ ਹੈ ਯਾਂ ੧੪ ਜੂਨ।

ਹੁਣ ਉਹ ਭਰ ਚੁੱਕਿਆ ਸੀ। ਫ਼ਿਆਜ਼ ਅਖ਼ਤਰ ਦੀਆਂ ਹਰਕਤਾਂ ਤੋਂ। ਇੰਨਾ ਤੰਗ ਆ ਗਿਆ ਸੀ ਕਿ ਇਹਨੂੰ ਸ਼ਾਇਰੀ ਤੋਂ ਨਫ਼ਰਤ ਹੋ ਚੁੱਕੀ ਸੀ। ਉਸਦੀ ਬੀਵੀ ਨਾਰਾਜ਼ ਹੋ ਕੇ ਵਾਲਦੈਨ ਦੇ ਇਥੇ ਚਲੀ ਗਈ ਸੀ। ਇਕ ਅਜ਼ਾਬ ਸੀ ਜੋ ਕਿ ਉਸ ਤੇ ਮਸਲੱਤ ਹੋ ਕੇ ਰਹਿ ਗਿਆ ਸੀ ਜੋ ਇੱਜ਼ਤ ਉਸਨੇ ਇਥੇ ਤੀਹ ਸਾਲਾਂ ਤੋਂ ਬਣਾਈ ਸੀ, ਉਸਨੇ ਚੰਦ ਦਿਨਾਂ ਵਿੱਚ ਖ਼ਤਮ ਕਰਕੇ ਰੱਖ ਦਿੱਤੀ ਸੀ। ਸਭ ਕੁਛ ਖ਼ਾਕ ਵਿੱਚ ਮਿਲਾ ਦਿੱਤਾ ਸੀ। ਆਬਿਦ ਬੇਚਾਰਾ ਤਾਂ ਕਦੀ ਬਾਹਿਰ ਨਹੀਂ ਗਿਆ ਸੀ, ਨਾ ਕਦੀ ਡਿਸਕੋ ਵਿੱਚ ਔਰ ਨਾ ਹੀ ਕਿਸੀ ਔਰਤ ਦਾ ਕੋਈ ਚੱਕਰ। ਉਹ ਤਾਂ ਫ਼ੈਮਿਲੀ ਨਾਲ ਰਹਿੰਦਾ ਤੇ ਫ਼ੈਕਟਰੀ ਵਿੱਚ ਕੰਮ ਕਰਦਾ। ਇੰਣੇ ਪੈਸੇ ਮਿਲ ਜਾਂਦੇ ਸੀ ਕਿ ਬਾਇੱਜ਼ਤ ਗੁਜ਼ਾਰਾ ਹੋ ਜਾਂਦਾ। ਫ਼ਿਆਜ਼ ਅਖ਼ਤਰ ਨੇ ਤਾਂ

ਇਹਨੂੰ ਕਿਤੇ ਦਾ ਨਹੀਂ ਛੱਡਿਆ ਸੀ। ਆਖ਼ਿਰ ਕਦ ਤਕ ਉਹ ਇਹਣਾਂ ਦੀ ਇਸ ਤਰਾਂ ਤਵੱਜੋ ਕਰਦਾ।

ਇਕ ਦਿਨ ਫ਼ਿਆਜ਼ ਅਖ਼ਤਰ ਨੇ ਕਿਹਾ ਕਿ ਯਾਰ ਮੇਰਾ ਵੀਜ਼ਾ ਖ਼ਤਮ ਹੋਣ ਵਾਲਾ ਹੈ। ਮੌਸਮ ਬਹੁਤ ਅੱਛਾ ਹੈ। ਮੈਂ ਚਾਹੁੰਦਾ ਹਾਂ ਕੁਛ ਦਿਨ ਹੋਰ ਰੁੱਕ ਜਾਉਂ। ਕੋਸ਼ਿਸ਼ ਕਰੋ ਕਿ ਪੰਦਰਾਂ ਰੋਜ਼ ਦਾ ਵੀਜ਼ਾ ਮਜ਼ੀਦ ਵੱਧ ਜਾਏ।

ਇਹਨੂੰ ਗ਼ੁੱਸਾ ਤਾਂ ਬਹੁਤ ਆਇਆ ਲੇਕਿਨ ਉਹ ਵੱਡਾ ਆਦਮੀ ਸੀ ਤੇ ਮਹਿਮਾਨ ਵੀ। ਇਹ ਸਭ ਕੁਛ ਸੋਚ ਕੇ ਉਹ ਚੁਪ ਰਿਹਾ।

ਅਗਲੀ ਸਵੇਰ ਉਹ ਇਹਨੂੰ ਲੈ ਕੇ ਇੰਮੀਗ੍ਰੇਸ਼ਨ ਆਫ਼ਿਸ ਗਿਆ। ਜਦ ਉਹ ਕਾਊਂਟਰ ਤੇ ਗਏ ਤਾਂ ਟੇਬਲ ਤੇ ਇਕ ਬੋਰਡ ਪਿਆ ਸੀ ਜਿਸਤੇ ਲਿੱਖਿਆ ਸੀ - ਸਰਵਿਸ ਇਨ ਇੰਗਲਿਸ਼ / ਫ੍ਰੈਂਚ। ਇਹਦਾ ਮਸਲਾ ਹੱਲ ਹੋ ਗਿਆ ਸੀ। ਕਾਊਂਟਰ ਤੇ ਮੌਜੂਦ ਖ਼ਾਤੂਨ ਨੇ ਪੁੱਛਿਆ, "ਮੈਂ ਤੁਹਾਡੀ ਕੀ ਮਦਦ ਕਰ ਸਕਦੀ ਹਾਂ?"

ਇਹਣੇ ਕਿਹਾ, "ਮੇਰਾ ਨਾਮ ਆਬਿਦ ਹੁਸੈਨ ਹੈ। ਮੈਂ ਕੈਨੇਡਿਅਣ ਸ਼ਹਿਰੀ ਹਾਂ। ਇਹ ਸ਼ਖ਼ਸੀਅਤ ਜੋ ਮੇਰੇ ਨਾਲ ਹੈਂ, ਮੈਂ ਇੰਨਾਂ ਨੂੰ ਇਕ ਮਾਹ ਲਈ ਸਪਾਂਸਰ ਕਰਕੇ ਇਥੇ ਬੁਲਵਾਇਆ ਸੀ ਮਗਰ ਹੁਣ ਮੇਰੇ ਲਈ ਇਹ ਇਕ ਮਸਲਾ ਬਣਕੇ ਰਹਿ ਗਏ ਹੈਂ। ਉਹਣਾਂ ਦਾ ਵੀਜ਼ਾ ਖ਼ਤਮ ਹੋਣ ਨੂੰ ਹੈ। ਯੇ ਪੰਦਰਾਂ ਰੋਜ਼ ਔਰ ਇਥੇ ਰਹਿਣਾ ਚਾਹੁੰਦੇ ਹੈਂ ਮਗਰ ਮੈਂ ਹੁਣ ਮੇਹਮਾਣ ਨਵਾਜ਼ੀ ਨਹੀਂ ਚਾਹੁੰਦਾ। ਇਸ ਲਈ ਮਿਹਰਬਾਨੀ ਕਰਕੇ ਵੀਜ਼ਾ ਨਾ ਵੱਧਾਈਂ।"

"ਅੱਛਾ! ਜੈਸੀ ਆਪ ਦੀ ਖ਼ਵਾਹਿਸ਼। ਉਹਣਾਂ ਦਾ ਵੀਜ਼ਾ ਨਹੀਂ ਵੱਧ ਸਕਦਾ," ਖ਼ਾਤੂਨ ਨੇ ਨਫ਼ੀ ਵਿੱਚ ਸਿਰ ਹਿਲਾਇਆ।

ਇਹਣੇ ਪੁੱਛਿਆ, "ਯੇ ਖ਼ਾਤੂਨ ਕੀ ਕਹਿ ਰਹਿ ਹੈ? ਕੀ ਮੇਰਾ ਵੀਜ਼ਾ ਵੱਧ ਜਾਏਗਾ?"

"ਨਹੀਂ ਯਾਰ! ਮੈਂ ਤਾਂ ਤੁਹਾਡੇ ਸਾਮ੍ਹਣੇ ਕਾਫ਼ੀ ਕੋਸ਼ਿਸ਼ ਕੀਤੀ ਮਗਰ ਇਹ ਨਹੀਂ ਮਣਦੇ।"

"ਅੱਛਾ! ਬੜੀ ਅਜੀਬ ਗੱਲ ਹੈ!" ਫ਼ਿਆਜ਼ ਅਖ਼ਤਰ ਹੈਰਤ ਨਾਲ ਬੋਲੇ।

ਆਬਿਦ ਹੁਸੈਨ ਨੇ ਗਹਿਰਾ ਸਾਹ ਲਿੱਤਾ। ਅੱਜ ਇਹਨੂੰ ਪਹਿਲੀ ਦਫ਼ਾ ਉਰਦੂ ਦੀ ਬਜਾਏ ਫ਼੍ਰੈਂਚ ਜ਼ਬਾਨ ਤੇ ਪਿਆਰ ਆ ਰਿਹਾ ਸੀ।

੧੦
ਖ਼ੁਦਕਸ਼ ਹਮਲਾਵਰ

ਇਹ ਸ਼ਾਹ ਜੀ ਦਾ ਅਵਾਮੀ ਹੋਟਲ ਸੀ ਜਿਥੇ ਭਿਖਾਰੀ ਤੋਂ ਲੈ ਕੇ ਕਾਰੋਬਾਰੀ ਤੱਕ ਹਰ ਮਕਤਬਾ ਫ਼ਿਕਰ ਦੇ ਲੋਗ ਆਂਦੇ ਸੀ। ਇਹ ਹੋਟਲ ਤਮਾਮ ਲੋਗਾਂ ਦੀ ਜਾਨ ਸੀ। ਸੀ ਤਾਂ ਇਹ ਇਕ ਮਾਮੂਲੀ ਜਹੀ ਚਾਏ ਦਾ ਹੋਟਲ ਲੇਕਿਨ ਇਹ ਐਸੀ ਜਗਹ ਸੀ ਜਿਥੇ ਹਰ ਤਰਾਂ ਦਾ ਮਿਰਚ ਮਸਾਲਾ ਮਿਲ ਜਾਂਦਾ।

ਮੈਂ ਅਕਸਰ ਉਥੇ ਜਾਇਆ ਕਰਦਾ। ਹੋਟਲ ਵਿੱਚ ਬੈਠਣ ਵਾਲੇ ਅਮਲੇਆਂ ਵਿੱਚ ਕਿਸੀ ਨਾ ਕਿਸੀ ਮੁੱਦੇ ਤੇ ਬਹਿਸ ਚਲਦੀ ਰਹਿੰਦੀ। ਅੱਜ ਦਹਿਸ਼ਤਗਰਦੀ ਦੇ ਹਵਾਲੇ ਨਾਲ ਗੱਲ ਹੋ ਰਹੀ ਸੀ ਜਿਸ ਦੀ ਵਜ੍ਹਾ ਨਾਲ ਬਹੁਤ ਸਾਰੀਆਂ ਕੀਮਤੀ ਜਾਨਾਂ ਦਾ ਜ਼ਿਆਅ ਹੋ ਰਿਹਾ ਸੀ। ਅਮਨ-ਓ-ਅਮਾਨ ਦਾ ਖ਼ਤਮ ਹੋ ਕਰ ਰਹਿ ਜਾਣਾ ਔਰ ਮੁਲਕ ਦੇ ਆਲੰਮੀ ਸਤ੍ਹਾ ਤੇ ਬਦਨਾਮ ਹੋਣ ਦੇ ਹਵਾਲੇ ਨਾਲ ਹਰ ਕੋਈ ਆਪਣੀ-ਆਪਣੀ ਰਾਏ ਦੇ ਰਿਹਾ ਸੀ।

ਅਚਾਨਕ ਹੋਟਲ ਵਿੱਚ ਟੀ ਵੀ ਤੇ ਇਹ ਖ਼ਬਰ ਪਰਚਾਰਿਤ ਹੋਣੀ ਸ਼ੁਰੂ ਹੋਈ ਕਿ ਰਾਵਲ ਪਿੰਡੀ ਵਿੱਚ ਬਮ ਦਾ ਧਮਾਕਾ ਹੋਇਆ ਹੈ ਜਿਸ ਵਿੱਚ ਪੰਜ ਅਫ਼ਰਾਦ ਮਾਰੇ ਗਏ ਤੇ ਦਸ ਜ਼ਖ਼ਮੀ ਹੋਏ। ਮਰਨੇ ਵਾਲੇ ਤੇ ਜ਼ਖ਼ਮਿਆਂ ਦੇ ਨਾਮਾਂ ਦੀ ਲਿਸਟ ਜਾਰੀ ਕਰਦੀ ਗਈ ਸੀ। ਧਮਾਕਾ ਇਕ ਸੁਜ਼ੂਕੀ ਵੈਣ ਵਿੱਚ ਹੋਇਆ

ਜਿਸ ਨਾਲ ਵੈਣ ਮੁਕੰਮਲ ਤੌਰ ਤੇ ਤਬਾਹ ਹੋ ਗਈ। ਧਮਾਕਾ ਇਸ ਕਦਰ ਸ਼ਦੀਦ ਸੀ ਕਿ ਇਰਦ-ਗਿਰਦ ਦੀਆਂ ਇਮਾਰਤਾਂ ਦੇ ਸ਼ੀਸ਼ੇ ਟੁੱਟ ਗਏ ਸੀ। ਧਮਾਕੇ ਤੋਂ ਬਾਦ ਸ਼ਹਿਰ ਦੇ ਤਮਾਮ ਹਸਪਤਾਲਾਂ ਵਿੱਚ ਐਮਰਜੈਂਸੀ ਨਾਫ਼ਿਜ਼ ਕਰ ਦਿੱਤੀ ਗਈ। ਸੜਕਾਂ ਸੁੰਨਸਾਨ ਸੀ ਔਰ ਹਰ ਤਰਫ਼ ਇਹ ਆਲਮ ਸੀ।

ਇਹ ਖ਼ਬਰ ਹੀ ਐਸੀ ਸੀ ਕਿ ਹੋਟਲ ਵਿੱਚ ਮੌਜੂਦ ਤਮਾਮ ਲੋਗ ਸਭ ਕੁਛ ਭੁੱਲ ਦੇ ਉਸ ਤਰਫ਼ ਮੁਤਵੱਜਾ ਹੋ ਗਏ। ਟੀ ਵੀ ਤੇ ਤਬਸਰਾ ਕਰਣ ਵਾਲੇ ਬਾਰ-ਬਾਰ ਇਹ ਹੀ ਕਹਿ ਰਹਿ ਸੀ ਕਿ ਇਹ ਇਕ ਖ਼ੁਦਕਸ਼ ਹਮਲਾ ਸੀ। ਖ਼ੁਦਕਸ਼ ਹਮਲਾਵਰ ਦਾ ਟਾਰਗੈਟ ਕੁਛ ਹੋਰ ਸੀ ਲੇਕਿਨ ਉਸਨੇ ਖ਼ੁਦ ਨੂੰ ਸੁਜ਼ੂਕੀ ਵਿੱਚ ਉਡਾ ਲਿਆ।

ਖ਼ਬਰਾਂ ਤੋਂ ਬਾਦ ਹੋਟਲ ਵਿੱਚ ਮੌਜੂਦ ਤਮਾਮ ਲੋਗ ਅਫ਼ਸੋਸ ਕਰ ਰਹਿ ਸੀ। ਹੁਣ ਇਸ ਖ਼ਬਰ ਨੂੰ ਲੈ ਕੇ ਲੋਗਾਂ ਦੀਆਂ ਧਾਰਨਾਂਵਾਂ ਸ਼ੁਰੂ ਹੋ ਗਈਆਂ। ਹਰ ਕੋਈ ਅਪਣੀ ਅਕਲ ਦੇ ਮੁਤਾਬਿਕ ਤਜਵੀਜ ਦੇ ਰਿਹਾ ਸੀ।

ਮੈਂ ਸੋਚ ਰਿਹਾ ਸੀ ਕਿ ਯੇ ਖ਼ੁਦਕਸ਼ ਹਮਲਾਵਰ ਕੌਣ ਹੈਂ? ਕਿਥੋਂ ਆਂਦੇ ਹੈਂ? ਔਰ ਕੀ ਚਾਹੁੰਦੇ ਹੈਂ? ਉਹਣਾਂ ਦੇ ਮਕਸਦ ਕੀ ਹੈਂ? ਬਹੁਤ ਸਾਰੇ ਸਵਾਲਾਤ ਇਕੋ ਬਾਰ ਮੇਰੇ ਜ਼ਹਿਣ ਵਿੱਚ ਗਰਦਿਸ਼ ਕਰ ਰਿਹੇ ਸੀ। ਮੁਲਕ ਵਿੱਚ ਕੋਈ ਵੀ ਮਸਲਾ ਹੋਏ ਜਿਸ ਕਾਰਣ ਅਮਨ-ਓ-ਅਮਾਨ ਵਿੱਚ ਖ਼ਲਲ ਪੈਂਦੀ ਹੋ, ਸਭ ਤੋਂ ਜ਼ਿਆਦਾ ਮੁਤਾਸਿਰ ਤਾਂ ਬੇਚਾਰਾ ਗ਼ਰੀਬ ਹੁੰਦਾ ਹੈ। ਗ਼ੁਰਬਤ ਹੀ ਇਸ ਦਾ ਜੁਰਮ ਹੈ ਜਿਸ ਦੀ ਸਜ਼ਾ ਉਹ ਬਾਰ-ਬਾਰ ਭੁਗਤਤਾ ਹੈ।

ਮੈਂ ਹਲੇ ਅਪਣੇ ਖ਼ਿਆਲਾਤ ਵਿੱਚ ਖੋਇਆ ਹੋਇਆ ਸੀ ਕਿ ਇਕ ਸਾਹਿਬ ਬੋਲੇ, "ਯੇ ਖ਼ੁਦਕਸ਼ ਹਮਲਾਵਰ ਨਹੀਂ ਹੋ ਸਕਦਾ। ਉਹ ਗੱਡੀ ਵਿੱਚ ਅਪਣੇ ਆਪ ਨੂੰ ਕਿਉਂ ਉੜਾਏਗਾ। ਸੁਜ਼ੂਕੀ ਵਿੱਚ ਮੌਜੂਦ ਬੇਚਾਰੇ ਆਮ ਲੋਗ ਸੀ। ਹਮਲਾਵਰ ਅਪਣੀ ਜਾਨ ਆਮ ਲੋਗਾਂ ਤੇ ਕਿਉਂ ਜ਼ਾਇਆ ਕਰੇਗਾ। ਇਹ

ਜ਼ਰੂਰ ਕੋਈ ਬਮ ਧਮਾਕਾ ਹੈ। ਖ਼ੁਦਕਸ਼ ਹਮਲਾਵਰ ਨੂੰ ਤਾਂ ਕੋਈ ਖ਼ਾਸ ਟਾਰਗੈਟ ਦਿੱਤਾ ਜਾਂਦਾ ਹੈ।

"ਵੈਸੇ ਵੀ ਤੁਹਾਨੂੰ ਤਾਂ ਪਤਾ ਹੈ ਪੁਲਿਸ ਕੰਮਚੋਰ ਹੈ। ਉਹ ਇਨਵੈਸਟੀ-ਗੇਸ਼ਨ ਕਰਣ ਦੀ ਬਜਾਏ ਖ਼ੁਦਕਸ਼ ਹਮਲੇ ਦਾ ਨਾਮ ਦੇ ਕੇ ਅਪਣੀ ਜਾਨ ਛੁਡਾ ਲੈਂਦੀ ਹੈ। ਨਾ ਕੋਈ ਇਨਵੈਸਟੀਗੇਸ਼ਨ, ਨਾ ਕੋਈ ਸੁਰਾਗ਼, ਔਰ ਫ਼ਾਇਲ ਬੰਦ।"

ਤਮਾਮ ਲੋਗ ਇਣ ਸਾਹਿਬ ਦੀਆਂ ਗੱਲਾਂ ਬੜੇ ਗ਼ੌਰ ਨਾਲ ਸੁਨ ਰਹੇ ਸੀ। ਅਚਾਨਕ ਪਿੱਛੋਂ ਆਵਾਜ਼ ਆਈ। "ਭਾਈ! ਟੀ ਵੀ ਵਾਲੇ ਠੀਕ ਕਹਿ ਰਹੇ ਹੈਂ। ਯੇ ਖ਼ੁਦਕਸ਼ ਹਮਲਾ ਹੀ ਹੋਇਆ ਹੈ।" ਮੈਂ ਪਿੱਛੇ ਮੁੜਕੇ ਦੇਖਿਆ ਤਾਂ ਹੋਟਲ ਦੇ ਕੋਨੇ ਵਿੱਚ ਇਕ ਬਜ਼ੁਰਗ ਬੈਠੇ ਸੀ ਜੋ ਸਾਦੇ ਕੱਪੜੇ ਪਹਿਣੇ ਹੋਏ ਸੀ। ਸਿਰ ਦੇ ਬਾਲ ਵੀ ਥੋੜੇ ਲੰਬੇ ਔਰ ਬੇਤਰਤੀਬ ਜਿਹੇ ਸੀ। ਹੁਲੀਏ ਤੋਂ ਇਵੇਂ ਮਲੂਮ ਹੋ ਰਿਹਾ ਸੀ ਕਿ ਉਹ ਕੋਈ ਮਲੰਗ ਯਾਂ ਫ਼ਕੀਰ ਹੈ। ਮੇਰੇ ਇਲਾਵਾ ਤਮਾਮ ਲੋਗਾਂ ਨੂੰ ਇਹਣਾਂ ਦੀ ਇਸ ਗੱਲ ਤੇ ਹੈਰਤ ਹੋਈ ਲੇਕਿਨ ਉਹ ਗੱਲ ਬੜੇ ਐਤਮਾਦ ਨਾਲ ਕਹਿ ਰਿਹੇ ਸੀ। ਮੈਨੂੰ ਉਹ ਬਜ਼ੁਰਗ ਦਿਲਚਸਪ ਲੱਗੇ। ਮੈਂ ਉੱਠ ਦੇ ਕੋਲ ਚਲਾ ਗਿਆ।

"ਬਾਬਾ! ਤੁਹਾਨੂੰ ਕਿਵੇਂ ਪਤਾ ਚੱਲਿਆ ਕਿ ਇਹ ਖ਼ੁਦਕਸ਼ ਹਮਲਾ ਹੈ?" ਮੈਂ ਪੁੱਛਿਆ।

"ਦੇਖੋ ਬੇਟਾ! ਇਹ ਜੋ ਪੰਜ ਅਫ਼ਰਾਦ ਮਾਰੇ ਗਏ ਹੈਂ, ਤੁਮਹੇ ਪਤਾ ਹੈ ਕੌਣ ਸੀ?" ਮੈਂ ਨਫ਼ੀ ਵਿੱਚ ਸਿਰ ਹਿਲਾਇਆ।

"ਮੈਨੂੰ ਪਤਾ ਹੈ ਉਹ ਕੌਣ ਸੀ?"

ਮਰਨ ਵਾਲੇਆਂ ਵਿੱਚ ਕਿਸੀ ਇਕ ਦੀ ਮਾਂ ਜੋ ਆਪਣੇ ਛੋਟੇ ਬੇਟੇ ਤੋਂ ਬਾਰ-ਬਾਰ ਕਹਿ ਰਹੀ ਹੋਗੀ ਕਿ ਬੇਟਾ, ਦੇਖੋ! ਤੁਮਹਾਰਾ ਬੜਾ ਭਾਈ ਹਲੇ ਤਕ ਨਹੀਂ ਆਇਆ। ਇਹਦੇ ਮੋਬਾਇਲ ਤੇ ਫ਼ੋਨ ਕਰੋ, ਇੰਨੀ ਦੇਰ ਪਹਿਲੇ ਤਾਂ ਕਦੀ ਨਹੀਂ ਕੀਤੀ। ਇਸਦੀ ਮਾਂ ਘੜੀ ਤਾਂ ਨਹੀਂ ਦੇਖ ਕੇ ਦੱਸ ਸਕਦੀ ਕਿ ਵਕਤ ਕੀ

ਹੋਇਆ ਹੈ। ਮਗਰ ਸੋਇਆਂ ਦੀ ਪੋਜ਼ੀਸ਼ਨ ਤੋਂ ਜ਼ਰੂਰ ਅੰਦਾਜ਼ਾ ਲਗਾ ਸਕਦੀ ਹੈ ਕਿ ਯੇ ਵਕਤ ਉਸ ਦੇ ਬੇਟੇ ਦੇ ਘਰ ਆਣ ਦਾ ਹੈ। ਇਹਦੀ ਬੂੜੀਆਂ ਅਖਾਂ ਵਿੱਚ ਇੰਤਜ਼ਾਰ ਕਦ ਖ਼ਤਮ ਹੋਇਗਾ ਕਿ ਇਸਦਾ ਬੇਟਾ ਘਰ ਆਏ ਤੇ ਉਹ ਸਕੂਨ ਦੀ ਨੀਂਦ ਸੌ ਸਕੇ।

"ਕਿਸੀ ਦੇ ਬੱਚੇ ਆਪਣੇ ਬਾਪ ਦੀ ਰਾਹ ਦੇਖ ਰਹੇ ਹੋਣਗੇ। ਅੱਜ ਉਸਨੇ ਇਹਨੂੰ ਬਾਹਿਰ ਲੈ ਜਾਣ ਦਾ ਵਾਅਦਾ ਜੋ ਕੀਤਾ ਹੋਇਗਾ। ਬਾਰ-ਬਾਰ ਉਹ ਮਾਂ ਤੋਂ ਸਵਾਲ ਕਰ ਰਹੇ ਹੋਣਗੇ। ਅੰਮੀ ਅਬੂ ਹਲੇ ਤਕ ਘਰ ਨਹੀਂ ਆਏ। ਮਾਂ ਵੀ ਇਹਣਾਂ ਦੇ ਸਵਾਲਾਂ ਦਾ ਜਵਾਬ ਦੇ ਦੇ ਕੇ ਥੱਕ ਗਈ ਹੋਂਗੀ। ਔਰ ਉਹਣਾਂ ਨੂੰ ਝੂ-ਠੀਆਂ ਤਸੱਲੀਆਂ ਦੇ ਰਹੀ ਹੋਂਗੀ ਕਿ ਉਹ ਹੁਣੇ ਜਾਏਗੀ ਔਰ ਬੱਚੇ ਆਖ਼ਿਰ ਰੋ ਰੋ ਕੇ ਸੋ ਗਏ ਹੋਂਗੇ।

"ਕੋਈ ਬਹਿਣ ਆਪਣੇ ਭਰਾ ਦੀ ਰਾਹ ਦੇਖ ਰਹੀ ਹੋਗੀ। ਇਸਦਾ ਭਰਾ ਹੁਣ ਤਕ ਘਰ ਨਹੀਂ ਆਇਆ। ਉਹਨੂੰ ਕਿਉਂ ਇਸ ਜ਼ਾਲਮ ਮੁਆਸ਼ਰੇ ਤੋਂ ਡਰ ਮਹਿਸੂਸ ਹੋ ਰਿਹਾ ਸੀ।

"ਕੋਈ ਬੇਟਾ ਦੋਸਤਾਂ ਦੇ ਨਾਲ ਬਾਹਿਰ ਨਿਕਲਿਆ ਹੋਗਾ। ਉਸ ਦਾ ਬਾਪ ਬੇਚੈਨ ਹੋ ਕੇ ਸਹਿਨ ਵਿੱਚ ਟਹਿਲ ਰਿਹਾ ਹੋਗਾ। ਆਪਣੇ ਬੁੜਾਪੇ ਦੀ ਲਾਠੀ ਤਲਾਸ਼ ਕਰ ਰਿਹਾ ਹੋਗਾ। ਕਈ ਸਵਾਲਾਤ ਉਸਦੇ ਜ਼ਹਿਨ ਵਿੱਚ ਜਨਮ ਲੈ ਰਹੇ ਹੋਂਗੇ। ਉਹ ਕਿਸੀ ਗੱਲ ਨੂੰ ਮੰਨਣ ਲਈ ਤਿਆਰ ਹੋਇਗਾ ਆਖ਼ਿਰ ਉਸਦਾ ਇੰਤਜ਼ਾਰ ਕਦ ਖ਼ਤਮ ਹੋਗਾ? ਮੈਨੂੰ ਦੱਸੋ ਯੇ ਸਭ ਲੋਗ ਕੌਣ ਸੀ? ਕੀ ਇਹ ਲੋਗ ਹਸੂਲੇ-ਇਕਤਦਾਰ ਲਈ ਸੀ ਯਾਂ ਇਹ ਲੋਗ ਆਪਣੇ ਆਪ ਨੂੰ ਕਾਨੂੰਨ ਤੋਂ ਬਾਲਾਤਰ ਸਮਝਦੇ ਸੀ। ਕੀ ਯੇ ਮਜ਼ਬੀ ਰਾਹਨੁਮਾ ਸੀ , ਅਵਾਮ ਦੇ ਨੁਮਾਇੰਦੇ ਸੀ, ਮਸ਼ੀਰ, ਵਜ਼ੀਰ, ਸਦਰ ਯਾ ਵਜ਼ੀਰੇ-ਆਜ਼ਮ, ਕੌਣ ਸੀ ਇਹ ਲੋਗ?

"ਮੇਰੇ ਅਜ਼ੀਜ਼ੋ! ਇਹ ਮਰਣ ਵਾਲੇ ਉਹੀ ਆਮ ਲੋਗ ਹੈਂ ਜੋ ਰਿਜ਼ਕੇ

ਹਲਾਲ ਤੇ ਯਕੀਨ ਰਖਦੇ ਹੈਂ। ਜਿਹਣਾਂ ਦੇ ਕੋਲ ਯੂਟਿਲਟੀ ਬਿਲ ਅਦਾ ਕਰਨ ਲਈ ਪੈਸੇ ਨਹੀਂ ਹੁੰਦੇ। ਇਹ ਔਹ ਹੀ ਲੋਗ ਹੈਂ ਜਿਹਣਾਂ ਦੀਆਂ ਜੜਾਂ ਇਸ ਮੁਲਕ ਵਿੱਚ ਹੈਂ। ਜਿਹਣਾਂ ਨੂੰ ਸਹੀ ਮਾਅਣੇ ਵਿੱਚ ਇਸ ਮੁਲਕ ਨਾਲ ਲਗਾਵ ਹੈ ਜੋ ਉਸ ਲਈ ਕੁਰਬਾਨੀ ਦੇ ਰਹੇ ਹੈਂ, ਜੋ ਇਸ ਮੁਲਕ ਦੀ ਤਰੱਕੀ ਵਿੱਚ ਹਿੱਸੇਦਾਰ ਹੈਂ। ਇਹ ਬੜੇ ਲੋਗਾਂ ਨੂੰ ਕੀ ਪਤਾ ਕਿ ਗ਼ਰੀਬ ਆਦਮੀ ਦੇ ਮਿਸਾਈਲ ਕੀ ਹੈਂ? ਉਹ ਆਮ ਲੋਗਾਂ ਵਿੱਚ ਰਹਿੰਦੇ ਹੋਣ ਤਾਂ ਇਹਣਾਂ ਨੂੰ ਪਤਾ ਹੋਵੇ। ਗ਼ਰੀਬ ਲਈ ਤਾਂ ਬਿਲ ਜਮਾਂ ਕਰਵਾਣਾ ਵੀ ਜੂਏ ਸ਼ੀਰ ਲਿਆਣ ਨਾਲੋਂ ਘੱਟ ਨਹੀਂ ਹੈ। ਉਹ ਸਾਰਾ ਦਿਨ ਧੁੱਪ ਵਿੱਚ ਖੜਾ ਰਹਿੰਦਾ ਹੈ। ਜਦ ਇਸ ਦੀ ਬਾਰੀ ਆਂਦੀ ਹੈ ਤਾਂ ਬੈਂਕ ਦਾ ਟਾਇਮ ਖ਼ਤਮ ਹੋ ਜਾਂਦਾ ਹੈ। ਹੋਰ ਤਾਂ ਹੋਰ ਸ਼ਰੀਫ਼ ਆਦਮੀ ਬੇਚਾਰਾ ਬੱਸ ਵਿੱਚ ਨਹੀਂ ਬੈਠ ਸਕਦਾ ਕਿਉਂਕਿ ਬੱਸ ਵਿੱਚ ਬੈਠਣਾ ਵੀ ਇਕ ਫ਼ਨ ਹੈ।

"ਦਰਅਸਲ ਇਹੀ ਉਹ ਵੱਡੇ ਔਰ ਵੀਆਈਪੀ ਲੋਗ ਹੈਂ ਜਿਹਣਾਂ ਨੂੰ ਖ਼ੁਦਕਸ਼ ਹਮਲਾਵਰ ਮਾਰਨਾ ਚਾਹੁੰਦਾ ਸੀ। ਉਸ ਨੂੰ ਖ਼ਤਮ ਕੀਤਾ ਜਾਂਦਾ ਹੈ ਜਿਸ ਤੋਂ ਖ਼ਤਰਾ ਹੋਏ। ਅਸਲ ਵਿੱਚ ਇਹੀ ਗ਼ਰੀਬ ਮੁਲਕ ਦੀ ਤਰੱਕੀ ਔਰ ਬਿਹਤਰੀ ਦੇ ਲਈ ਕੰਮ ਕਰ ਰਹੇ ਹੈਂ।

"ਇਹ ਬੇਚਾਰੇ ਸਿਆਸਤਦਾਨ ਦੇ ਨਾਮ ਤੇ ਲੋਗਾਂ ਨੂੰ ਧੋਖਾ ਦੇਣ ਵਾਲੇ ਮਜ਼ਹਬੀ ਰਾਹਨੁਮਾ ਮਜ਼ਹਬ ਦੇ ਨਾਮ ਤੇ ਸਾਦਾ ਲੋਹ ਅਵਾਮ ਨੂੰ ਲੜਾਨ ਵਾਲੇ ਇਹ ਲੋਗ ਤਾਂ ਪਹਿਲੇ ਹੀ ਉਹਣਾਂ ਦੇ ਨਾਲ ਹੈਂ ਯਾਨੀ ਮੁਲਕ ਦੁਸ਼ਮਨ ਅਨਾਸਰ ਦੇ ਨਾਲ ਮਿਲ ਕੇ ਉਹਣਾਂ ਦੇ ਹੱਥ ਮਜ਼ਬੂਤ ਕਰ ਰਹੇ ਹੈਂ। ਖ਼ੁਦਕਸ਼ ਹਮਲਾਵਰ ਇਹਣਾਂ ਨੂੰ ਨਿਸ਼ਾਨਾ ਕਿਉਂ ਬਨਾਇਗਾ। ਕੋਈ ਭਲਾ ਅਪਣਿਆਂ ਨੂੰ ਮਾਰਦਾ ਹੈ!"

੧੧
ਸਿਰ ਦਰਦ

ਜਮੀਲ ਨੂੰ ਜਦ ਕਾਰੋਬਾਰ ਵਿੱਚ ਨੁਕਸਾਨ ਹੋਇਆ ਤਾਂ ਦੇਖਦੇ ਹੀ ਦੇਖਦੇ ਹਰ ਚੀਜ਼ ਫ਼ਰੋਖ਼ਤ ਹੋ ਗਈ। ਇਸ ਕੋਲ ਜੋ ਜਮਾਂ ਪੂੰਜੀ ਸੀ ਉਹ ਵੀ ਜਲਦ ਖ਼ਤਮ ਹੋ ਗਈ। ਹੁਣ ਇਹਨੂੰ ਫ਼ਿਕਰ ਹੋਈ ਕਿ ਕੁਛ ਕਰਨਾ ਚਾਹੀਏ।

ਜਿਥੇ ਉਹ ਰਹਿੰਦਾ ਸੀ ਇਕ ਛੋਟਾ ਜਿਹਾ ਕਸਬਾ ਸੀ। ਹਰ ਕੋਈ ਉਸਨੂੰ ਜਾਨਦਾ ਸੀ। ਇਹਨੂੰ ਸ਼ਰਮ ਆਂਦੀ ਸੀ ਕਿ ਉਹ ਕਿਸੀ ਦੇ ਇਥੇ ਨੌਕਰੀ ਕਰੇ ਲੇਕਿਨ ਕੁਛ ਤਾਂ ਕਰਨਾ ਸੀ। ਉਸ ਦੀ ਬੀਵੀ ਨੇ ਮਸ਼ਵਰਾ ਦਿੱਤਾ ਕਿ ਤੁਸੀਂ ਲਾਹੌਰ ਚਲੇ ਜਾਓ। ਵੈਸੇ ਤੁਮਹਾਰਾ ਦੋਸਤ ਨਾਸਿਰ ਵੀ ਉਥੇ ਹੈ ਉਹ ਕਿਸੀ ਚੰਗੀ ਜਗ੍ਹਾ ਨੌਕਰੀ ਦਿਲਵਾ ਦੇਗਾ।

ਜਮੀਲ ਲਾਹੌਰ ਜਾਣਾ ਨਹੀਂ ਚਾਹੁੰਦਾ ਸੀ। ਉਹ ਕਦੀ ਆਪਣੇ ਬੀਵੀ ਬੱਚੇਆਂ ਤੋਂ ਦੂਰ ਨਹੀਂ ਰਿਹਾ ਲੇਕਿਨ ਹੁਣ ਤਾਂ ਮਜਬੂਰੀ ਸੀ। ਆਖ਼ਿਰਕਾਰ ਉਹ ਲਾਹੌਰ ਆ ਗਿਆ। ਇਹਨੂੰ ਇਕ ਸੇਠ ਦੇ ਇਥੇ ਡਰਾਈਵਰ ਦੀ ਨੌਕਰੀ ਮਿਲ ਗਈ। ਨੌਕਰੀ ਅੱਛੀ ਸੀ। ਖਾਣਾ-ਪੀਣਾ ਔਰ ਹਰ ਤਰਾਂ ਦਾ ਆਰਾਮ ਸੀ। ਉਸਦੀ ਰਿਹਾਇਸ਼ ਨਾਸਿਰ ਦੇ ਨਾਲ ਹੀ ਸੀ ਲੇਕਿਨ ਇਸ ਦੀ ਆਮਦਨੀ ਇੰਨੀ ਨਹੀਂ ਸੀ ਕਿ ਉਹ ਬੀਵੀ ਬੱਚੇਆਂ ਨੂੰ ਇਥੇ ਬੁਲ਼ਾ ਸਕੇ। ਲਾਹੌਰ ਆਏ ਇੰਨੂੰ ਤਿਨ

ਮਾਹ ਗੁਜ਼ਰ ਗਏ। ਬਾਰਿਸ਼ ਇਹਨੂੰ ਬਹੁਤ ਚੰਗੀ ਲਗਦੀ ਸੀ। ਅੱਜ ਸਵੇਰ ਤੋਂ ਬੂੰਦਾ-ਬਾਂਦੀ ਹੋ ਰਹੀ ਸੀ। ਜਿਸ ਦੀ ਵਜ੍ਹਾ ਨਾਲ ਮੌਸਮ ਦੀ ਰੰਗੀਨੀ ਉਰੂਜ ਤੇ ਸੀ। ਪਤਾ ਨਹੀਂ ਕਿਉਂ ਜਮੀਲ ਸੋਚਾਂ ਵਿੱਚ ਗੁੰਮ ਬਾਹਿਰ ਦੇਖਦਾ ਹੋਇਆ ਆਪਣੇ ਮਾਜ਼ੀ ਨੂੰ ਯਾਦ ਕਰ ਰਿਹਾ ਸੀ। ਉਹ ਜਵਾਨੀ ਦਾ ਦੌਰ ਜਿਸ ਵਿੱਚ ਇਵੇਂ ਲਗਦਾ ਕਿ ਹਰ ਚੀਜ਼ ਉਸਦੀ ਦਸਤਰਸ ਵਿੱਚ ਹੈ। ਅੱਜ ਕਾਫ਼ੀ ਅਰਸੇ ਬਾਦ ਉਸਦੇ ਕੋਮਲ ਜਜ਼ਬਾਤ ਬੇਇਖ਼ਤਿਆਰ ਅੰਗੜਾਈ ਲੈ ਕੇ ਬੇਦਾਰ ਹੋ ਗਏ ਸੀ। ਇਹ ਲਾਹੌਰ ਵਿੱਚ ਪਹਿਲੀ ਬਾਰਿਸ਼ ਸੀ, ਇਸ ਵਿੱਚ ਹੁਣ ਤੇਜ਼ੀ ਆ ਗਈ ਸੀ। ਜਿਸਦੀ ਵਜ੍ਹਾ ਨਾਲ ਇਸਦੀ ਸਹਿਰ ਅੰਗੇਜ਼ੀ ਵਿੱਚ ਇਜ਼ਾਫ਼ਾ ਹੋ ਚੁੱਕਾ ਸੀ। ਅੱਜ ਉਹਨੂੰ ਘਰ ਯਾਦ ਆ ਰਿਹਾ ਸੀ। ਹਰ ਰੋਜ਼ ਉਹ ਫ਼ੋਨ ਕਰਦਾ ਲੇਕਿਨ ਉਹ ਕੋਸ਼ਿਸ਼ ਦੇ ਬਾਵਜੂਦ ਘਰ ਨਹੀਂ ਜਾ ਪਾ ਰਿਹਾ ਸੀ।

ਇਕ ਦੋ ਬਾਰ ਉਸਨੇ ਬੇਗਮ ਸਾਹਿਬਾ ਨਾਲ ਵੀ ਗੱਲ ਕੀਤੀ। ਬੇਗਮ ਸਾਹਿਬਾ ਨੇ ਕਿਹਾ, 'ਅੱਛਾ ਸੋਚਦੇ ਹੈਂ' ਲੇਕਿਨ ਬੜੇ ਲੋਗਾਂ ਦੀਆਂ ਬੜੀਆਂ ਗੱਲਾਂ। ਇਹਣਾਂ ਦੇ ਆਪਣੇ ਇਤਨੇ ਮਿਸਾਈਲ ਹੈਂ ਕਿ ਇਹਣਾਂ ਨੂੰ ਤਾਂ ਯਾਦ ਵੀ ਨਹੀਂ ਰਿਹਾ ਹੋਗਾ ਔਰ ਜਮੀਲ ਡਰ ਦੇ ਮਾਰੇ ਪੁੱਛਦਾ ਨਹੀਂ ਸੀ ਕਿ ਕਿਤੇ ਉਹ ਨਾਰਾਜ਼ ਨਾ ਹੋ ਜਾਏ। ਵੈਸੇ ਘਰ ਦੇ ਸਭ ਲੋਗ ਜਮੀਲ ਨਾਲ ਖ਼ੁਸ਼ ਸੀ। ਉਹ ਬੜਾ ਈਮਾਨਦਾਰ ਤੇ ਫ਼ਰਜ਼ ਸ਼ਨਾਸ ਸੀ। ਜ਼ਰਾ ਇੱਧਰ-ਉੱਧਰ ਹੋ ਜਾਂਦਾ ਤਾਂ ਸਾਰੇ ਚਿੱਲਾਣ ਲਗਦੇ ਕਿ ਕਿਥੇ ਚਲਾ ਗਿਆ।

ਅੱਜ ਜਮੀਲ ਹਿੰਮਤ ਕਰਕੇ ਬੇਗਮ ਸਾਹਿਬਾ ਦੇ ਕੋਲ ਗਿਆ। ਉਸਨੇ ਉਹਣਾਂ ਦਾ ਮੂਡ ਦੇਖਿਆ ਕੈਸਾ ਹੈ ਫਿਰ ਇਹਣਾਂ ਦੇ ਸਾਮਣੇ ਹੱਥ ਬੰਣ ਕੇ ਖੜਾ ਹੋ ਗਿਆ।

ਬੇਗਮ ਸਾਹਿਬਾ ਨੇ ਜਦ ਦੇਖਿਆ ਤਾਂ ਕਹਿਣ ਲੱਗੇ, "ਜਮੀਲ ਕੀ ਗੱਲ ਹੈ? ਕੋਈ ਕੰਮ ਹੈ?"

"ਹਾਂ ਬੇਗਮ ਸਾਹਿਬਾ! ਮੈਨੂੰ ਛੁੱਟੀ ਚਾਹੀਏ। ਮੇਰੀ ਤਬੀਅਤ ਖ਼ਰਾਬ ਹੈ।"

"ਕਿਉਂ ਕੀ ਹੋਇਆ?"

"ਖਾਂਸੀ ਹੈ ਔਰ ਸਿਰ ਦਰਦ ਵੀ ਹੈ," ਜਮੀਲ ਨੇ ਦੱਸਿਆ।

"ਮੌਸਮ ਦੀ ਤਬਦੀਲੀ ਕਾਰਨ ਗਲੇ ਵਿੱਚ ਖ਼ਰਾਸ਼ ਹੈ। ਵੈਸੇ ਜਮੀਲ, ਇਹ ਸਭ ਬਹਾਣੇ ਹੈਂ।"

"ਨਹੀਂ, ਬੇਗਮ ਸਾਹਿਬਾ!" ਜਮੀਲ ਨੇ ਆਜਜ਼ੀ ਨਾਲ ਕਿਹਾ।

"ਮੈਨੂੰ ਇਲਾਜ ਤਾਂ ਆਦਾ ਹੈ ਮਗਰ ਤੂੰ ਅਸਲੀ ਗੱਲ ਦੱਸ," ਬੇਗਮ ਸਾਹਿਬਾ ਨੇ ਘੂਰ ਕੇ ਕਿਹਾ।

"ਨਹੀਂ ਜੀ! ਉਹ ਅਸਲ ਵਿੱਚ ਘਰ ਬੜਾ ਯਾਦ ਆ ਰਿਹਾ ਹੈ," ਜਮੀਲ ਨੇ ਮੁਸਕੁਰਾ ਕੇ ਕਿਹਾ।

"ਤੁਹਾਨੂੰ ਤਾਂ ਪਤਾ ਹੈ ਤੁਮਹਾਰੇ ਬਗ਼ੈਰ ਘਰ ਦਾ ਕੋਈ ਕੰਮ ਨਹੀਂ ਹੁੰਦਾ। ਸਵੇਰੇ ਬੀਬੀ ਨੂੰ ਕਾਲਜ ਜਾਣਾ ਹੁੰਦਾ ਹੈ। ਸਾਹਿਬ ਨੂੰ ਦਫ਼ਤਰ ਔਰ ਮੈਨੂੰ ਸ਼ਾਪਿੰਗ ਤੇ।"

"ਬੇਗਮ ਸਾਹਿਬਾ! ਕੋਸ਼ਿਸ਼ ਕਰਨਾ।"

"ਅੱਛਾ ਇਸ ਤਰਾਂ ਹੋ ਸਕਦਾ ਹੈ ਕਿ ਤੂੰ ਹਫ਼ਤੇ ਦੀ ਸ਼ਾਮ ਨੂੰ ਚਲੇ ਜਾ ਤੇ ਐਤਵਾਰ ਸ਼ਾਮ ਤੱਕ ਵਾਪਸ ਆ ਜਾ। ਅਸੀਂ ਕਿਸੀ ਤਰਾਂ ਮੈਨੇਜ ਕਰ ਲਾਂਗੇ।"

"ਤੁਹਾਡਾ ਬਹੁਤ-ਬਹੁਤ ਸ਼ੁਕਰੀਆ," ਜਮੀਲ ਨੇ ਖ਼ੁਸ਼ ਹੋ ਕੇ ਕਿਹਾ।

ਸ਼ਾਮ ਨੂੰ ਛੁੱਟੀ ਕਰਕੇ ਜਦ ਉਹ ਆਇਆ ਤਾਂ ਨਾਸਿਰ ਘਰ ਨਹੀਂ ਸੀ ਅਤੇ ਦਰਵਾਜ਼ੇ ਤੇ ਤਾਲ਼ਾ ਸੀ। ਉਸਨੇ ਸੋਚਿਆ ਕਿ ਨੀਚੇ ਹਕੀਮ ਸਾਹਿਬ ਦੀ ਦੁਕਾਨ ਹੈ ਕਿਉਂਨਾ ਉਥੇ ਜਾਕੇ ਬੈਠਿਆ ਜਾਏ। ਇੰਨੇ ਵਿੱਚ ਨਾਸਿਰ ਵੀ ਆ

ਜਾਇਗਾ। ਉਹ ਹਕੀਮ ਸਾਹਿਬ ਦੇ ਕੋਲ ਆਕੇ ਬੈਠ ਗਿਆ। ਸਲਾਮ-ਦੁਆ ਤੋਂ ਬਾਦ ਗੱਲਾਂ-ਗੱਲਾਂ ਵਿੱਚ ਉਸਨੇ ਜ਼ਿਕਰ ਕੀਤਾ ਕਿ ਮੈਂ ਤਿੰਨ ਮਾਹ ਬਾਦ ਘਰ ਜਾ ਰਿਹਾ ਹਾਂ। ਮੈਨੂੰ ਦਵਾ ਚਾਹੀਏ।

ਹਕੀਮ ਸਾਹਿਬ ਨੇ ਕਿਹਾ, "ਕੈਸੀ ਦਵਾ? ਕੀ ਹੋਇਆ, ਜਮੀਲ ਮਿਆਂ?"

ਜਮੀਲ ਮੁਸਕੁਰਾ ਦਿੱਤਾ।

ਹਕੀਮ ਸਾਹਿਬ ਨੇ ਕਿਹਾ, "ਅੱਛਾ ਤਾਂ ਇਹ ਗੱਲ ਹੈ!" ਹਕੀਮ ਸਾਹਿਬ ਨੇ ਇਹਨੂੰ ਯਕੀਨ ਦਿਲਾਇਆ ਕਿ ਪ੍ਰੇਸ਼ਾਨੀ ਦੀ ਕੋਈ ਗੱਲ ਨਹੀਂ, ਸਭ ਠੀਕ ਹੋ ਜਾਇਗਾ।

ਜਮੀਲ ਬੁੜਾਪੇ ਵਿੱਚ ਕਦਮ ਰੱਖ ਚੁੱਕਾ ਸੀ ਲੇਕਿਨ ਇਹਦਾ ਦਿਲ ਤਾਂ ਹਲੇ ਤੱਕ ਜਵਾਨ ਸੀ।

ਹਕੀਮ ਸਾਹਿਬ ਨੇ ਉਹਨੂੰ ਕੁਛ ਗੋਲੀਆਂ ਦਿੱਤੀਆਂ ਤੇ ਉਹਣਾਂ ਦੇ ਇਸਤੇਮਾਲ ਦਾ ਤਰੀਕਾ ਦੱਸਦੇ ਹੋਏ ਕਿਹਾ ਕਿ ਇਕ ਘੰਟਾ ਪਹਿਲੇ ਗੋਲੀ ਖਾਣੀ ਹੈ। ਜਮੀਲ ਸ਼ੁਕਰੀਆ ਅਦਾ ਕਰਕੇ ਘਰ ਆਇਆ ਤੇ ਇਸੀ ਦੌਰਾਨ ਨਾਸਿਰ ਵੀ ਆ ਚੁੱਕਾ ਸੀ। ਉਹ ਖਾਣਾ ਖਾ ਕੇ ਜਲਦ ਹੀ ਸੋ ਗਿਆ ਕਿਉਂਕਿ ਸਵੇਰੇ ਇਸਨੇ ਬਹੁਤ ਸਾਰੇ ਕੰਮ ਕਰਣੇ ਸੀ।

ਅਗਲੀ ਸਵੇਰ ਉਹ ਮਸਰੂਫ਼ ਰਿਹਾ ਕਿ ਇਸਨੂੰ ਬਾਜ਼ਾਰ ਜਾਕੇ ਬੱਚੇਆਂ ਲਈ ਕੁੱਛ ਖ਼ਰੀਦਣ ਦਾ ਮੋਕਾ ਹੀ ਨਾ ਮਿਲ ਸਕਿਆ।

ਸ਼ਾਮ ਨੂੰ ਉਹ ਆਲਮ ਗੜ੍ਹ ਜਾਣ ਵਾਲੀ ਗੱਡੀ ਵਿੱਚ ਬੈਠ ਗਿਆ। ਜਦ ਗੱਡੀ ਸਟੇਸ਼ਨ ਤੇ ਰੁੱਕੀ ਤਾਂ ਰਾਤ ਦੇ ਦਸ ਬਜ ਰਹੇ ਸੀ। ਸਟੇਸ਼ਨ ਤੋਂ ਘਰ ਦਾ ਫ਼ਾਸਲਾ ਦਸ ਮਿੰਟ ਦਾ ਸੀ। ਜਮੀਲ ਨੇ ਹਿਸਾਬ ਲਗਾਇਆ ਕਿ ਪੰਦਰਾਂ ਮਿੰਟ ਤੱਕ ਘਰ ਪਹੁੰਚ ਜਾਉਂਗਾ, ਖਾਣਾ ਖਾਣੇ ਔਰ ਸੋਣ ਵਿੱਚ ਇਕ ਘੰਟਾ ਲੱਗ ਜਾਇਗਾ

ਤੇ ਬਿਹਤਰ ਹੈ ਕਿ ਗੋਲੀ ਹੁਣੀ ਖਾ ਲੋ। ਉਸਨੇ ਸਟੇਸ਼ਨ ਤੇ ਗੋਲੀ ਖਾ.ਲੀ।

ਘਰ ਪਹੁੰਚਿਆ ਤੇ ਇਸਦੇ ਬੀਵੀ ਬੱਚੇ ਇਹਨੂੰ ਦੇਖ ਕੇ ਬਹੁਤ ਖ਼ੁਸ਼ ਹੋਏ। ਇਹਨਾਂ ਨੂੰ ਜਮੀਲ ਦਾ ਇਸ ਤਰਾਂ ਸਰਪਰਾਇਜ਼ ਦੇਣਾ ਅੱਛਾ ਲੱਗਾ। ਉਹਦੇ ਕੋਲ ਇਕ ਬੈਗ ਸੀ ਜਿਸ ਵਿੱਚ ਉਸਦੀਆਂ ਜ਼ਰੁਰਤ ਦੀਆਂ ਚੀਜ਼ਾਂ ਸੀ। ਇਸਦੀ ਬੀਵੀ ਰਾਬਆ ਨੇ ਕਿਹਾ, "ਤੁਸੀਂ ਮੂੰਹ-ਹੱਥ ਧੋ ਲਵੋ। ਮੈਂ ਖਾਣਾ ਗਰਮ ਕਰਦੀ ਹਾਂ।"

ਜਮੀਲ ਨੂੰ ਭੁੱਖ ਲੱਗ ਰਹੀ ਸੀ। ਉਹ ਮੂੰਹ-ਹੱਥ ਧੋ ਕੇ ਵਾਪਿਸ ਆ-ਇਆ ਤਾਂ ਖਾਣਾ ਮੇਜ਼ ਤੇ ਲੱਗ ਚੁੱਕਾ ਸੀ। ਉਸਨੇ ਜਲਦੀ-ਜਲਦੀ ਖਾਣਾ ਖਾਣਾ ਸ਼ੁਰੂ ਕੀਤਾ। ਹਲੇ ਖਾਣਾ ਖ਼ਤਮ ਵੀ ਨਹੀਂ ਹੋਇਆ ਸੀ ਕਿ ਬਾਹਿਰ ਦਰਵਾਜ਼ੇ ਤੇ ਦਸਤਕ ਹੋਈ।

ਇਸਨੇ ਜਾ ਕੇ ਦਰਵਾਜ਼ਾ ਖੋਲਿਆ ਤਾਂ ਬਾਹਿਰ ਉਸ ਦੇ ਸਸੁਰ ਖੜੇ ਸੀ।

"ਅੱਬਾ ਜੀ, ਆਪ!"

"ਹਾਂ ਬੇਟਾ। ਕਿਸੀ ਨੇ ਦੱਸਿਆ ਕਿ ਜਮੀਲ ਨੂੰ ਗੱਡੀ ਤੋਂ ਉੱਤਰਦੇ ਦੇਖਿਆ ਹੈ ਤਾਂ ਮੈਂ ਸੋਚਿਆ ਕਿ ਜਾ ਲੇ ਮਿਲ ਆਊਂ।"

"ਬਹੁਤ ਅੱਛਾ ਕੀਤਾ ਤੁਸੀਂ। ਆਏਂ ਖਾਣਾ ਖਾ ਲੇਂ।"

"ਨਹੀਂ ਬੇਟਾ! ਮੈਂ ਤਾਂ ਖਾਣਾ ਖਾ ਕੇ ਆ ਰਿਹਾ ਹੂੰ। ਬੱਸ ਤੇਨੂੰ ਮਿਲਣ ਨੂੰ ਦਿਲ ਕਰ ਰਿਹਾ ਸੀ।

"ਕਿੰਨੇ ਦਿਨਾਂ ਲਈ ਆਏ ਹੋ?"

"ਬੱਸ ਮੈਂ ਤਾਂ ਇਕ ਦਿਨ ਲਈ ਆਇਆ ਹਾਂ।"

"ਬੱਸ ਇਕ ਦਿਨ ਲਈ!"

"ਅੱਬਾ ਜੀ! ਛੁੱਟੀ ਹੀ ਨਹੀਂ ਮਿਲਦੀ। ਮੈਂ ਕੋਸ਼ਿਸ਼ ਕਰ ਰਿਹਾ ਹਾਂ ਕਿ ਰਾਬਆ ਔਰ ਬੱਚੇਆਂ ਨੂੰ ਨਾਲ ਲੈ ਜਾਊਂ ਮਗਰ ਹਲੇ ਪੂਰੀ ਤਰਾਂ ਸੈੱਟ ਨਹੀਂ ਹੋ

ਪਾਇਆ।"

"ਤੁਸੀਂ ਦੱਸੋ ਤੁਹਾਡਾ ਕਾਰੋਬਾਰ ਕਿਦਾਂ ਚੱਲ ਰਿਹਾ ਹੈ?"

"ਬੱਸ ਬੇਟਾ! ਗੁਜ਼ਾਰਾ ਹੋ ਰਿਹਾ ਹੈ।"

"ਰਾਬਆ! ਅਬੂ ਲਈ ਚਾਏ ਬਣਾਓ।"

"ਅੱਛਾ!" ਯੇ ਕਹਿ ਕੇ ਉਹ ਬਾਵਰਚੀ ਖ਼ਾਨੇ ਵਿੱਚ ਚਲੀ ਗਈ।

ਜਮੀਲ ਨੂੰ ਗੋਲੀ ਖਾਦੇ ਹੋਏ ਇਕ ਘੰਟੇ ਤੋਂ ਜ਼ਿਆਦਾ ਹੋ ਚੁੱਕਾ ਸੀ। ਉਸਦੇ ਜ਼ਹਿਣ ਵਿੱਚ ਕਈ ਗੱਲਾਂ ਚੱਲ ਰਹੀਆਂ ਸੀ, ਉਹ ਸੋਚ ਤਾਂ ਕੁਛ ਹੋਰ ਰਿਹਾ ਸੀ। ਮਗਰ ਨਾਲ-ਨਾਲ ਇਹਣਾਂ ਦੀਆਂ ਗੱਲਾਂ ਦਾ ਜਵਾਬ ਵੀ ਦੇ ਰਿਹਾ ਸੀ ਲੇਕਿਨ ਇਸ ਦੀਆਂ ਗੱਲਾਂ ਵਿੱਚ ਤਸਲਸੁਲ ਨਹੀਂ ਸੀ।

ਖਾਣੇ ਦੇ ਬਾਦ ਉਹ ਚਾਏ ਪੀਂਦਾ ਤਾਂ ਸੀ ਔਰ ਇਹਨੂੰ ਤਲਬ ਵੀ ਹੋ ਰਹੀ ਸੀ ਲੇਕਿਨ ਅੱਜ ਇਹਨੂੰ ਚਾਏ ਤੋਂ ਨਫ਼ਰਤ ਜਹੀ ਹੋ ਰਹੀ ਸੀ। ਉਹ ਆਪਣੇ ਸਸੁਰ ਦੀ ਬਹੁਤ ਇੱਜ਼ਤ ਕਰਦਾ ਸੀ ਅਤੇ ਉਹਣਾਂ ਨਾਲ ਇਹਨੂੰ ਲਗਾਵ ਵੀ ਸੀ। ਉਹ ਵੀ ਇਹਨੂੰ ਬਹੁਤ ਪਿਆਰ ਕਰਦੇ। ਇਹ ਉਹਣਾਂ ਦੇ ਨਾਲ ਬੈਠਦਾ ਤਾਂ ਘੰਟੋਂ ਗੁਜ਼ਰ ਜਾਂਦੇ ਔਰ ਵਕਤ ਦਾ ਅਹਿਸਾਸ ਵੀ ਨਾ ਹੁੰਦਾ ਮਗਰ ਅੱਜ ਇਹਨੂੰ ਅਹਿ-ਸਾਸ ਹੋਇਆ ਕਿ ਵਕਤ ਕੀਮਤੀ ਹੈ ਤੇ ਸਾਨੂੰ ਉਸ ਦੀ ਕਦਰ ਕਰਨੀ ਚਾਹੀਦੀ ਹੈ।

ਦਵਾ ਖਾੱਦੇ ਹੁਣ ਕਾਫ਼ੀ ਦੇਰ ਹੋ ਚੁੱਕੀ ਸੀ। ਜਿਓਂ ਜਿਓਂ ਵਕਤ ਗੁਜ਼ਰ ਰਿਹਾ ਸੀ, ਉਸ ਦੇ ਲਹਿਜੇ ਵਿੱਚ ਸਖ਼ਤੀ ਆਂਦੀ ਜਾ ਰਹੀ ਸੀ ਜਿਸ ਵਿੱਚ ਅਜ਼ੀਅਤ ਦੀ ਝਲਕ ਸਾਫ਼ ਦਿਖਾਈ ਦੇ ਰਹੀ ਸੀ। ਹੁਣ ਜਮੀਲ ਕਾਫ਼ੀ ਦੇਰ ਤੋਂ ਖ਼ਾਮੋਸ਼ ਸੀ। ਉਹਣਾਂ ਦੀਆਂ ਗੱਲਾਂ ਸੁਣ ਰਿਹਾ ਸੀ ਤੇ ਮੁਖ਼ਤਸਰ ਜਵਾਬ 'ਹਾਂ' 'ਹੂੰ' ਵਿੱਚ ਦੇ ਰਿਹਾ ਸੀ।

ਕੋਸ਼ਿਸ਼ ਦੇ ਬਾਵਜੂਦ ਇਹਦੇ ਚੇਹਰੇ ਤੇ ਤਾਸਰਾਤ ਤਬਦੀਲ ਨਹੀਂ ਹੋ ਰਹੇ

ਸੀ। ਸਭ ਨੇ ਚਾਯ ਪੀਤੀ। ਐਸੀ ਚਾਏ ਉਸਨੇ ਜ਼ਿੰਦਗੀ ਵਿੱਚ ਕਦੀ ਨਹੀਂ ਪੀਤੀ ਹੋਏਗੀ। ਦੋ ਘੰਟੇ ਬਾਦ ਰਾਬਆ ਦੇ ਅਬੂ ਦੇ ਕਿਹਾ, "ਬੇਟਾ! ਮੈਂ ਮਹਿਸੂਸ ਕੀਤਾ ਹੈ ਕਿ ਤੁਸੀਂ ਥੱਕੇ ਹੋਏ ਹੋ, ਫਿਰ ਗੱਲ ਹੋਗੀ। ਵੈਸੇ ਵੀ ਅੱਜ ਗੁਫ਼ਤਗੂ ਦਾ ਮਜ਼ਾ ਨਹੀਂ ਆਇਆ। ਸਵੇਰੇ ਜਾਣ ਤੋਂ ਪਹਿਲੇ ਮਿਲ ਕੇ ਜਾਣਾ।"

ਉਹ ਯੇ ਕਹਿ ਕੇ ਉਠ ਖੜੇ ਹੋਏ ਔਰ ਜਮੀਲ ਨੇ ਇਕ ਵਾਰੀ ਵੀ ਇਹਣਾਂ ਨੂੰ ਰੋਕਣ ਦੀ ਕੋਸ਼ਿਸ਼ ਨਾ ਕੀਤੀ। ਉਹ ਗਏ ਤਾਂ ਜਮੀਲ ਉਠ ਕੇ ਸਿੱਧਾ ਆਪਣੇ ਕਮਰੇ ਵਿੱਚ ਆ ਗਿਆ।

ਇਸਦੀ ਬੀਵੀ ਔਰ ਬੱਚੇ ਵੀ ਇਸਦੇ ਪਿੱਛੇ ਕਮਰੇ ਵਿੱਚ ਆ ਗਏ, "ਜਮੀਲ ਕੀ ਗੱਲ ਹੈ? ਤੁਮ੍ਹਾਰੀ ਤਬੀਅਤ ਤਾਂ ਠੀਕ ਹੈ?"

ਇਸਦੀ ਬੀਵੀ ਦੇ ਪੁੱਛਿਆ, "ਤਬੀਅਤ ਤਾਂ ਠੀਕ ਸੀ। ਬੱਸ ਅਚਾਨਕ ਹੀ ਸਿਰ ਵਿੱਚ ਦਰਦ ਸ਼ੁਰੂ ਹੋ ਗਿਆ ਸੀ।"

ਰਾਬਆ ਨੇ ਕਿਹਾ, "ਮੈਂ ਤੁਹਾਡਾ ਸਿਰ ਦਬਾ ਦਿੰਦੀ ਹਾਂ।"

ਉਸਨੇ ਦਿਲ ਵਿੱਚ ਸੋਚਿਆ 'ਬਿਹਤਰ ਹੈ ਕਿ ਤੂੰ ਮੇਰਾ ਗਲਾ ਦਬਾ ਦੇ।

"ਅੱਛਾ! ਮੈਂ ਤੁਹਾਡੇ ਲਈ ਦਵਾ ਲੈ ਆਂਦੀ ਹਾਂ।"

ਦਵਾ ਦਾ ਸੁਣ ਕੇ ਉਹ ਇਕ ਦਮ ਚੌਂਕਿਆ ਜਿਵੇਂ ਦਵਾ ਤੋਂ ਉਸਨੂੰ ਚਿੜ ਹੋ। "ਅੱਛਾ, ਇਸ ਤਰਾਂ ਕਰ। ਮੇਰੇ ਬੈਗ ਵਿੱਚ ਸਿਰ ਦਰਦ ਦੀ ਦਵਾ ਪਈ ਹੈ, ਉਹ ਲਿਆ ਦੇ।" ਥੱਕਿਆ ਹੋਇਆ ਸੀ, ਇਹਨੂੰ ਕਦ ਨੀਂਦ ਆ ਗਈ ਪਤਾ ਹੀ ਨਹੀਂ ਚੱਲਿਆ।

ਸਵੇਰੇ ਜਦ ਇਸਦੀ ਅੱਖ ਖੁੱਲੀ ਤਾਂ ਗਿਆਰਾਂ ਬਜ ਰਿਹੇ ਸੀ। ਉਹ ਜਲਦੀ ਚ ਉੱਠਿਆ, ਬੀਵੀ ਨੂੰ ਆਵਾਜ਼ ਦਿੱਤੀ। ਜਦ ਇਸਦੀ ਬੀਵੀ ਆਈ ਤਾਂ ਉਸਨੇ ਕਿਹਾ ਕਿ ਤੇਨੂੰ ਪਤਾ ਸੀ ਕਿ ਮੈਂਨੇ ਵਾਪਸ ਜਾਣਾ ਹੈ, ਮੈਨੂੰ ਜਗਾ ਦਿੰਦੀ।

ਰਾਬਆ ਨੇ ਕਿਹਾ, "ਰਾਤ ਨੂੰ ਤੁਹਾਡੀ ਤਬੀਅਤ ਖ਼ਰਾਬ ਸੀ। ਇਸ ਲਈ ਮੈਂ ਜਗਾਣਾ ਮੁਨਾਸਿਬ ਨਹੀਂ ਸਮਝਿਆ।"

"ਮੇਰਾ ਬੈਗ ਕਿੱਥੇ ਹੈ? ਇਹ ਤਾਂ ਲੈ ਆ।"

ਜਦ ਉਹ ਬੈਗ ਲੈ ਆਈ ਤਾਂ ਜਮੀਲ ਨੇ ਇਸ ਵਿੱਚੋਂ ਪੈਸੇ ਕੱਡੇ ਔਰ ਉਹਨੂੰ ਦਿੰਦੇ ਹੋਏ ਕਿਹਾ, "ਕੁਛ ਘਰ ਲਈ ਰੱਖ ਲੈ। ਬਾਕੀ ਬੱਚੇਆਂ ਨੂੰ ਦੇ ਦਈਂ। ਮੈਂ ਜਲਦੀ ਵਿੱਚ ਆਇਆ ਸੀ ਇਸ ਲਈ ਇਹਨਾਂ ਲਈ ਕੁਛ ਨਹੀਂ ਲਿਆ ਸੱਕਿਆ। ਬਾਕੀ ਘਰ ਦੇ ਖ਼ਰਚੇ ਲਈ ਹਰ ਮਾਹ ਭੇਜਦਾ ਰਹੂੰਗਾ।"

ਜਮੀਲ ਨੇ ਰਾਬਆ ਤੋਂ ਪੁੱਛਿਆ ਕਿ ਇਸ ਬੈਗ ਦੇ ਅੰਦਰ ਗੋਲੀਆਂ ਸੀ, ਉਹ ਕਿੱਥੇ ਗਈਆਂ?

ਰਾਬਆ ਦੇ ਦੱਸਿਆ ਕਿ ਸਵੇਰੇ ਜਦ ਮੈਂ ਉੱਠੀ ਤਾਂ ਮੇਰੇ ਸਿਰ ਵਿੱਚ ਦਰਦ ਸੀ। ਮੈਨੂੰ ਯਾਦ ਆਇਆ ਕਿ ਤੁਮਹਾਰੇ ਬੈਗ ਵਿੱਚ ਕੁਛ ਗੋਲੀਆਂ ਪਈਆਂ ਹੈਂ। ਦੋ ਗੋਲੀਆਂ ਮੈਂ ਖਾ ਲਈਆਂ। ਮੈਨੂੰ ਅੱਛੀਆਂ ਲੱਗਿਆਂ । ਮੈਂਨੇ ਬਾਕੀ ਆਪਣੇ ਕੋਲ ਰੱਖ ਲਈਆਂ। ਜਮੀਲ ਨੇ ਸਿਰ ਪਕੜ ਲਿੱਤਾ।

ਇਹਨੂੰ ਗ਼ੁੱਸਾ ਆ ਰਿਹਾ ਸੀ ਔਰ ਉਹ ਪ੍ਰੇਸ਼ਾਨ ਵੀ ਸੀ ਕਿ ਉਹ ਤਾਂ ਵਾਪਸ ਜਾ ਰਿਹਾ ਹੈ ਔਰ ਉਸਦੀ ਬੀਵੀ ਨੇ ਦਵਾ ਖਾੱਦੀ ਹੋਈ ਹੈ।

੧੨
ਪਾਨ ਦੇ ਪੱਤੇ

ਜਦ ਢਾਕਾ ਵਿੱਚ ਖ਼ੂਨ ਦੀ ਹੋਲੀ ਖੇਲੀ ਜਾ ਰਹੀ ਸੀ ਉਸ ਵਕਤ ਅਹਿਮਦ ਦੀ ਉਮਰ ੧੯ ਸਾਲ ਸੀ। ਇਨ ਮੁਸ਼ਕਿਲ ਹਾਲਾਤਾਂ ਵਿੱਚ ਉਸਦੇ ਵਾਲਦੈਨ ਨੇ ਇਹਨੂੰ ਕਰਾਚੀ ਭੇਜਣ ਦਾ ਫ਼ੈਸਲਾ ਕੀਤਾ।

ਅਹਿਮਦ ਦੇ ਚੱਚਾ ਕਰਾਚੀ ਵਿੱਚ ਰਹਿੰਦੇ ਸੀ ਲੇਕਿਨ ਇਸਨੇ ਇਹਣਾਂ ਨੂੰ ਕਦੀ ਦੇਖਿਆ ਨਹੀਂ ਸੀ।

ਇਸਦੇ ਅੱਬਾ ਨੇ ਉਹਣਾਂ ਦਾ ਐਡਰੈਸ ਤੇ ਇਕ ਖ਼ਤ ਦਿੱਤਾ। ਜਦ ਉਹ ਢਾਕਾ ਛੱਡ ਕਰਾਚੀ ਆਇਆ ਤਾਂ ਉਹ ਬਹੁਤ ਉਦਾਸ ਸੀ। ਉਥੇ ਇਸਦਾ ਘਰ ਸੀ, ਦੋਸਤ ਸੀ, ਵਾਲਦੈਨ ਸੀ। ਉਹ ਸਭਨੂੰ ਛੱਡ ਕੇ ਇਕ ਅਜਨਬੀ ਸ਼ਹਿਰ ਆਇਆ ਸੀ। ਆਂਦੇ ਵਕਤ ਉਸਦੀ ਮਾਂ ਨੇ ਦੱਸ ਰੁਪਏ ਔਰ ਪੰਜ ਕਿਲੋ ਪਾਨ ਦੇ ਪੱਤੇ ਦਿੱਤੇ ਕਿ ਇਨੂੰ ਬੇਚ ਕੇ ਜੋ ਰਕਮ ਮਿਲੇਗੀ ਇਸਨੂੰ ਆਪਣੇ ਕੰਮ ਲਿਆਏ।

ਬੜੀ ਮੁਸ਼ਕਿਲ ਨਾਲ ਉਸਦੇ ਚੱਚਾ ਦਾ ਘਰ ਤਲਾਸ਼ ਕੀਤਾ ਲੇਕਿਨ ਉਹਣਾਂ ਨੇ ਪਛਾਨਣ ਤੋਂ ਇਨਕਾਰ ਕਰ ਦਿੱਤਾ।

ਅਹਿਮਦ ਨੇ ਬਹੁਤ ਕੋਸ਼ਿਸ਼ ਕੀਤੀ ਲੇਕਿਨ ਬੇ ਸੂਦ ਔਰ ਉਸਦੇ ਚੱਚਾ ਨੇ

ਅਹਿਮਦ ਨੂੰ ਹਾਲਾਤ ਦੇ ਰਹਿਮੋ ਕਰਮ ਤੇ ਛੱਡ ਦਿੱਤਾ। ਸ਼ਾਮ ਹੋਣ ਵਾਲੀ ਸੀ ਤੇ ਜੋ ਪੈਸੇ ਉਸਦੇ ਕੋਲ ਸੀ ਉਹ ਚੱਚਾ ਦਾ ਘਰ ਤਲਾਸ਼ ਕਰਨ ਵਿੱਚ ਖ਼ਤਮ ਹੋ ਗਏ ਸੀ।

ਜਿਓਂ ਜਿਓਂ ਸ਼ਾਮ ਦੇ ਸਾਏ ਵੱਧ ਰਹੇ ਸੀ ਉਸ ਦੀ ਪ੍ਰੇਸ਼ਾਨੀ ਵਿੱਚ ਇਜ਼ਾਫ਼ਾ ਹੋ ਰਿਹਾ ਸੀ ਕਿ ਹੁਣ ਉਹ ਕਿਥੇ ਜਾਏ, ਅਜਨਬੀ ਸ਼ਹਿਰ, ਅਜਨਬੀ ਲੋਗ ਇਥੇ। ਰਹਿ-ਰਹਿ ਕੇ ਆਪਣੇ ਚੱਚਾ ਤੇ ਗ਼ੁੱਸਾ ਆ ਰਿਹਾ ਸੀ। ਉਹ ਤਾਂ ਉਹਣਾਂ ਦੇ ਸਹਾਰੇ ਇਥੇ ਆਇਆ ਸੀ। ਇਸੀ ਪ੍ਰੇਸ਼ਾਨੀ ਦੇ ਆਲਮ ਵਿੱਚ ਬੈਠਾ ਸੋਚ ਹੀ ਰਿਹਾ ਸੀ ਕਿ ਹੁਣ ਕਿਆ ਕੀਤਾ ਜਾਏ।

ਇਕ ਸਾਈਕਲ ਸਵਾਰ ਇਸਨੂੰ ਦੇਖ ਕੇ ਰੁੱਕ ਗਿਆ।

"ਬੇਟਾ! ਕਿਸਦਾ ਇੰਤਜ਼ਾਰ ਕਰ ਰਿਹੇ ਹੋ?"

ਅਹਿਮਦ ਨੇ ਜਵਾਬ ਦਿੱਤਾ, "ਕਿਸੀ ਦਾ ਨਹੀਂ।"

ਉਹ ਸ਼ਖ਼ਸ ਅਹਿਮਦ ਦੇ ਕੋਲ ਆਇਆ, "ਤੁਮ ਕੁਛ ਪ੍ਰੇਸ਼ਾਨ ਨਜ਼ਰ ਆ ਰਿਹੇ ਹੋ। ਕੀ ਗੱਲ ਹੈ?"

ਅਹਿਮਦ ਨੇ ਸਾਰੀ ਕਹਾਣੀ ਸੁਣਾ ਦਿੱਤੀ।

ਇਸਨੇ ਅਹਿਮਦ ਦਾ ਜਾਇਜ਼ਾ ਲਿਆ।

ਫਿਰ ਕੁਛ ਸੋਚਣ ਲੱਗਾ ਤੇ ਅਚਾਨਕ ਬੋਲਿਆ।

"ਕੀ ਤੂੰ ਮੇਰੇ ਨਾਲ ਚੱਲੇਂਗਾ?"

ਅਹਿਮਦ ਨੇ ਪੁੱਛਿਆ, "ਕਿਥੇ?"

ਉਹ ਬੋਲਿਆ, "ਮੇਰਾ ਘਰ ਇਥੋਂ ਜ਼ਿਆਦਾ ਦੂਰ ਨਹੀਂ। ਵੈਸੇ ਵੀ ਸ਼ਾਮ ਹੋਣ ਵਾਲੀ ਹੈ। ਹੁਣ ਤੂੰ ਕਿਥੇ ਜਾਏਂਗਾ?"

ਅਹਿਮਦ ਨੇ ਕੁਛ ਸੋਚਿਆ ਫਿਰ ਉਸ ਅਜਨਬੀ ਦੇ ਨਾਲ ਚੱਲਣ ਤੇ ਰਾਜ਼ੀ ਹੋ ਗਿਆ।

ਅਹਿਮਦ ਇਸਦੇ ਪਿੱਛੇ ਸਾਈਕਲ ਤੇ ਬੈਠ ਗਿਆ ਔਰ ਉਸਨੇ ਪਾਨ ਦੇ ਪੱਤੇ ਗੋਦ ਵਿੱਚ ਰੱਖ ਲਿੱਤੇ। ਉਹ ਸ਼ਖ਼ਸ ਤਾਂ ਅਹਿਮਦ ਲਈ ਫ਼ਰਿਸ਼ਤਾ ਬਣ ਕੇ ਆਇਆ ਸੀ। ਕੁਛ ਦੇਰ ਬਾਦ ਉਸਦਾ ਘਰ ਆ ਗਿਆ। ਉਹ ਇਹਨੂੰ ਦਰਵਾਜ਼ੇ ਤੇ ਖੜਾ ਕਰਦੇ ਖ਼ੁਦ ਅੰਦਰ ਚਲਾ ਗਿਆ। ਥੋੜੀ ਦੇਰ ਬਾਦ ਉਹ ਬਾਹਿਰ ਆਇਆ। ਅਹਿਮਦ ਨੂੰ ਘਰ ਦੇ ਅੰਦਰ ਲੈ ਗਿਆ। ਜਦ ਉਹ ਘਰ ਦੇ ਅੰਦਰ ਦਾਖ਼ਿਲ ਹੋਇਆ ਤਾਂ ਇਸਦੇ ਘਰ ਦਾ ਸਹਿਣ ਵੀ ਇਸਦੇ ਦਿਲ ਦੀ ਤਰਾਂ ਖੁੱਲਾ ਸੀ। ਜਿਸ ਵਿੱਚ ਉਸ ਦੀ ਬੀਵੀ ਸਬਜ਼ੀ ਕੱਟ ਰਹੀ ਸੀ।

"ਬੇਟਾ! ਇਹਨੂੰ ਅਪਣਾ ਹੀ ਘਰ ਸਮਝੋ।" ਇਸਨੇ ਸ਼ਾਇਦ ਭਰੇ ਲਹਿਜੇ ਵਿੱਚ ਕਿਹਾ ਜਿਸ ਤੋਂ ਅਹਿਮਦ ਬਹੁਤ ਮੁਤਾਸਿਰ ਹੋਇਆ।

"ਤੁਮ ਥੱਕ ਗਏ ਹੋਂਗੇ। ਮੈਂ ਤੇਰੇ ਲਈ ਪਾਣੀ ਗਰਮ ਕਰਦਾ ਹਾਂ। ਨਹਾ-ਧੋ ਕੇ ਫ਼੍ਰੈਸ਼ ਹੋ ਜਾਓ। ਥੋੜੀ ਦੇਰ ਵਿੱਚ ਪਾਣੀ ਗਰਮ ਹੋ ਗਿਆ। ਗ਼ੁਸਲਖ਼ਾਨੇ ਵਿੱਚ ਨਵਾਂ ਤੋਲਿਆ ਔਰ ਸਾਬਣ ਰੱਖ ਕੇ ਉਸਨੇ ਅਹਿਮਦ ਨੂੰ ਆਵਾਜ਼ ਦਿੱਤੀ।

"ਬੇਟਾ! ਆ ਕੇ ਨਹਾ ਲੋ।"

ਜਦ ਉਹ ਨਹਾ ਕੇ ਬਾਹਿਰ ਨਿਕਲਿਆ ਤਾਂ ਟੇਬਲ ਤੇ ਖਾਣਾ ਤਿਆਰ ਸੀ। ਇਸਨੂੰ ਭੁੱਖ ਲੱਗ ਰਹੀ ਸੀ। ਖਾਣੇ ਤੇ ਟੁੱਟ ਪਿਆ ਜਿਵੇਂ ਸਦਿਆਂ ਦਾ ਭੁੱਖਾ ਹੋਏ।

ਜਦ ਉਹ ਖਾਣਾ ਖਾ ਚੁੱਕਾ, ਇਸਨੇ ਕਿਹਾ, "ਬੇਟਾ! ਹੁਣ ਤੁਸੀਂ ਸੋ ਜਾਓ ਔਰ ਕਿਸੀ ਚੀਜ਼ ਦੀ ਜ਼ਰੂਰਤ ਹੋ ਤਾਂ ਬਿਣਾ ਤਕੱਲੁਫ ਕਹਿ ਦੇਨਾ।" ਯੇ ਕਹਿ ਕੇ ਉਹ ਕਮਰੇ ਤੋਂ ਬਾਹਿਰ ਚਲਾ ਗਿਆ।

ਥਕਾਵੱਟ ਦੀ ਵਜ੍ਹਾ ਨਾਲ ਜਲਦੀ ਹੀ ਨੀਂਦ ਆ ਗਈ ਔਰ ਉਹ ਸਵੇਰ ਤੱਕ ਸੁੱਤਾ ਰਿਹਾ। ਜਦ ਇਸਦੀ ਅੱਖ ਖੁੱਲੀ ਤਾਂ ਦੱਸ ਬਜ ਰਹੇ ਸੀ।

ਅਹਿਮਦ ਪ੍ਰੇਸ਼ਾਨ ਸੀ ਅਤੇ ਉਸ ਦੀ ਸਮਝ ਵਿੱਚ ਕੁਛ ਨਹੀਂ ਆ ਰਿਹਾ

ਸੀ ਕਿ ਜਿਸ ਸ਼ਖ਼ਸ ਨੂੰ ਉਹ ਜਾਨਦਾ ਨਹੀਂ, ਉਹ ਉਸਦੀ ਖ਼ਿਦਮਤ ਕਰ ਰਿਹਾ ਹੈ। ਔਰ ਜੋ ਇਸਦੇ ਅਪਣੇ ਹੈਂ, ਉਹਣਾਂ ਨੇ ਮੂੰਹ ਮੋੜ ਲਿੱਤਾ ਹੈ। ਉਹ ਅਕਸਰ ਅਪਣੀ ਮਾਂ ਨੂੰ ਸਵਾਲ ਕਰਦਾ - ਅੰਮੀ ਦੁਨੀਆਂ ਵਿੱਚ ਹਰ ਤਰਫ਼ ਜ਼ੁਲਮ, ਬੇ ਇੰਸਾਫ਼ੀ, ਲਾਲਚ, ਹਿਰਸ ਔਰ ਬਦ ਦਿਆਨਤੀ ਸੱਭ ਕੁਛ ਹੈ ਫਿਰ ਵੀ ਦੁਨੀਆ ਕਾਇਮ ਹੈ। ਇਸਦੀ ਮਾਂ ਬੜੇ ਪਿਆਰ ਨਾਲ ਇਸਨੂੰ ਸਮਝਾਂਦੀ ਕਿ ਬੇਟਾ, ਯੇ ਦੁਨੀਆ ਅਗਰ ਕਾਇਮ ਹੈ ਤਾਂ ਅੱਛੇ ਲੋਗਾਂ ਦੀ ਵਜ੍ਹਾ ਨਾਲ ਵਰਨਾ ਕਦ ਦੀ ਕਿਆਮਤ ਆ ਗਈ ਹੁੰਦੀ।

ਉਥੇ ਅੰਮਾਂ ਦੀ ਗੱਲ ਮਜ਼ਾਕ ਵਿੱਚ ਟਾਲ ਦਿੰਦਾ ਸੀ ਕਿ ਬੱਸ ਮਾਂ ਵੀ ਵੈਸੇ ਹੀ ਕਹਿੰਦੀ ਹੈ ਅੱਜ ਤਕ ਉਸ ਨੇ ਐਸਾ ਸ਼ਖ਼ਸ ਨਹੀਂ ਦੇਖਿਆ ਲੇਕਿਨ ਅੱਜ ਇਸਨੂੰ ਮਾਂ ਦੀ ਗੱਲ ਯਾਦ ਆ ਰਹੀ ਸੀ। ਵਾਕਈ ਅੰਮਾਂ ਠੀਕ ਕਹਿੰਦੀ ਸੀ।

ਨਾਸ਼ਤਾ ਕਰਣ ਤੋਂ ਬਾਦ ਅਹਿਮਦ ਨੇ ਇਜਾਜ਼ਤ ਤਲਬ ਕੀਤੀ। ਉਹ ਤਾਂ ਉਹਣਾਂ ਦੇ ਅਹਸਾਨਾਤ ਤਲੇ ਦੱਬਿਆ ਚੱਲਿਆ ਜਾ ਰਿਹਾ ਸੀ।

ਉਸ ਸ਼ਖ਼ਸ ਨੇ ਕਿਹਾ, "ਬੇਟਾ! ਇੰਨਾ ਬੜਾ ਸ਼ਹਿਰ ਹੈ। ਕਿਥੇ ਜਾਓਗੇ?"

"ਅੱਲ੍ਹਾ ਦੀ ਜ਼ਮੀਨ ਬਹੁਤ ਬੜੀ ਹੈ ਜਿਥੇ ਜਗ੍ਹਾ ਮਿਲ ਗਈ," ਅਹਿਮਦ ਨੇ ਜਵਾਬ ਦਿੱਤਾ।

"ਅੱਛਾ, ਬੇਟਾ! ਜਿਦਾਂ ਤੁਹਾਡੀ ਮਰਜ਼ੀ।"

ਜਦ ਉਹ ਉਨਸੇ ਮਿਲਕੇ ਰੁਖ਼ਸਤ ਹੋਣ ਲੱਗਾ ਉਸ ਦੀਆਂ ਅੱਖਾਂ ਤੋਂ ਤਸ਼ੱਕੁਰ ਦੇ ਆਂਸੂ ਬਹਿ ਨਿਕਲੇ ਔਰ ਇਸ ਨੂੰ ਐਸਾ ਮਹਿਸੂਸ ਹੋ ਰਿਹਾ ਸੀ ਜੈਸੇ ਉਸ ਦੇ ਸਾਰੇ ਦੁੱਖ ਉਸਨੇ ਆਪਣੇ ਕੰਧਿਆਂ ਤੇ ਉਠਾ ਲਿੱਤੇ ਹੋਣ।

ਇਸ ਨੇ ਅਹਿਮਦ ਨੂੰ ਤਸੱਲੀ ਦਿੱਤੀ। ਹੁਣ ਉਹ ਆਪਣੇ ਆਪ ਨੂੰ ਕਾਫ਼ੀ ਹਲਕਾ ਮਹਿਸੂਸ ਕਰ ਰਿਹਾ ਸੀ। ਫਿਰ ਉਸ ਸ਼ਖ਼ਸ ਨੇ ਅਹਿਮਦ ਨੂੰ ਕਿਹਾ,

"ਬੇਟਾ! ਯੇ ਕਰਾਚੀ ਬਹੁਤ ਵੱਡਾ ਸ਼ਹਿਰ ਹੈ। ਤੇਨੂੰ ਤਾਂ ਮੰਜ਼ਿਲ ਦਾ ਪਤਾ ਨਹੀਂ ਹੈ। ਤੇਰੇ ਕੋਲ ਪਾਨ ਦੇ ਪੱਤੇ ਹੈਂ, ਕਿਥੇ ਇਸ ਟੋਕਰੇ ਨੂੰ ਉਠਾਂਦਾ ਫਿਰੇਂਗਾ।

"ਤੇਰੀ ਚੱਚੀ ਨੂੰ ਪਾਨ ਖਾਣ ਦਾ ਬੜਾ ਸ਼ੌਂਕ ਹੈ। ਇਹ ਪੱਤੇ ਉਸ ਨੂੰ ਦੇ ਦੇ। ਬੀਚਾਰੀ ਖ਼ੁਸ਼ ਹੋ ਜਾਏਗੀ।"

ਅਹਿਮਦ ਨੇ ਪੰਜ ਕਿਲੋ ਪਾਨ ਦੇ ਪੱਤੇ ਇਹਣਾਂ ਦੇ ਹਵਾਲੇ ਕੀਤੇ ਔਰ ਉਹਣਾਂ ਦਾ ਸ਼ੁਕਰੀਆ ਅਦਾ ਕਰਕੇ ਔਥੋਂ ਚਲਾ ਗਿਆ।

੧੩
ਸਫ਼ੈਦ ਪੋਸ਼

ਮੈਂ ਜਿਥੇ ਰਹਿੰਦਾ ਸੀ, ਉਥੇ ਸੂਫ਼ੀ ਇਨਾਇਤ ਦੀ ਕਿਰਿਆਨੇ ਦੀ ਦੁਕਾਨ ਸੀ। ਛੋਟੀ ਜਿਹੀ ਮਗਰ ਜ਼ਰੂਰਤ ਦੀ ਹਰ ਚੀਜ਼ ਮਿਲ ਜਾਂਦੀ। ਸੂਫ਼ੀ ਸਾਹਿਬ ਮਜ਼ਹਬੀ ਕਿਸਮ ਦੇ ਆਦਮੀ ਸੀ, ਈਮਾਨਦਾਰ ਸੀ, ਇਸ ਲਈ ਮੁਹੱਲੇ ਕੇ ਲੋਗ ਇਹਣਾਂ ਦੇ ਕੋਲ ਆਂਦੇ। ਇਹਣਾਂ ਦੀ ਸਾਰੀ ਦੁਨੀਆ ਇਹ ਛੋਟੀ ਜਹੀ ਦੁਕਾਨ ਹੀ ਸੀ। ਇਹਣਾ ਨੂੰ ਕੋਈ ਫ਼ਿਕਰ ਨਹੀਂ ਸੀ ਕਿ ਦੁਨੀਆ ਵਿੱਚ ਕੀ ਹੋ ਰਿਹਾ ਹੈ। ਬੱਸ ਆਪਣੀ ਹੀ ਜ਼ਾਤ ਵਿੱਚ ਮਗਨ।

ਮੇਰੀ ਸੂਫ਼ੀ ਸਾਹਿਬ ਨਾਲ ਦੋਸਤੀ ਸੀ। ਜਦ ਵੀ ਮੇਰੇ ਕੋਲ ਵਕਤ ਹੁੰਦਾ, ਮੈਂ ਸੂਫ਼ੀ ਸਾਹਿਬ ਦੀ ਦੁਕਾਨ ਤੇ ਚਲਾ ਜਾਂਦਾ। ਉਹਣਾਂ ਦੇ ਇਥੇ ਸਿਰਫ਼ ਦੋ ਕੁਰਸੀਆਂ ਸੀ। ਇਕ ਕੁਰਸੀ ਜਿਸ ਤੇ ਉਹ ਖ਼ੁਦ ਬੈਠਦੇ। ਦੂਸਰੀ ਕੁਰਸੀ ਆਣ-ਜਾਣ ਵਾਲੇ ਲਈ ਰੱਖੀ ਹੁੰਦੀ। ਵੈਸੇ ਉਹ ਆਪਣੇ ਕੋਲ ਕਿਸੀ ਨੂੰ ਜ਼ਿਆਦਾ ਨਹੀਂ ਬੈਠਣ ਦਿੰਦੇ।

ਮੈਂ ਇਕ ਦਿਨ ਇਹਣਾਂ ਦੀ ਦੁਕਾਨ ਦੇ ਸਾਮ੍ਹਣੇ ਤੋਂ ਗੁਜ਼ਰ ਰਿਹਾ ਸੀ ਕਿ ਸੂਫ਼ੀ ਸਾਹਿਬ ਨੇ ਆਵਾਜ਼ ਦਿੱਤੀ।

"ਕਿਥੇ ਹੁੰਦੇ ਹੋ ਸ਼ੋਐਬ ਭਾਈ? ਕਾਫ਼ੀ ਦਿਨਾਂ ਤੋਂ ਕੋਈ ਖ਼ੈਰ ਖ਼ਬਰ

ਨਹੀਂ।"

ਮੈਂ ਇਨ ਕੇ ਪਾਸ ਚਲਾ ਗਿਆ ਔਰ ਸਲਾਮ ਕੀਤਾ।

"ਹਾਂ ਜੀ ਸੂਫ਼ੀ ਸਾਹਿਬ, ਕੀ ਹਾਲ ਹੈ?"

"ਮੈਂ ਤਾਂ ਠੀਕ ਹਾਂ, ਤੁਸੀਂ ਸੁਣਾਓ ਕਿਦਾਂ?" ਸੂਫ਼ੀ ਸਾਹਿਬ ਬੋਲੇ।

"ਉਹ ਮੈਂ ਤਾਂ ਕੁਛ ਦਿਨਾਂ ਤੋਂ ਮਸਰੂਫ਼ ਸੀ, ਇਸ ਲਈ ਆਪ ਦੇ ਕੋਲ ਨਹੀਂ ਆ ਸੱਕਿਆ। ਆਪ ਸੁਣਾਏਂ," ਮੈਂ ਕਿਹਾ।

"ਬੱਸ ਮਿਆਂ! ਸਾਡਾ ਤਾਂ ਗੁਜ਼ਾਰਾ ਹੋ ਰਿਹਾ ਹੈ," ਉਸਨੇ ਕੁਰਸੀ ਅੱਗੇ ਕਰਦੇ ਹੋਏ ਕਿਹਾ, "ਆਓ ਬੈਠੋ।"

ਮੈਂ ਜਲਦੀ ਵਿੱਚ ਸੀ ਲੇਕਿਨ ਸੂਫ਼ੀ ਸਾਹਿਬ ਦਾ ਖ਼ਲੂਸ ਦੇਖ ਕੇ ਮੈਂ ਥੋੜੀ ਦੇਰ ਲਈ ਇਨਕੇ ਪਾਸ ਰੁੱਕ ਗਿਆ। ਮੈਂ ਵੈਸੇ ਹੀ ਦੁਕਾਨ ਦਾ ਜਾਇਜ਼ਾ ਲੈਨਾ ਸ਼ੁਰੂ ਕੀਤਾ ਤਾਂ ਮਹਿਸੂਸ ਹੋਇਆ ਕਿ ਦੁਕਾਨ ਵਿੱਚ ਹਰ ਚੀਜ਼ ਬੜੇ ਕਰੀਨੇ ਨਾਲ ਰੱਖੀ ਹੋਈ ਸੀ। ਇਸ ਨਾਲ ਸੂਫ਼ੀ ਸਾਹਿਬ ਦੀ ਸ਼ਖ਼ਸੀਅਤ ਦਾ ਵੀ ਅੰਦਾਜ਼ਾ ਹੁੰਦਾ ਸੀ। ਮੈਂ ਇਕ ਤਰਫ਼ ਆਟੇ ਔਰ ਚਾਵਲ ਖੁੱਲੇ ਪਏ ਦੇਖੇ। ਬਰਾਬਰ ਘਿਓ ਦਾ ਟਿਨ ਵੀ ਖੁੱਲਾ ਰੱਖਿਆ ਸੀ।

ਮੈਂ ਸੂਫ਼ੀ ਸਾਹਿਬ ਨੂੰ ਪੁੱਛਿਆ, "ਇਹ ਦੱਸੋ ਕਿ ਯੇ ਖੁੱਲਾ ਸਮਾਨ ਹੁਣ ਕੌਣ ਖ਼ਰੀਦਦਾ ਹੈ?"

ਉਹ ਮੁਸਕੁਰਾਏ, "ਭਾਈ! ਯਹੀ ਮੁਹੱਲੇ ਦੇ ਲੋਗ ਖ਼ਰੀਦਦੇ ਹੈਂ। ਇਸੀ ਲਈ ਤਾਂ ਖੋਲ ਕੇ ਰੱਖਿਆ ਹੋਈਆ ਹੈ।"

ਮੈਂ ਹੈਰਤ ਨਾਲ ਉਹਣਾਂ ਦੀ ਤਰਫ਼ ਵੇਖਿਆ, "ਵਾਕਈ ਹੁਣ ਤਾਂ ਮੁਹੱਲੇ ਵਿੱਚ ਕਾਫ਼ੀ ਪੈਸਾ ਆ ਗਿਆ ਹੈ।"

"ਨਹੀਂ ਯਾਰ! ਹੁਣ ਵੀ ਕਾਫ਼ੀ ਸਫ਼ੈਦ ਪੋਸ਼ ਲੋਗ ਹੈਂ," ਸੂਫ਼ੀ ਸਾਹਿਬ ਨੇ ਕਿਹਾ।

ਮੁਝੇ ਬੜੀ ਹੈਰਤ ਹੋਈ।

ਸੂਫ਼ੀ ਸਾਹਿਬ ਬੋਲੇ, "ਭਾਈ, ਤੁਮ ਕਿਥੇ ਗ਼ੁਮ ਰਹਿੰਦੇ ਹੋ? ਕਦੀ ਆਪਣੇ ਖ਼ੋਲ ਤੋਂ ਬਾਹਿਰ ਨਿਕਲ ਕੇ ਤਾਂ ਦੇਖੋ। ਤੁਮ ਵੀ ਹਕੂਮਤੀ ਗੱਲਾਂ ਕਰਦੇ ਹੋ। ਹੁਣ ਵੀ ਮੁਹੱਲੇ ਵਿੱਚ ਬੜੀ ਗ਼ੁਰਬਤ ਹੈ। ਯਾਰ! ਇਥੇ ਹੁਣ ਵੀ ਐਸੇ ਲੋਗ ਹੈਂ ਜੋ ਦਿਹਾੜੀ ਦਾਰ ਹੈਂ। ਕੰਮ ਮਿਲ ਜਾਏ ਤਾਂ ਠੀਕ ਵਰਨਾ ਦੁਪਹਿਰ ਨੂੰ ਖ਼ਾਲੀ ਹੱਥ ਵਾਪਸ ਆ ਜਾਂਦੇ ਹੈਂ। ਤੁਮਣੇ ਰੇਲਵੇ ਰੋਡ ਤਾਂ ਦੇਖਿਆ ਹੈ। ਸਵੇਰ ਦੇ ਵਕਤ ਮਜ਼ਦੂਰ ਲਾਈਨ ਵਿੱਚ ਬੈਠੇ ਹੁੰਦੇ ਹੈਂ। ਤੁਮ ਕਿਆ ਸਮਝਦੇ ਹੋ ਕਿ ਹਰ ਇਕ ਨੂੰ ਕੰਮ ਮਿਲ ਜਾਂਦਾ ਹੈ? ਇਹਣਾਂ ਵਿੱਚੋਂ ਚੰਦ ਕੁ ਨੂੰ ਹੀ ਕੰਮ ਮਿਲਦਾ ਹੈ। ਬਾਕੀ ਤਾਂ ਬੀਚਾਰੇ ਵਾਪਸ ਲੋਟ ਆਂਦੇ ਹੈਂ ਇਸ ਉਮੀਦ ਨਾਲ ਕਿ ਕਲ ਇਨੂੰ ਜ਼ਰੂਰ ਕੰਮ ਮਿਲ ਜਾਏਗਾ। ਯੇ ਉਹੀ ਲੋਗ ਹੈਂ, ਅੱਧਾ ਕਿਲੋ ਆਟੇ ਵਾਲੇ ਜੋ ਕੰਮ ਕਰਦੇ ਔਰ ਰਾਸ਼ਨ ਲੈਂਦੇ ਹੈਂ।"

ਥੋੜੀ ਦੇਰ ਹੋਰ ਗੱਲਾਂ ਹੁੰਦੀਆਂ ਰਹਿਆਂ। ਚੂੰਕਿ ਮੈਨੂੰ ਜਲਦੀ ਸੀ, ਇਸ ਲਈ ਮੈਂ ਇਜਾਜ਼ਤ ਲੈ ਕੇ ਘਰ ਆ ਗਿਆ। ਘਰ ਆਕੇ ਵੀ ਮੈਂ ਇਸ ਬਾਰੇ ਕਾਫ਼ੀ ਦੇਰ ਸੋਚਦਾ ਰਿਹਾ ਕਿ ਸੂਫ਼ੀ ਸਾਹਿਬ ਠੀਕ ਹੀ ਕਹਿੰਦੇ ਹੈਂ।

ਫਿਰ ਇਕ ਰੋਜ਼ ਮੈਂ ਸੁਣਿਆ ਕਿ ਸੂਫ਼ੀ ਸਾਹਿਬ ਨੇ ਗ਼ੈਰਕਾਨੂੰਨੀ ਧੰਦਾ ਸ਼ੁਰੂ ਕਰ ਦਿੱਤਾ ਹੈ। ਹੁਣ ਤਾਂ ਇਹਣਾਂ ਦੀ ਦੁਕਾਨ ਤੇ ਕੁਛ ਮਸ਼ਕੂਕ ਲੋਗ ਆਂਦੇ ਜਾਂਦੇ ਹੈਂ। ਮੈਨੂੰ ਵੀ ਘਰ ਵਾਲਿਆਂ ਨੇ ਸਮਝਾਇਆ ਕਿ ਤੁਮਹਾਰੀ ਵੀ ਸੂਫ਼ੀ ਸਾਹਿਬ ਨਾਲ ਦੋਸਤੀ ਹੈ ਤਾ ਜ਼ਰਾ ਉਣਾਂ ਤੋਂ ਦੂਰ ਹੀ ਰਿਹਾ ਕਰੋ। ਹੁਣ ਤਾਂ ਮੁਹੱਲੇ ਦੇ ਕੁਛ ਲੋਗ ਉਹਦੀ ਦੁਕਾਨ ਤੇ ਜਾਣ ਤੋਂ ਕਤਰਾਨ ਲੱਗੇ ਸੀ। ਮੁਝੇ ਤਾਂ ਲੋਗਾਂ ਦੀਆਂ ਗੱਲਾਂ ਤੇ ਯਕੀਨ ਨਹੀਂ ਸੀ ਕਿਉਂਕਿ ਮੈਂ ਤਾਂ ਸੂਫ਼ੀ ਸਾਹਿਬ ਨੂੰ ਜਾਨਦਾ ਸੀ। ਜਿਸਨੂੰ ਰੁਪਏ ਪੈਸੇ ਨਾਲ ਕੋਈ ਸਰੋਕਾਰ ਨਹੀਂ ਔਰ ਜੋ ਸ਼ਖ਼ਸ ਜ਼ਿਆਦਾ ਮੁਨਾਫ਼ਾ ਲੈਣਾ ਵੀ ਗੁਨਾਹ ਸਮਝਦਾ ਹੈ ਉਹ ਐਸਾ ਕੰਮ ਕਿਉਂ ਕਰੇਗਾ। ਇਕ

ਸ਼ਾਮ ਮੈਂ ਕਿਤਾਬ ਪੜ੍ਹ ਰਿਹਾ ਸੀ ਕਿ ਅਚਾਨਕ ਬਿਜਲੀ ਬੰਦ ਹੋ ਗਈ। ਕਿਤਾਬ ਬੜੀ ਦਿਲਚਸਪ ਸੀ ਮੈਨੂੰ ਗ਼ੁੱਸਾ ਬਹੁਤ ਆਇਆ ਮਗਰ ਕੀਤਾ ਕੀ ਜਾ ਸਕਦਾ ਸੀ। ਗਰਮੀ ਸੀ, ਮੈਂ ਉੱਠ ਕੇ ਬਾਹਿਰ ਗਲੀ ਵਿੱਚ ਆ ਗਿਆ। ਹਰ ਤਰਫ਼ ਅੰਧੇਰਾ ਹੀ ਅੰਧੇਰਾ ਸੀ। ਬੱਸ, ਸੂਫ਼ੀ ਸਾਹਿਬ ਦੀ ਦੁਕਾਨ ਤੇ ਲਾਲਟੈਨ ਦੀ ਹਲਕੀ-ਹਲਕੀ ਰੌਸ਼ਨੀ ਆ ਰਹੀ ਸੀ।

ਮੈਂ ਦਰਵਾਜ਼ੇ ਤੇ ਖੜਾ ਹਲੇ ਸੋਚ ਹੀ ਰਿਹਾ ਸੀ ਕਿ ਸੂਫ਼ੀ ਦੀ ਦੁਕਾਨ ਤੇ ਜਾਊਂ, ਅਚਾਨਕ ਇਕ ਸਾਇਆ ਮੇਰੇ ਕੋਲੋਂ ਗੁਜ਼ਰ ਕੇ ਦੁਕਾਨ ਦੇ ਸਾਮਣੇ ਰੁੱਕ ਕੇ ਅੱਗੇ ਵੱਧ ਗਿਆ। ਉਸ ਵਕਤ ਇਕ ਦੋ ਆਦਮੀ ਸੌਦਾ ਲੈ ਰਿਹੇ ਸੀ। ਫਿਰ ਉਹ ਵਾਪਸ ਆਇਆ। ਮੈਨੂੰ ਯੇ ਸੂਰਤੇਹਾਲ ਬੜੀ ਦਿਲਚਸਪ ਲੱਗੀ। ਇਸ ਤਰਾਂ ਉਸਣੇ ਬੇਚੈਨੀ ਵਿੱਚ ਇਕ ਦੋ ਚੱਕਰ ਲਗਾਏ ਫਿਰ ਸੂਫ਼ੀ ਸਾਹਿਬ ਨੂੰ ਇਕੱਲਾ ਦੇਖ ਕੇ ਉਹਣਾਂ ਕੋਲ ਗਿਆ, ਕੁਛ ਲਿਆ ਔਰ ਅੰਧੇਰੇ ਵਿੱਚ ਗੁੰਮ ਹੋ ਗਿਆ। ਉਹ ਕੌਣ ਸੀ? ਕਿਥੋਂ ਆਇਆ ਸੀ? ਮੈਂ ਪ੍ਰੇਸ਼ਾਨ ਸੀ ਕਿ ਸੂਫ਼ੀ ਦੇ ਕੋਲ ਕੌਣ ਸੀ ਐਸੀ ਚੀਜ਼ ਹੈ ਕਿ ਜਿਸਨੂੰ ਉਹ ਲੈਣ ਲਈ ਇਸ ਕਦਰ ਬੇਚੈਣ ਸੀ।

ਮੈਨੂੰ ਅਪਣਾ ਸ਼ੱਕ ਯਕੀਨ ਵਿੱਚ ਬਦਲਦਾ ਹੋਇਆ ਮਹਿਸੂਸ ਹੋਈਆ ਕਿ ਵਾਕਈ ਉਹਣਾਂ ਨੇ ਕੋਈ ਗ਼ੈਰਕਾਨੂੰਨੀ ਕੰਮ ਸ਼ੁਰੂ ਕਰ ਦਿੱਤਾ ਹੈ। ਬਹਿਰ ਹਾਲ ਇਸ ਵਾਕਿਆ ਨੂੰ ਕਈ ਦਿਨ ਗੁਜ਼ਰ ਗਏ। ਮੈਂ ਵੀ ਮਸਰੂਫ਼ ਹੋ ਗਿਆ।

ਮੁਹੱਲੇ ਵਿੱਚ ਪੁਲਿਸ ਦੇ ਮੁਖ਼ਬਰ ਵੀ ਸੀ। ਕਿਸੀ ਨੇ ਥਾਣੇ ਜਾਕੇ ਇੱਤਲਾਅ ਦੇ ਦਿੱਤੀ ਕਿ ਸੂਫ਼ੀ ਇਨਾਇਤ ਕਿਰਿਆਨੇ ਦੀ ਆੜ ਵਿੱਚ ਮਨ-ਸ਼ੀਆਤ ਦਾ ਕਾਰੋਬਾਰ ਕਰਦਾ ਸੀ। ਇਹਦੀ ਦੁਕਾਨਦਾਰੀ ਤਾਂ ਰਾਤ ਨੂੰ ਸ਼ੁਰੂ ਹੁੰਦੀ ਹੈ। ਰਾਤ ਨੂੰ ਕੁਛ ਮਸ਼ਕੂਕ ਅਫ਼ਰਾਦ ਆਂਦੇ ਹੈਂ, ਚੁਪਕੇ ਕੁਛ ਲੈਂਦੇ ਹੈਂ ਔਰ ਚਲੇ ਜਾਂਦੇ ਹੈਂ।

ਪੁਲਿਸ ਨੇ ਛਾਪਾ ਵੀ ਮਾਰਿਆ ਮਗਰ ਕੁਛ ਬਰਾਮਦ ਨਹੀਂ ਹੋਇਆ।

ਸੂਫ਼ੀ ਵੀ ਹੈਰਾਨ ਸੀ ਕਿ ਉਹ ਕੀ ਤਲਾਸ਼ ਕਰ ਰਿਹੇ ਹੈਂ।

ਫਿਰ ਦੋ ਤਿੰਨ ਦਿਨ ਉਹ ਸ਼ਖ਼ਸ ਨਜ਼ਰ ਨਹੀਂ ਆਇਆ। ਲੋਗ ਵੀ ਹੁਸ਼ਿਆਰ ਸੀ। ਅੱਜ ਸ਼ਾਮ ਨੂੰ ਉਹ ਸਾਇਆ ਫਿਰ ਨਮੂਦਾਰ ਹੋਇਆ। ਉਸਣੇ ਸੂਫ਼ੀ ਤੋਂ ਕੋਈ ਚੀਜ਼ ਲਈ। ਜਦ ਜਾਣ ਲੱਗਾ ਤਾਂ ਕਿਸੀ ਨੇ ਪਿੱਛੋਂ ਆਵਾਜ਼ ਦਿੱਤੀ ਕਿ ਠਹਿਰੋ! ਉਸਨੇ ਅਪਣੀ ਰਫ਼ਤਾਰ ਤੇਜ਼ ਕਰ ਦਿੱਤੀ। ਲੋਗ ਉਸਦੇ ਪਿੱਛੇ ਭੱਜੇ। ਜਦ ਇਸਨੂੰ ਪਕੜ ਲਿਆ ਤਾ ਦੇਖਿਆ ਕਿ ਉਹ ਤਾਂ ਆਪਣੇ ਹੀ ਮੁਹੱਲੇ ਦਾ ਸ਼ਰੀਫ਼ਾ ਸੀ।

ਇਕ ਸਾਹਿਬ ਨੇ ਕਿਹਾ, "ਸ਼ਰੀਫ਼ੇ, ਤੁਮ? ਓਏ ਤੁਮ ਨੇ ਕਦ ਤੋਂ ਨਸ਼ਾ ਸ਼ੁਰੂ ਕਰ ਦਿੱਤਾ?"

ਇਸ ਨੇ ਹੈਰਤ ਨਾਲ ਲੋਗਾਂ ਦੀ ਤਰਫ਼ ਦੇਖਿਆ। ਨਸ਼ਾ? ਕੀ ਹੈ ਤੁਮਹਾਰੇ ਹੱਥ ਵਿੱਚ, ਜ਼ਰਾ ਇੱਧਰ ਤੋ ਕਰੋ। ਇਕ ਨੇ ਜ਼ਬਰਦਸਤੀ ਉਸ ਦੇ ਹੱਥੋਂ ਉਹ ਸ਼ਾਪਰ ਬੈਗ ਖੋਹ ਲਿੱਤਾ ਤੇ ਦੇਖਿਆ ਕਿ ਉਸ ਵਿੱਚ ਆਟਾ ਸੀ।

੧੪
ਚੌਥਾ ਆਦਮੀ

ਅਲੀ ਰਜ਼ਾ ਨੇ ਆਪਣੀ ਸ਼ਾਇਰੀ ਦੀ ਵਜ੍ਹਾ ਨਾਲ ਬੇਹੱਦ ਸ਼ੋਹਰਤ ਔਰ ਇੱਜ਼ਤ ਪਾਈ। ਲੇਕਿਨ ਤਬੀਅਤ ਦੇ ਮਾਰੇ ਹਮੇਸ਼ਾ ਗ਼ੁਰਬਤ ਦੀ ਜ਼ਿੰਦਗੀ ਬਸਰ ਕੀਤੀ। ਇਸ ਵਕਤ ਉਸਦੀ ਉਮਰ ਸੱਠ ਤੋਂ ਉਪਰ ਸੀ। ਉਮਰ ਦੇ ਇਸ ਹਿੱਸੇ ਵਿੱਚ ਵੀ ਉਹ ਕਿਸੀ ਨੂੰ ਖ਼ਾਤਿਰ ਵਿੱਚ ਨਹੀਂ ਲਿਆਂਦਾ ਸੀ। ਜੋ ਗੱਲ ਮੂੰਹ ਵਿੱਚ ਆਈ, ਕਹਿ ਦਿੰਦਾ। ਵੈਸੇ ਵੀ ਜਦ ਇਨਸਾਨ ਦੀ ਉਮਰ ਵੱਧਧੀ ਹੈ, ਮੁਸਤਕ-ਬਿਲ ਇਸ ਦੇ ਲਈ ਕੋਈ ਮਾਅਣੇ ਨਹੀਂ ਰੱਖਦਾ। ਹਾਲ ਅੱਛਾ ਹੋ ਤਾਂ ਬਹੁਤ ਅੱਛਾ ਵਰਨਾ ਮਾਜ਼ੀ ਦੀਆਂ ਯਾਦਾਂ ਹੀ ਰਹਿ ਜਾਂਦਿਆਂ ਹੈਂ।

ਇਹ ਉਮਰ ਹੀ ਐਸੀ ਹੁੰਦੀ ਹੈ ਜਿਥੇ ਇਨਸਾਨ ਅਪਣਾ ਅਹਤਸਾਬ ਖ਼ੁਦ ਕਰਦਾ ਹੈ। ਔਰ ਉਸ ਨੂੰ ਆਪਣੇ ਗ਼ਲਤ ਫ਼ੈਸਲੇ ਤੇ ਕੋਤਾਹਿਓਂ ਦੀ ਗੂੰਜ ਸੁਣਾਈ ਦਿੰਦੀ ਹੈ। ਫਿਰ ਮਹਿਜ਼ ਪਛਤਾਵੇ ਤੋਂ ਕੁਛ ਹਾਸਲ ਨਹੀਂ ਹੁੰਦਾ। ਸਹੀ ਮਾਅਨੋਂ ਵਿੱਚ ਜਦ ਜ਼ਿੰਦਗੀ ਦਾ ਪਤਾ ਚਲਦਾ ਹੈ ਕਿ ਜ਼ਿੰਦਗੀ ਹੈ ਕੀ, ਇਹਨੂੰ ਕਿਸ ਤਰਾਂ ਬਸਰ ਕਰਣਾ ਹੈ, ਇਸਦੇ ਕਾਇਦੇ ਔਰ ਅਸੂਲ ਕੀ ਹੈਂ? - ਜ਼ਿੰਦਗੀ ਹੀ ਖ਼ਤਮ ਹੋ ਜਾਂਦੀ ਹੈ।

ਅਲੀ ਰਜ਼ਾ ਰਸੂਲ ਨਗਰ ਨਾਮੀ ਗਾਉਂ ਵਿੱਚ ਪੈਦਾ ਹੋਇਆ। ਯੇ ਜਗ੍ਹਾ

ਮੇਰੇ ਸ਼ਹਿਰ ਤੋਂ ਪੰਜ ਮੀਲ ਦੂਰ ਹੈ। ਲੇਕਿਨ ਸਾਡਾ ਤਾਆਰੁਫ਼ ਔਰ ਦੋਸਤੀ ਤੀਹ ਸਾਲ ਪੁਰਾਣੀ ਸੀ। ਅਸੀਂ ਚਾਰ ਦੋਸਤ ਸੀ - ਮੈਂ, ਤਾਰਿਕ ਸ਼ਾਹ, ਅਖ਼ਤਰ ਹੁਸੈਨ ਔਰ ਅਲੀ ਰਜ਼ਾ। ਅਸੀਂ ਚਾਰੋਂ ਹੀ ਕਿਸੀ ਨਾ ਕਿਸੀ ਤਰਾਂ ਅਦਬ ਨਾਲ ਮੁਨ-ਸਲਿਕ ਸੀ ਔਰ ਸਾਡਾ ਇਕ ਮਜ਼ਬੂਤ ਅਦਬੀ ਗਰੁੱਪ ਸੀ। ਚੂੰਕਿ ਅਲੀ ਰਜ਼ਾ ਇਕ ਅੱਛਾ ਸ਼ਾਇਰ ਸੀ, ਇਸ ਲਈ ਉਹ ਸਾਡੇ ਤੋਂ ਅੱਗੇ ਨਿਕਲ ਗਿਆ। ਇੰਨਾ ਅੱਗੇ ਕਿ ਉਸਨੇ ਕਦੀ ਪਿੱਛੇ ਮੁੜ ਕੇ ਵੀ ਨਾ ਦੇਖਿਆ ਕਿ ਇਸ ਦੇ ਦੋਸਤ ਕਿਸ ਹਾਲ ਵਿੱਚ ਹੈਂ। ਅਸੀਂ ਨਾਕਾਮ ਸੀ, ਇਸ ਲਈ ਇਸ ਨਾਲ ਹਸੱਦ ਵੀ ਕਰਦੇ। ਔਰ ਉਸ ਦੀ ਕਾਮਯਾਬੀ ਤੇ ਖ਼ੁਸ਼ ਵੀ ਹੋ ਲੈਂਦੇ।

ਜਦ ਦੂਸਰੇਆਂ ਨਾਲ ਗੱਲ ਹੁੰਦੀ ਤਾਂ ਬੜੇ ਫ਼ਖ਼ਰ ਨਾਲ ਇਹ ਬਿਤਾਇਆ ਕਰਦੇ ਕਿ ਅਲੀ ਰਜ਼ਾ ਸਾਡਾ ਯਾਰ ਹੈ। ਅਸੀਂ ਇਕ ਦੋ ਮਰਤਬਾ ਘਰ ਤੇ ਮਦਓ ਕੀਤਾ ਲੇਕਿਨ ਉਹ ਨਹੀਂ ਆਇਆ। ਸ਼ਾਇਦ ਮਸਰੂਫ਼ ਸੀ। ਹਰ ਵਕਤ ਸ਼ਾਇਰੀ ਉਸ ਦੇ ਸਿਰ ਤੇ ਸਵਾਰ ਰਹਿੰਦੀ। ਹੁਣ ਉਸਦੇ ਮੁਦਾਹਾਂ, ਕਦਰ ਦਾਨਾਂ ਔਰ ਦੋਸਤਾਂ ਦਾ ਬਹੁਤ ਬੜਾ ਹਲਕਾ ਮੌਜੂਦ ਸੀ। ਲੇਕਿਨ ਇਸ ਭੀੜ ਵਿੱਚ ਸਾਡਾ ਅਲੀ ਰਜ਼ਾ ਗੁੰਮ ਹੋ ਗਿਆ ਸੀ।

ਹੁਣ ਤਾਂ ਉਹ ਨਵੇਂ-ਨਵੇਂ ਲੋਗਾਂ ਨਾਲ ਹੁੰਦਾ, ਉਹਣਾਂ ਦੇ ਨਾਲ ਉਠਦਾ ਬੈਠਦਾ ਸੀ। ਇਹਣਾਂ ਵਿੱਚ ਮਜਿਸਟ੍ਰੇਟ, ਜੱਜ ਔਰ ਦੂਸਰੇ ਆਲਾ ਸਰਕਾਰੀ ਅਫ਼ਸਰਾਨ ਸ਼ਾਮਿਲ ਸੀ। ਆਪ ਨੂੰ ਤਾਂ ਪਤਾ ਹੈ ਬੜੇ ਲੋਗਾਂ ਦੀਆਂ ਬੜੀਆਂ ਗੱਲਾਂ, ਬੜੇ ਸ਼ੌਂਕ, ਹੁਣ ਇਹਨੂੰ ਸ਼ਰਾਬ ਦੀ ਲੱਤ ਪੈ ਗਈ ਸੀ। ਉਹ ਅਕਸਰ ਸੋਚਦਾ ਕਿ ਮੈਂ ਇਹਣਾਂ ਨੂੰ ਲੁੱਟ ਰਿਹਾ ਹਾਂ। ਇਹਣਾਂ ਦੀਆਂ ਜੇਬਾਂ ਤੇ ਹੱਥ ਸਾਫ਼ ਕਰ ਰਿਹਾ ਹਾਂ।ਲੇਕਿਨ ਇਸ ਦੀ ਆਪਣੀ ਆਮਦਨੀ ਦੇ ਜ਼ਰਿਏ ਕੁਛ ਖ਼ਾਸ ਨਾ ਸੀ, ਸਿਵਾਏ ਸ਼ਾਇਰੀ ਦੇ, ਪਰ ਆਖ਼ਿਰ ਕੱਦ ਤੱਕ। ਉਸਣੇ ਦੋਸਤਾਂ ਤੋਂ ਕਰਜ਼ ਲੈਣਾ ਸ਼ੁਰੂ ਕਰ ਦਿੱਤਾ। ਹੁਣ ਤਾਂ ਇਸ ਦੀ ਇਹ ਹਾਲਤ ਹੋ ਗਈ ਸੀ ਕਿ ਦੋਸਤਾਂ

ਤੋਂ ਕਰਜ਼ ਲੈਂਦੇ ਹੋਏ ਇਸ ਨੂੰ ਝਿਜਕ ਵੀ ਮਹਿਸੂਸ ਨਹੀਂ ਹੁੰਦੀ। ਬਹੁਤ ਸਾਰੇ ਤਾਂ ਇਹ ਤੋਂ ਤੰਗ ਆ ਗਏ ਸੀ। ਉਹਨੂੰ ਦੇਖਦੇ ਹੀ ਗ਼ਾਇਬ ਹੋ ਜਾਂਦੇ ਯਾ ਕੋਈ ਬਹਾਨਾ ਬਣਾ ਲੈਂਦੇ ਲੇਕਿਨ ਸੀ ਇਹ ਵੀ ਉਸਤਾਦ। ਕਿਸੀ ਨਾ ਕਿਸੀ ਤਰਾਂ ਕੋਈ ਵਜ੍ਹਾ ਦੱਸ ਕੇ ਉਧਾਰ ਲੈ ਹੀ ਆਂਦਾ। ਉਹੀ ਲੋਗ ਜੋ ਇਸ ਦੀ ਸ਼ਾਇਰੀ ਦੀ ਵਜ੍ਹਾ ਨਾਲ ਇਸ ਦੀ ਇੱਜਤ ਕਰਦੇ ਸੀ, ਹੁਣ ਨਫ਼ਰਤ ਕਰਨ ਲੱਗ ਗਏ ਸੀ ਔਰ ਇਹਤੋਂ ਕਤਰਾਨ ਲੱਗ ਗਏ ਸੀ। ਉਹ ਸੀ ਹੀ ਬੜਾ ਬਦਨਸੀਬ ਸ਼ਖ਼ਸ ਕਿ ਜਿਸਨੂੰ ਐਣੀ ਮੁਹੱਬਤ ਕਰਨ ਵਾਲੇ ਦੋਸਤ ਮਿਲੇ, ਉਸ ਨੇ ਇਹਣਾਂ ਦੀ ਕਦਰ ਨਹੀਂ ਕੀਤੀ।

ਇਕ ਦਿਨ ਮੈਂ ਦਫ਼ਤਰ ਤੋਂ ਘਰ ਆਇਆ ਤਾਂ ਛੋਟੇ ਭਾਈ ਨੇ ਕੁਛ ਖ਼ਤ ਮੈਨੂੰ ਦਿੱਤੇ ਜੋ ਦੁਪਹਿਰ ਦੀ ਡਾਕ ਵਿੱਚ ਆਏ ਸੀ। ਮੈਂ ਬਹੁਤ ਦੇਰ ਤਕ ਇਨ ਖ਼ਤਾਂ ਨੂੰ ਦੇਖਦਾ ਰਿਹਾ। ਇਹਣਾਂ ਵਿੱਚ ਇਕ ਖ਼ਤ ਏਸਾ ਸੀ ਕਿ ਜਿਸ ਉੱਪਰ ਭੇਜਣ ਵਾਲੇ ਦਾ ਨਾਮ ਪਤਾ ਨਹੀਂ ਸੀ। ਮੈਂ ਹੈਰਾਨ ਸੀ ਕਿ ਇਹ ਖ਼ਤ ਕਿਸ ਦਾ ਹੋ ਸਕਦਾ ਹੈ। ਜਦ ਮੈਂ ਖ਼ਤ ਖੋਲਿਆ ਤਾਂ ਉਹ ਅਲੀ ਰਜ਼ਾ ਦਾ ਸੀ। ਉਹੀ ਅਲੀ ਰਜ਼ਾ ਜਿਸਨੇ ਪਲਟ ਕੇ ਕਦੀ ਸਾਡੀ ਖ਼ਬਰ ਵੀ ਨਹੀਂ ਲਈ ਸੀ। ਹੋਰ ਕਈ ਸਾਲਾਂ ਤੋਂ ਕੋਈ ਰਾਬਤਾ ਨਹੀਂ ਸੀ। ਖ਼ਤ ਵਿੱਚ ਉਸਣੇ ਆਪਣੀ ਬਿਮਾਰੀ ਬਾਰੇ ਲਿਖਿਆ ਸੀ। ਔਰ ਉਹ ਮਿਲਨਾ ਚਾਹੁੰਦਾ ਸੀ। ਮੈਂ ਉਸ ਨੂੰ ਮਿਲਨ ਲਈ ਉਸ ਦੇ ਘਰ ਗਿਆ ਤਾਂ ਪਤਾ ਚਲਿਆ ਕਿ ਉਹ ਹਸਪਤਾਲ ਵਿੱਚ ਹੈ। ਮੈਂ ਹਸਪਤਾਲ ਗਿਆ ਤਾਂ ਦੁਆ-ਸਲਾਮ ਤੋਂ ਬਾਦ ਮੈਨੂੰ ਦੇਖ ਦੇ ਕਹਿਣ ਲੱਗਾ।

"ਯਾਦ ਹੈ ਤੈਨੂੰ, ਇਕ ਵਕਤ ਸੀ ਕਿ ਲੋਗ ਮੇਰੇ ਇਰਦ-ਗਿਰਦ ਮੰਡਰਾਇਆ ਕਰਦੇ ਸੀ ਤੇ ਮੇਰੀ ਸ਼ਾਇਰੀ ਦੀ ਪੂਰੇ ਮੁਲਕ ਵਿੱਚ ਧੂਮ ਸੀ। ਲੋਗ ਆਪਣੀਆਂ ਕਿਤਾਬਾਂ ਦਾ ਇੰਤੇਸਾਬ ਮੇਰੇ ਨਾਮ ਕਰਕੇ ਆਪਣੇ ਆਪ ਨੂੰ ਖ਼ੁਸ਼ਨਸੀਬ ਤਸੱਵਰ ਕਰਦੇ। ਅੱਜ ਉਹੀ ਲੋਗ ਕਹਿੰਦੇ ਹੈਂ ਕਿ ਹੁਣ ਉਸਦੀ ਸ਼ਾਇਰੀ ਵਿੱਚ

ਦਮ ਨਹੀਂ ਰਿਹਾ। ਜਦ ਵੀ ਕੋਈ ਫ਼ੰਕਸ਼ਨ ਹੁੰਦਾ, ਉਸਦੀ ਸਦਾਰਤ ਕਰਦਾ ਸੀ। ਕੋਈ ਵੀ ਅਦਬੀ ਪ੍ਰੋਗਰਾਮ ਮੇਰੇ ਬਗ਼ੈਰ ਨਾਮੁਕੰਮਲ ਹੁੰਦਾ। ਸੁਬਹ-ਸ਼ਾਮ ਲੋਗ ਮੇਰੇ ਕੋਲ ਆਂਦੇ, ਮੇਰੇ ਮੁਦਾਹੂੰ ਦਾ ਜਮਗਠ ਲੱਗਾ ਰਹਿੰਦਾ। ਹੁਣ ਉਹੀ ਲੋਗ ਮੈਨੂੰ ਤਸਲੀਮ ਨਹੀਂ ਕਰਦੇ। ਕੈਸਾ ਜ਼ਾਲਮ ਮੁਆਸ਼ਰਾ ਹੈ? ਤੈਨੂੰ ਯੇ ਭੀ ਯਾਦ ਹੋਗਾ ਕਿ ਸਾਡਾ ਕਿੰਨਾ ਮਜ਼ਬੂਤ ਅਦਬੀ ਗਰੁੱਪ ਸੀ। ਅਸੀਂ ਜੋ ਚਾਹੁੰਦੇ, ਜਿਥੇ ਚਾਹੁੰਦੇ, ਉਹ ਕਰਦੇ। ਮੇਰੇ ਇਕ ਇਸ਼ਾਰੇ ਤੇ ਲੋਗ ਕੁਛ ਵੀ ਕਰਨ ਨੂੰ ਤਿਆਰ ਰਹਿੰਦੇ। ਮੈਂ ਅਮਰੀਕਾ ਔਰ ਯੂਰੋਪ ਦੇ ਅਦਬੀ ਦੋਸਤਾਂ ਨਾਲ ਮਿਲ ਕੇ ਬਾਹਰ ਮੁਸ਼ਾਅਰੇ ਤੇ ਮਦਓ ਕਰਦਾ। ਹੁਣ ਤੇ ਮੈਂ ਆਵਾਜ਼ ਦਿੰਦਾ ਹਾਂ ਤੇ ਕੋਈ ਨਹੀਂ ਆਂਦਾ। ਕਿਥੇ ਹੈਂ ਮੇਰੇ ਚਾਹਨੇ ਵਾਲੇ? ਕਿਥੇ ਹੈਂ ਮੇਰੇ ਉਹ ਦੋਸਤ?"

ਘਬਰਾ ਕੇ ਅਲੀ ਰਜ਼ਾ ਨੇ ਆਪਣੀ ਬੀਵੀ ਨੂੰ ਆਵਾਜ਼ ਦਿੱਤੀ। ਉਹ ਫ਼ੌਰਨ ਦੌੜੀ ਚਲੀ ਆਈ। ਇਸ ਨੂੰ ਖਾਂਸੀ ਦਾ ਸ਼ਦੀਦ ਦੌਰਾ ਪਿਆ ਸੀ। ਸਾਹ ਲੈਣ ਵਿੱਚ ਤਕਲੀਫ਼ ਹੋਣ ਲੱਗੀ। ਮੈਂ ਜਾ ਕੇ ਡਾਕਟਰ ਨੂੰ ਬੁਲਾ ਲਾਇਆ। ਉਸਣੇ ਚੈਕ ਕੀਤਾ। ਬਹੁਤ ਕੋਸ਼ਿਸ਼ ਕੀਤੀ ਮਗਰ ਉਸ ਦੀ ਹਾਲਤ ਵਿੱਚ ਕੋਈ ਫ਼ਰਕ ਨਹੀਂ ਪਿਆ।

"ਯਾਰ! ਮੈਂ ਆਪਣੀ ਬੀਵੀ ਨਾਲ ਕੁਛ ਜ਼ਰੂਰੀ ਗੱਲਾਂ ਕਰਨਾ ਚਾਹੁੰਦਾ ਹੈ।"

ਮੈਂ ਕਮਰੇ ਤੋਂ ਬਾਹਰ ਚਲਾ ਆਇਆ। ਅਲੀ ਨੇ ਹੱਥ ਦੇ ਇਸ਼ਾਰੇ ਨਾਲ ਅਪਣੀ ਬੀਵੀ ਨੂੰ ਕੋਲ ਬੁਲਾਇਆ, "ਇੱਧਰ-ਉੱਧਰ ਦੀਆਂ ਕੁਛ ਜ਼ਰੂਰੀ ਗੱਲਾਂ ਹੈਂ। ਦੇਖੋ, ਅਗਰ ਮੈਂ ਮਰ ਜਾਊਂ ਤਾਂ ਮੇਰੇ ਇਣ ਬੜੇ-ਬੜੇ ਨਾਮ ਵਾਲੇ ਸਰਕਾਰੀ ਅਫ਼ਸਰਾਨ ਦੋਸਤਾਂ ਨੂੰ ਜ਼ਰੂਰ ਇੱਤਲਾਅ ਕਰ ਦੇਨਾ।"

ਉਸ ਦੇ ਕੁਛ ਹੀ ਦੇਰ ਬਾਦ ਉਸ ਕਾ ਇੰਤਕਾਲ ਹੋ ਗਿਆ। ਉਸ ਦੀ ਮੌਤ ਦੀ ਖ਼ਬਰ ਇਨ ਬੜੇ ਦੋਸਤਾਂ ਨੂੰ ਵੀ ਦਿੱਤੀ ਗਈ ਮਗਰ ਮਸਰੂਫ਼ੀਅਤ ਦੇ

ਬਿਨਾ। ਪਰ ਇਨਾਂ ਵਿੱਚੋਂ ਕੋਈ ਵੀ ਨਾ ਆ ਸਕਿਆ। ਬੱਸ ਅਸੀਂ ਤਿਨੋਂ ਦੋਸਤ ਮੌਜੂਦ ਸੀ। ਔਰ ਇਹਦਾ ਜ਼ਨਾਜ਼ਾ ਉਠਾਣ ਲਈ ਚੌਥਾ ਆਦਮੀ ਤਲਾਸ਼ ਕਰ ਰਹੇ ਸੀ।

੧੫
ਹਾਫ਼ਿਜ਼ ਜੀ

ਰਾਜਾ ਹਸੱਨ ਨਾਲ ਮੇਰੀ ਮੁਲਾਕਾਤ ਦੱਸ ਸਾਲ ਪਹਿਲੇ ਹੋਈ। ਇਨ ਦਿਨਾਂ ਮੈਂ ਲਾਹੌਰ ਵਿੱਚ ਇਕ ਅਦਬੀ ਪਰਚਾ ਐਡਿਟ ਕਿਆ ਕਰਦਾ ਸੀ। ਹੱਸਨ ਸਾਹਿਬ ਨਾ ਸਿਰਫ਼ ਇਕ ਆਲਾ ਪਾਏ ਦੇ ਸ਼ਾਇਰ ਸੀ ਬਲਕਿ ਇਕ ਫ਼ਲਸਫ਼ੀ ਦਾਨਿਸ਼ਵਰ ਔਰ ਮਫ਼ੱਕਰ ਵੀ ਸੀ। ਉਹਣਾਂ ਦਾ ਮੁਤਾਲਆ ਬਹੁਤ ਵਸੀਅ ਸੀ। ਉਮਰ ਵਿੱਚ ਤਾਂ ਘੱਟ ਤੋਂ ਘੱਟ ਵੀਹ ਸਾਲ ਵੱਡੇ ਸੀ। ਮੈਂ ਸੋਚ ਵੀ ਨਹੀਂ ਸਕਦਾ ਸੀ ਕਿ ਇਹ ਸਰਸਰੀ ਤਾਆਰੁਫ਼ ਵੱਧਦਾ-ਵੱਧਦਾ ਗਹਿਰੀ ਦੋਸਤੀ ਵਿੱਚ ਬਦਲ ਜਾਏਗਾ। ਜਦ ਵੀ ਉਹਣਾਂ ਨਾਲ ਮੁਲਾਕਾਤ ਹੁੰਦੀ, ਬੜੇ ਤਪਾਕ ਨਾਲ ਪੇਸ਼ ਆਂਦੇ ਔਰ ਖ਼ੂਬ ਖ਼ਾਤਿਰ ਤਵਾਜ਼ੇ ਕਰਦੇ।

ਮੈਂ ਅਕਸਰ ਇਨਾਂ ਦੇ ਇਥੇ ਜਾਣ ਲੱਗ ਗਿਆ। ਉਹ ਵੀ ਦੂਸਰੇ ਤੀਸਰੇ ਰੋਜ਼ ਮੇਰੇ ਇਥੇ ਆ ਜਾਂਦੇ ਔਰ ਦੇਰ ਤਕ ਬੈਠੇ ਰਹਿੰਦੇ ਸੀ। ਦੁਨੀਆ ਭਰ ਦੇ ਮੁਆਸ਼ੀ ਸਿਆਸੀ ਮਿਸਾਈਲ ਤੇ ਤਬਾਦਲਾ ਖ਼ਿਆਲਾਤ ਔਰ ਬਹਿਸ ਹੁੰਦੀ ਰਹਿ-ੰਦੀ। ਹੱਸਨ ਭਾਈ ਉਨ ਖ਼ੁਸ਼ ਕਿਸਮਤ ਲੋਗਾਂ ਵਿੱਚੋਂ ਸੀ ਜਿਹਣਾਂ ਕੋਲ ਅੱਲ੍ਹਾ ਦਾ ਦਿੱਤਾ ਸਭ ਕੁਛ ਸੀ ਜਿਸ ਦੀ ਕੋਈ ਵੀ ਸ਼ਖ਼ਸ ਤਮੰਨਾ ਕਰ ਸਕਦਾ ਸੀ। ਇਹਨੂੰ ਹੁਣ ਕਿਸੀ ਚੀਜ਼ ਦੀ ਕੋਈ ਖ਼ਵਾਹਿਸ਼ ਨਾ ਸੀ। ਉਹ ਆਪਣੇ ਹੀ ਹਾਲ ਵਿੱਚ

ਮਸਤ ਰਹਿੰਦੇ। ਇਸ ਲਈ ਉਹ ਘੱਟ ਹੀ ਮੁਸ਼ਾਅਰੋਂ ਤੇ ਅਦਬੀ ਮਹਿਫ਼ਲਾਂ ਵਿੱਚ ਸ਼ਿਰਕਤ ਕਰਦੇ। ਇਹਣਾਂ ਦੀ ਗੋਸ਼ਾ ਨਸ਼ੀਨੀ ਦੇ ਬਾਵਜੂਦ ਮਹਿਫ਼ਲ ਆਰਾਈ ਦਾ ਸਿਲਸਿਲਾ ਜਾਰੀ ਰਹਿੰਦਾ ਸੀ। ਚੂੰਕਿ ਇਹਣਾਂ ਨੂੰ ਸ਼ਾਇਰੀ ਔਰ ਮੌਸੀਕੀ ਨਾਲ ਸ਼ਗ਼ਫ਼ ਸੀ, ਇਹਣਾਂ ਦੇ ਇਥੇ ਮੁਸ਼ਾਇਰੇ ਤੇ ਦਾਵਤਾਂ ਆਮ ਸੀ। ਇਹਣਾਂ ਦੇ ਇਥੇ ਸ਼ਰਾਬ ਦੇ ਦੌਰ ਵੀ ਚਲਦੇ ਸੀ।

ਇਕ ਦਿਨ ਮੈਂ ਦਫ਼ਤਰ ਜਾਣ ਲਈ ਇਨ ਕੇ ਮਕਾਨ ਦੇ ਅੱਗੋਂ ਗੁਜ਼ਰ ਰਿਹਾ ਸੀ ਕਿ ਹੱਸਨ ਸਾਹਿਬ ਨੇ ਬੁਲੰਦ ਆਵਾਜ਼ ਚ ਪੁਕਾਰਿਆ ਔਰ ਹਥ ਨਾਲ ਇਸ਼ਾਰਾ ਕੀਤਾ ਜਿਸਦਾ ਮਤਲਬ ਸੀ ਕਿ ਇਨਾਂ ਦੀ ਗੱਲ ਸੁਣਦਾ ਜਾਊਂ। ਮੈਂ ਇਹਣਾਂ ਦੇ ਕੋਲ ਆਇਆ, ਸਲਾਮ ਕੀਤਾ।

"ਖ਼ੈਰੀਅਤ ਤਾਂ ਹੈ ਹਸੱਨ ਭਾਈ।"

"ਖ਼ੈਰੀਅਤ ਹੈ ਮਿਆਂ?"

"ਅੱਜ ਸ਼ਾਮ ਨੂੰ ਘਰ ਵਿੱਚ 'ਬੋਤਲ ਮੁਸ਼ਾਇਰਾ' ਹੈ। ਤਮਾਮ ਦੋਸਤ ਆ ਰਹੇ ਹੈਂ, ਦੱਸ ਬਜੇ ਤੱਕ ਆ ਜਾਨਾ।"

"ਇਮਰਾਨ ਤਲਅਤ ਨੂੰ ਤਾਂ ਮੈਂ ਨਹੀਂ ਸੁਣਿਆ ਲੇਕਿਨ ਨੌਜਵਾਨ ਤਾਂ ਇਨ੍ਹੂੰ ਬਹੁਤ ਪਸੰਦ ਕਰਦੇ ਹੈਂ।"

"ਤੁਮਹਾਰਾ ਉਹ ਦੋਸਤ ਹੈ। ਇਮਰਾਨ ਨੂੰ ਤੁਮ ਇੱਤਲਾਅ ਕਰ ਦੇਨਾ।"

ਮੈਂ ਕਿਹਾ, "ਬਹੁਤ ਖ਼ੂਬ! ਮੈਂ ਇੱਤਲਾਅ ਕਰ ਦੂੰਗਾ।"

ਮੈਂਨੇ ਹਸੱਨ ਸਾਹਿਬ ਨੂੰ ਸਲਾਮ ਕੀਤਾ ਔਰ ਓਥੋਂ ਚਲਾ ਗਿਆ।

ਰਾਤ ਨੂੰ ਹਸੱਨ ਸਾਹਿਬ ਦੇ ਇਥੇ ਸਭ ਦੋਸਤ ਇਕੱਠੇ ਹੋਏ। ਅਸੀਂ ਸ਼ਾਇਰੀ ਤੋਂ ਮਹਿਜ਼ੁਜ਼ ਹੋ ਰਹੇ ਸੀ, ਨਾਲ ਹੀ ਨਾਲ ਵਿਸਕੀ ਪੀ ਰਹੇ ਸੀ ਕਿ ਅਚਾਨਕ ਦਰਵਾਜ਼ੇ ਤੇ ਦਸਤਕ ਹੋਈ।

ਹਸੱਨ ਸਾਹਿਬ ਨੇ ਕਿਹਾ, "ਆਪ ਬੈਠੋ। ਮੈਂ ਜ਼ਰਾ ਬਾਹਰ ਜਾ ਕੇ ਦੇਖਦਾ

ਹਾਂ।" ਉਹਣਾਂ ਨੇ ਦਰਵਾਜ਼ਾ ਖੋਲਿਆ। ਦੇਖਿਆ ਤਾ ਹਾਫ਼ਿਜ਼ ਜੀ!

ਹਾਫ਼ਿਜ਼ ਸਾਹਿਬ, ਜਿਹਣਾਂ ਦੀ ਪ੍ਰੌਵਕਾਰ ਦਾੜੀ ਇਹਣਾਂ ਦੀ ਜਾਜ਼ਬੀਅਤ ਵਿੱਚ ਇਜ਼ਾਫ਼ਾ ਕਰ ਰਹੀ ਸੀ, ਆਪਣੀ ਬੇਨੂਰ ਅੱਖਾਂ ਘੁਮਾ ਕੇ ਛੱਤ ਦੀ ਤਰਫ਼ ਦੇਖਦੇ ਹੋਏ ਸਾਡੇ ਨਾਲ ਮੁਖ਼ਾਤਿਬ ਹੂ ਕਰਦੇ ਕਿਹਾ, "ਮੈਂ ਇੱਧਰ ਸੇ ਗੁਜ਼ਰ ਰਿਹਾ ਸੀ ਕਿ ਅਚਾਨਕ ਬਾਹਰ ਬਾਰਿਸ਼ ਸ਼ੁਰੂ ਹੋ ਗਈ। ਹੈ ਤਾਂ ਤਹਿਜ਼ੀਬ ਦੇ ਖ਼ਿਲਾਫ਼ ਲੇਕਿਨ ਅਗਰ ਆਪ ਦੋਸਤ ਇਜਾਜ਼ਤ ਦੋ ਤਾਂ ਮੈਂ ਥੋੜੀ ਦੇਰ ਲਈ ਤੁਹਾਡੀ ਮਹਿਫ਼ਲ ਵਿੱਚ ਸ਼ਰੀਕ ਹੋ ਜਾਊਂ।"

"ਆਓ ਹਾਫ਼ਿਜ਼ ਜੀ, ਆਓ।" ਉਹ ਮੁਸਕੁਰਾਏ।

ਇਸ ਵਕਤ ਸਭ ਨਸ਼ੇ ਵਿੱਚ ਚੂਰ ਸੀ।

ਹੱਸਨ ਸਾਹਿਬ ਗਿਰਨ ਦੇ ਅੰਦਾਜ਼ ਵਿੱਚ ਕੁਰਸੀ ਤੇ ਬੈਠ ਗਏ। ਐਨਕ ਦੇ ਉੱਪਰੋਂ ਇਸ ਨੂੰ ਦੇਖਦੇ ਹੋਏ ਕਿਹਾ, "ਤੂੰ ਕਿਥੇ ਸੀ ਇੰਨੇ ਦਿਨ?

ਇਸ ਤੋਂ ਪਹਿਲਾਂ ਕਿ ਹਾਫ਼ਿਜ਼ ਕੋਈ ਜਵਾਬ ਦਿੰਦਾ, ਉਹਣਾਂ ਨੇ ਕਿਹਾ, "ਯਾਰ! ਹਾਫ਼ਿਜ਼ ਲਈ ਗਿਲਾਸ ਬਨਾਓ। ਬੜੇ ਅਰਸੇ ਬਾਦ ਆਇਆ ਹੈ," 'ਬੜੇ' ਤੇ ਜ਼ੋਰ ਦੇ ਕੇ ਕਿਹਾ।

ਮੈਂ ਸ਼ਰਾਬ ਔਰ ਦੂਸਰੀਆਂ ਜ਼ਰੂਰੀ ਚੀਜ਼ਾਂ ਹਾਫ਼ਿਜ਼ ਦੇ ਸਾਮਣੇ ਰੱਕ ਦਿੱਤੀਆਂ। ਉਸ ਨੇ ਇਕ ਘੁੱਟ ਭਰਿਆ, ਫਿਰ ਦੂਸਰਾ। ਇਹਨੂੰ ਇਵੇਂ ਲੱਗਾ ਜਿਵੇਂ ਉਹਦੀਆਂ ਅੱਖਾਂ ਤਕ ਵਿੱਚ ਠੰਡਕ ਉੱਤਰ ਆਈ ਹੋ ਤੇ ਮੂਡ ਵੀ ਇਕ ਦਮ ਖ਼ੁਸ਼ਗਵਾਰ ਹੋ ਗਿਆ।

ਹੁਣੇ ਪਹਿਲਾ ਹੀ ਪੈੱਗ ਖ਼ਤਮ ਕੀਤਾ ਸੀ ਕਿ ਦਰਵਾਜ਼ਾ ਖੁੱਲਣ ਦੀ ਆਵਾਜ਼ ਆਈ। ਉਸ ਨੇ ਘਬਰਾ ਕੇ ਕਿਹਾ, "ਕੌਣ ਹੈ? ਕੌਣ ਹੈ?"

ਆਵਾਜ਼ ਆਈ, "ਮੈਂ ਵੀ ਹਾਫ਼ਿਜ਼ ਹੀ ਹੂੰ।" ਜਿਸ ਤੇ ਸਭ ਨੇ ਕਹਿਕਹਾ ਲਗਾਇਆ।

"ਯਾਰ! ਹਾਫ਼ਿਜ਼ ਨੂੰ ਇਕ ਗਿਲਾਸ ਹੋਰ ਦੋ।" ਰਾਜਾ ਸਾਹਿਬ ਨੇ ਉਸ ਦੀਆਂ ਬੇਨੂਰ ਅੱਖਾਂ ਵਿੱਚ ਉਭਰਦੇ ਤਸ਼ਕਰ ਦੇ ਤਾਸਰਾਤ ਭਾਂਪ ਲਏ ਸੀ। ਉਹ ਤੋਂ ਪਹਿਲੇ ਕਿ ਉਹ ਕੁਛ ਕਹਿੰਦਾ ਡਬਲ ਪੈੱਗ ਦਿੱਤਾ ਗਿਆ ਔਰ ਉਹ ਨੀਟ ਹੀ ਚੜਾ ਗਿਆ। ਥੋੜੀ ਦੇਰ ਬਾਦ ਉਸਦਾ ਸਿਰ ਘੁੱਮਣ ਲੱਗਿਆ। ਇਸੀ ਵਕਤ ਫ਼ਜਰ ਦੀ ਅਜ਼ਾਨ ਸੁਣਾਈ ਦਿੱਤੀ। ਹਾਫ਼ਿਜ਼ ਸਾਹਿਬ ਉੱਠ ਖੜੇ ਹੋਏ।

"ਹੁਣ ਤਾਂ ਲੋਗਾਂ ਦੇ ਜਾਗਣ ਦਾ ਵਕਤ ਹੋ ਗਿਆ ਹੈ, ਵਕਤ ਗੁਜ਼ਰਨ ਦਾ ਪਤਾ ਹੀ ਨਹੀਂ ਚੱਲਿਆ। ਹੁਣ ਮੈਂ ਚਲਦਾ ਹਾਂ। ਫਿਰ ਆਊਂਗਾ।" ਦੂਸਰੇ ਦੋਸਤਾਂ ਦਾ ਸ਼ੁਕਰੀਆ ਅਦਾ ਕਰਕੇ ਰਵਾਨਾ ਹੋਣ ਹੀ ਲੱਗੇ ਸੀ ਕਿ ਹੱਸਨ ਸਾਹਿਬ ਨੇ ਲੜਖੜਾਂਦੇ ਹੋਏ ਲਹਿਜੇ ਵਿੱਚ ਕਿਹਾ।

"ਹਾਫ਼ਿਜ਼! ਅੱਜ ਨਮਾਜ਼ ਲਈ ਨਾ ਜਾਓ। ਕਿਤੇ ਐਸਾ ਨਾ ਹੋਏ ਕਿ ਲੋਗਾਂ ਨੂੰ ਪਤਾ ਚੱਲ ਜਾਏ ਔਰ ਉਹ ਤੁਹਾਨੂੰ ਮਾਰਣ ਪੰਜਾਬੀ ਫ਼ਿਲਮ ਦੇ ਹੀਰੋ ਦੀ ਤਰਾਂ।" ਹਾਫ਼ਿਜ਼ ਦੇ ਹੋਂਠਾਂ ਤੇ ਮੁਸਕਰਾਹਟ ਨਮੂਦਾਰ ਹੋਈ। ਉਸ ਨੇ ਆਪਣੀ ਦਾੜੀ ਤੇ ਹਥ ਫੇਰਿਆ ਔਰ ਅਪਣਾ ਪੰਜਾ ਲਹਿਰਾ ਕੇ ਕਿਹਾ, "ਮੈਂ ਹਾਫ਼ਿਜ਼ ਹਾਂ। ਕੋਈ ਮੈਨੂੰ ਕੁਛ ਨਹੀਂ ਕਹਿ ਸਕਦਾ।"

ਹੱਸਨ ਸਾਹਿਬ ਤੁਸੀਂ ਇਕ ਆਖ਼ਰੀ ਮਿਹਰਬਾਨੀ ਕਰ ਦੋ। ਕੋਈ ਮੈਨੂੰ ਮਸਜਿਦ ਲੈ ਜਾਏ ਔਰ ਮਸਲੇ ਤਕ ਛੱਡ ਆਏ। ਮੈਂ ਜਾਨਾਂ ਮੇਰਾ ਕੰਮ ਜਾਣੇ। ਤੁਸੀਂ ਅਪਣਾ ਸ਼ੁਗ਼ਲ ਜਾਰੀ ਰੱਖੋ। ਉਸ ਨੇ ਉਠਦੇ ਹੋਏ ਮੂੰਹ ਵਿੱਚ ਸੌਂਫ਼ ਪਾਈ। ਸੌਂਫ਼ ਤਿਨਕੇਆਂ ਨਾਲ ਭਰੀ ਹੋਈ ਸੀ ਇਸ ਲਈ ਇਕ ਤਿਨਕਾ ਉਸ ਦੀ ਦਾੜੀ ਵਿੱਚ ਅਟਕ ਗਿਆ ਸੀ।

ਮੈਂ ਉਹਣਾਂ ਦਾ ਹੱਥ ਪਕੜ ਕੇ ਮਸਜਿਦ ਤਕ ਲੈ ਗਿਆ। ਨਮਾਜ਼ ਲਈ ਕਰੀਬ ਹੀ ਰਹਿਣ ਵਾਲੇ ਹੋਰ ਲੋਗ ਵੀ ਆ ਗਏ ਸੀ ਔਰ ਸਭ ਹਾਫ਼ਿਜ਼ ਦਾ

ਇੰਤਜ਼ਾਰ ਕਰ ਰਿਹੇ ਸੀ। ਉਹਣਾਂ ਨੇ ਜਲਦੀ-ਜਲਦੀ ਵੁਜ਼ੂ ਕੀਤਾ। ਮੇਰੇ ਮੋਂਡੇ ਤੇ ਹਥ ਰੱਖ ਕੇ ਲੰਬੇ-ਲੰਬੇ ਡੱਗ ਭਰਦੇ ਹੋਏ ਮਸਜਿਦ ਕਾ ਸਹਿਣ ਅਬੂਰ ਕਰਕੇ ਕਿਸੀ ਤਰਾਂ ਮਸਲੇ ਤਕ ਆ ਗਏ।

ਉਸ ਦਿਨ ਹਾਫ਼ਿਜ਼ ਨੇ ਨਮਾਜ਼ ਪੜ੍ਹਾਈ। ਲੋਗ ਕਹਿ ਰਿਹੇ ਸੀ ਕਿ ਗੋ ਹਾਫ਼ਿਜ਼ ਦੀਆਂ ਅੱਖਾਂ ਦੇਖੀਆਂ ਤਾਂ ਨਹੀਂ ਲੇਕਿਨ ਸਾਨੂੰ ਇਹਣਾਂ ਤੋਂ ਨਈ ਬਸਾਰਤ ਮਿਲ ਗਈ ਹੈ। ਐਸੀ ਨਮਾਜ਼ ਅੱਜ ਤੋਂ ਪਹਿਲੇ ਨਹੀਂ ਪੜ੍ਹੀ।

੧੬
ਪਹਿਲੀ ਬਾਰਿਸ਼

ਰਮਜ਼ਾਨ ਦਾ ਆਖ਼ਰੀ ਅਸ਼ਰਾ ਚੱਲ ਰਿਹਾ ਸੀ। ਕਲ ਸ਼ਾਮ ਤੋਂ ਹੀ ਬੂੰਦਾ-ਬਾਂਦੀ ਜਾਰੀ ਸੀ। ਲੇਕਿਨ ਅੱਜ ਸਵੇਰ ਤੋਂ ਗੁਲ ਬੇਚੈਨ ਸੀ। ਬਾਰਿਸ਼ ਤਾਂ ਇਹਨੂੰ ਬਹੁਤ ਪਸੰਦ ਸੀ ਲੇਕਿਨ ਅੱਜ ਇਹਨੂੰ ਚੰਗੀ ਨਹੀਂ ਲੱਗ ਰਹੀ ਸੀ। ਉਹ ਖਿੜਕੀ ਤੋਂ ਬਾਹਰ ਗਲੀ ਵਿੱਚ ਮੁਤਵਾਤਰ ਦੇਖੀ ਜਾ ਰਹੀ ਸੀ ਔਰ ਬਾਰਿਸ਼ ਦੇ ਰੁਕਣ ਲਈ ਦੁਆਵਾਂ ਮੰਗ ਰਹੀ ਸੀ।

ਅਚਾਨਕ ਦਰਵਾਜ਼ੇ ਤੇ ਦਸਤਕ ਹੋਈ। ਉਹ ਖ਼ਿਆਲਾਤ ਤੋਂ ਚੌਂਕੀ ਤੇ ਦਰਵਾਜ਼ਾ ਖੋਲਿਆ।

"ਅੰਮੀ, ਆਪ!"

"ਹਾਂ, ਬੇਟੀ!"

"ਤੂੰ ਹਲੇ ਤਕ ਸੋਈ ਨਹੀਂ। ਸਵੇਰ ਹੋਣ ਵਿੱਚ ਕੁਛ ਦੇਰ ਹੈ, ਥੋੜੀ ਦੇਰ ਆਰਾਮ ਕਰ ਲੈ। ਵੈਸੇ ਵੀ ਸਵੇਰੇ ਤੇਨੂੰ ਯੂਨੀਵਰਸਿਟੀ ਤਾਂ ਜਾਣਾ ਨਹੀਂ!"

"ਨਹੀਂ, ਅੰਮੀ! ਯੂਨੀਵਰਸਿਟੀ ਜਾਣਾ ਬਹੁਤ ਜ਼ਰੂਰੀ ਹੈ। ਮੇਰਾ ਪ੍ਰੈਕ-ਟੀਕਲ ਹੈ ਔਰ ਬਾਰਿਸ਼ ਹੈ ਕਿ ਥੰਮ ਹੀ ਨਹੀਂ ਰਹੀ," ਗੁਲ ਨੇ ਜਵਾਬ ਦਿੱਤਾ, "ਅੱਛਾ! ਐਸਾ ਕਰਦੀ ਹਾਂ, ਹੁਣੇ ਥੋੜੀ ਦੇਰ ਲਈ ਸੋ ਜਾਂਦੀ ਹਾਂ," ਉਹ ਸੋਣੇ

ਦੀ ਤਾਕੀਦ ਕਰਕੇ ਚਲੀ ਗਈ।

ਗੁਲ ਸੌਣ ਲਈ ਲੇਟੀ ਹੀ ਸੀ ਕਿ ਇਹਦੇ ਜ਼ਹਿਣ ਵਿੱਚ ਇਕ ਖ਼ੁਸ਼ਗਵਾਰ ਫ਼ਿਲਮ ਚੱਲਣੀ ਸ਼ੁਰੂ ਹੋ ਗਈ ਔਰ ਨਾ ਜਾਣੇ ਕਦ ਉਹ ਨੀਂਦ ਦੇ ਆਗ਼ੋਸ਼ ਵਿੱਚ ਚਲੀ ਗਈ, ਇਹਨੂੰ ਪਤਾ ਹੀ ਨਹੀਂ ਚੱਲਿਆ।

ਜਦ ਇਸ ਦੀ ਅੱਖ ਖੁੱਲੀ ਤਾਂ ਦੱਸ ਬਜ ਚੁੱਕੇ ਸੀ। ਉਹ ਤੇਜ਼ੀ ਨਾਲ ਕਮਰੇ ਤੋਂ ਬਾਹਰ ਆਈ।

"ਅੰਮੀ ਤੁਸੀਂ ਮੈਨੂੰ ਜਗਾਇਆ ਹੀ ਨਹੀਂ। ਮੈਨੂੰ ਦੇਰ ਹੋ ਗਈ ਹੈ।"

"ਬੇਟੀ ਮੁਝੇ ਯਾਦ ਨਹੀਂ ਰਿਹਾ। ਮੈਂ ਸਵੇਰ ਤੋਂ ਘਰ ਦੇ ਕੰਮਾਂ ਵਿੱਚ ਮਸਰੂਫ਼ ਸੀ। ਵੈਸੇ ਵੀ ਬਾਹਰ ਮੂਸਲਾਧਾਰ ਬਾਰਿਸ਼ ਹੋ ਰਹੀ ਸੀ।"

ਗੁਲ ਨੇ ਬਾਹਰ ਦੇਖਿਆ ਤਾਂ ਹਲਕੀ ਬੂੰਦਾ-ਬਾਂਦੀ ਜਾਰੀ ਸੀ। "ਇੰਨੀ ਬਾਰਿਸ਼ ਦੀ ਤਾਂ ਖ਼ੈਰ ਹ," ਯੇ ਕਹਿ ਕੇ ਉਹ ਕਮਰੇ ਚ ਤਿਆਰ ਹੋਣ ਚਲੀ ਗਈ।

ਤਿਆਰ ਹੋ ਕੇ ਕਮਰੇ ਤੋਂ ਬਾਹਰ ਆਈ। ਅੰਮੀ ਤੋਂ ਮੁਖ਼ਾਤਿਬ ਹੋ ਕੇ ਬੋਲੀ, "ਦੋ ਬਜੇ ਤਕ ਵਾਪਸ ਆ ਜਾਉਂਗੀ। ਅਗਰ ਦੇਰ ਹੋ ਗਈ ਤਾਂ ਫ਼ੋਨ ਦਰ ਦੂੰਗੀ।" ਗੁਲ ਸਲਾਮ ਕਰਕੇ ਘਰੋਂ ਨਿਕਲ ਪਈ।

ਇਸ ਦੀ ਉਮਰ ਇਹੀ ਕੋਈ ਬਾਈਸ ਬਰਸ ਸੀ। ਸਰਦੀ ਦਾ ਮੌਸਮ ਸੀ। ਉਹਦੇ ਬਾਵਜੂਦ ਉਸ ਨੂੰ ਪਸੀਨਾ ਆ ਰਿਹਾ ਸੀ। ਉਹ ਘਬਰਾਈ ਹੋਈ ਸੀ। ਅੱਜ ਉਹ ਯੂਨੀਵਰਸਿਟੀ ਦੀ ਬਜਾਏ ਪਹਿਲੀ ਬਾਰ ਰਾਸ਼ਿਦ ਦੇ ਬੁਲਾਵੇ ਤੇ ਇਸ ਦੇ ਘਰ ਜਾ ਰਹੀ ਸੀ। ਇਹਣਾਂ ਦੀ ਮੁਲਾਕਾਤ ਯੂਨੀਵਰਸਿਟੀ ਵਿੱਚ ਹੋਈ। ਰਾਸ਼ਿਦ ਦੀਆਂ ਫ਼ਲਸਫ਼ਿਆਨਾ ਗੱਲਾਂ ਤੋਂ ਇਸ ਕਦਰ ਮੁਤਾਸਿਰ ਹੋਈ ਸੀ ਕਿ ਬੱਸ ਪਹਿਲੀ ਨਜ਼ਰ ਵਿੱਚ ਅਪਣਾ ਦਿਲ ਦੇ ਬੈਠੀ। ਉਹ ਮੇਨ ਸੜਕ ਤੇ ਆਈ, ਹਥ ਦੇ ਇਸ਼ਾਰੇ ਨਾਲ ਰਿਕਸ਼ਾ ਰੋਕਿਆ ਔਰ ਇਸ ਵਿੱਚ ਬੈਠ ਗਈ। ਕੁਛ ਦੇਰ ਸਫ਼ਰ ਤੋਂ ਬਾਦ ਇਕ ਸ਼ਾਨਦਾਰ ਮਕਾਨ ਦੇ ਗੇਟ ਤੇ ਰੁੱਕ ਗਈ। ਗੇਟ ਤੇ ਰਾਸ਼ਿਦ

ਖੜਾ ਸੀ। ਉਸ ਨੇ ਆਂਦੇ ਦੇਥ ਕੇ ਇਤਮੀਨਾਨ ਦਾ ਸਾਹ ਲਿੱਤਾ। ਉਹ ਗੁਲ ਦਾ ਹੱਥ ਥਾਮ ਕੇ ਉਸ ਨੂੰ ਆਪਣੇ ਕਮਰੇ ਵਿੱਚ ਲੈ ਆਇਆ। ਯੇ ਇਸ ਦਾ ਕਮਰਾ ਮਾਲੂਮ ਹੁੰਦਾ ਸੀ। ਇਸ ਵਿੱਚ ਅਲਮਾਰੀਆਂ ਸੀ ਜਿਨ ਵਿੱਚ ਕਿਤਾਬਾਂ ਸੱਜੀਆਂ ਹੋਇਆਂ ਸੀ।

"ਬੈਠ ਜਾਓ, ਗੁਲ!" ਉਹਣੇ ਕੁਰਸੀ ਦੀ ਤਰਫ਼ ਇਸ਼ਾਰਾ ਕੀਤਾ।

ਉਹ ਕੁਰਸੀ ਤੇ ਬੈਠ ਗਈ। ਰਾਸ਼ਿਦ ਵੀ ਇਸ ਦੇ ਬਰਾਬਰ ਬੈਠ ਗਿਆ। ਇੱਧਰ-ਉੱਧਰ ਦੀਆਂ ਗੱਲਾਂ ਹੁੰਦੀਆਂ ਰਹਿਆਂ। ਅੱਜ ਇਹਣਾਂ ਦੀਆਂ ਗੱਲਾਂ ਵਿੱਚ ਕੋਈ ਤਸਲਸੁਲ ਨਹੀਂ ਸੀ। ਇਹਣਾਂ ਦੀਆਂ ਅੱਖਾਂ ਉਹਣਾਂ ਦਾ ਸਾਥ ਨਹੀਂ ਦੇ ਰਹੀਆਂ ਸੀ। ਰਾਸ਼ਿਦ ਗੱਲਾਂ ਕਰਦੇ-ਕਰਦੇ ਉਸ ਦੇ ਕਰੀਬ ਹੁੰਦਾ ਜਾ ਰਿਹਾ ਸੀ। ਉਸ ਨੇ ਅਚਾਨਕ ਅਪਣਾ ਹੱਥ ਗੁਲ ਦੇ ਜਿਸਮ ਤੇ ਫੇਰਨਾ ਸ਼ੁਰੂ ਕਰ ਦਿੱਤਾ। ਇਹਣੇ ਅਜੀਬ ਕਿਸਮ ਦੀ ਕਪਕਪਾਹਟ ਸੀ ਮਹਿਸੂਸ ਕੀਤੀ। ਉਹ ਇਨਕਾਰ ਦੇ ਬਾਵਜੂਦ ਇਨਕਾਰ ਨਾ ਕਰ ਸਕੀ। ਇਕ ਐਸੀ ਤਾਕਤ ਜਿਸ ਨੇ ਗੁਲ ਦੇ ਮੂੰਹ ਤੇ ਤਾਲਾ ਲਗਾ ਦਿੱਤਾ ਸੀ। ਉਹ ਲੱਜ਼ਤ ਦੇ ਹੱਥੋਂ ਬੇਬਸ ਹੋ ਕੇ ਰਹਿ ਗਈ ਸੀ। ਉਸ ਦੇ ਦਿਲ ਦੀਆਂ ਧੜਕਣਾਂ ਤੇਜ਼ ਹੋ ਗਈਆਂ ਸੀ। ਐਸਾ ਮਹਿਸੂਸ ਹੋ ਰਿਹਾ ਸੀ ਕਿ ਇਸ ਦਾ ਦਿਲ ਜਿਸਮ ਤੋਂ ਬਾਹਰ ਆ ਗਿਰੇਗਾ।

ਦੋਨੋਂ ਇਕ ਦੂਸਰੇ ਵਿੱਚ ਖੋ ਗਏ ਸੀ। ਇਹਣਾਂ ਨੂੰ ਕਿਸੀ ਚੀਜ਼ ਦਾ ਵੀ ਹੋਸ਼ ਨਹੀਂ ਰਿਹਾ। ਉਹ ਦੀਵਾਨੇ ਇਕ ਦੂਸਰੇ ਨੂੰ ਚੁਮ ਰਿਹੇ ਸੀ। ਇਕ ਅਜੀਬ ਕਿਸਮ ਦਾ ਨਸ਼ਾ ਜੋ ਕਿਸੀ ਵੀ ਨਸੇ ਤੋਂ ਬਿਹਤਰ ਸੀ। ਉਹਦੇ ਚੇਹਰੇ ਦੀ ਮਾ-ਸੂਮੀਅਤ ਖ਼ਤਮ ਹੋ ਗਈ। ਜ਼ਿੰਦਗੀ ਵਿੱਚ ਪਹਿਲੀ ਵਾਰ ਕਿਸੀ ਮਰਦ ਨੇ ਉਸਨੂੰ ਛੂਹਿਆ ਸੀ।

ਅੱਧੇ ਘੰਟੇ ਬਾਦ ਇਹਣਾਂ ਦੇ ਅੰਦਰ ਦਾ ਤੂਫ਼ਾਨ ਥੰਮ ਚੁੱਕਾ ਸੀ ਲੇਕਿਨ ਗੁਲ ਦੀ ਨਬਜ਼ ਤਾਂ ਹਲੇ ਤਕ ਤੇਜ਼ ਸੀ। ਇਸ ਦਾ ਸਾਰਾ ਜਿਸਮ ਕੰਬ ਰਿਹਾ

ਸੀ। ਚੇਹਰਾ ਪਸੀਨੇ ਨਾਲ ਤਰ ਸੀ। ਇਹ ਦਾ ਸਾਹ ਬੁਰੀ ਤਰਾਂ ਫੁੱਲ ਚੁੱਕਾ ਸੀ ਔਰ ਅੱਖਾਂ ਦੇ ਸਾਮਣੇ ਅੰਧੇਰਾ ਛਾ ਰਿਹਾ ਸੀ।

ਰਾਸ਼ਿਦ ਘਬਰਾ ਗਿਆ। ਇਸ ਦਾ ਸਰ ਤਕੀਏ ਉੱਪਰ ਰੱਖ ਕੇ ਇਹਨੂੰ ਆਰਾਮ ਨਾਲ ਲਿਟਾ ਕੇ ਜਲਦੀ ਕਮਰੇ ਤੋਂ ਬਾਹਰ ਆ ਗਿਆ। ਉਸ ਲਈ ਜੂਸ ਲੈ ਆਇਆ ਤੇ ਕਿਹਾ, "ਗੁਲ! ਯੇ ਜੂਸ ਪੀ ਲੌ। ਇਸ ਨਾਲ ਤੁਮਹਾਰੀ ਤਬੀਅਤ ਬਿਹਤਰ ਹੋ ਜਾਏਗੀ।

ਗੁਲ ਨੇ ਮਾਸੂਮੀਅਤ ਨਾਲ ਕਿਹਾ, "ਨਹੀ, ਰਾਸ਼ਿਦ! ਮੇਰਾ ... ਹੈ।"

੧੭
ਮਸੱਵਦਾ

ਬੌਬੀ ਖਾਣਾ ਖਾਣੇ ਰੈਸਟੋਰਾਂਟ ਗਿਆ ਤਾਂ ਉਸ ਨੇ ਦੇਖਿਆ ਕਿ ਸਾਂਵਲੇ ਰੰਗ ਦਾ ਮਅਮਰ ਆਦਮੀ ਅੰਦਰ ਦਾਖ਼ਲ ਹੋਇਆ ਔਰ ਉਸ ਦੇ ਕਰੀਬ ਦੀ ਮੇਜ਼ ਤੇ ਆ ਕੇ ਬੈਠ ਗਿਆ। ਇਸ ਵਿੱਚ ਇਕ ਅਜੀਬ ਜਹੀ ਕਸ਼ਿਸ਼ ਨਜ਼ਰ ਆਈ ਜੈਸੇ ਬਰਸੋਂ ਦੀ ਸ਼ਨਾਸਾਈ ਹੋ। ਥੋੜੀ ਦੇਰ ਬਾਦ ਬੌਬੀ ਨੂੰ ਮਾਲੂਮ ਹੋਇਆ ਕਿ ਉਹ ਤਜਸੱਸ ਨਿਗਾਹਾਂ ਨਾਲ ਇਸ ਦਾ ਜਾਇਜ਼ਾ ਲੈ ਰਿਹਾ ਸੀ। ਉਸ ਨੇ ਨਿਗਾਹ ਹਟਾ ਲਈ ਔਰ ਇਤਮੀਨਾਨ ਨਾਲ ਖਾਣੇ ਵਿੱਚ ਮਸਰੂਫ਼ ਹੋ ਗਿਆ। ਅਚਾਨਕ ਬੂੜਾ ਉੱਠਿਆ ਔਰ ਕੰਪਊਟਰ ਤੇ ਜਾਕੇ ਕੁਛ ਗੱਲ ਕੀਤੀ। ਜਦ ਉਹ ਬਾਹਰ ਜਾਣ ਲੱਗਾ ਤਾਂ ਮੈਨੇਜਰ ਨੇ ਉਹਨੂੰ ਰੋਕ ਦਿੱਤਾ।

ਫਿਰ ਉਹ ਬੂੜੇ ਤੇ ਜ਼ੋਰ-ਜ਼ੋਰ ਨਾਲ ਚਿੱਲਾਣ ਲੱਗਾ। ਉਸ ਵਕਤ ਤਕ ਬੌਬੀ ਖਾਣਾ ਖ਼ਤਮ ਕਰ ਚੁੱਕਾ ਸੀ। ਉਹ ਇਹਣਾਂ ਦੇ ਕੋਲ ਗਿਆ ਅਤੇ ਪੁੱਛਿਆ ਕਿ ਕੀ ਮਸਲਾ ਹੈ? ਰੈਸਟੋਰਾਂਟ ਦੇ ਮੈਨੇਜਰ ਨੇ ਇਸ ਨੂੰ ਬਿਤਾਇਆ ਕਿ ਉਸਣੇ ਖਾਣੇ ਦਾ ਬਿਲ ਅਦਾ ਨਹੀਂ ਕੀਤਾ।

ਇਸ ਸ਼ਖ਼ਸ ਨੇ ਪ੍ਰੇਸ਼ਾਨ ਭਰੇ ਲਹਿਜੇ ਵਿੱਚ ਕਿਹਾ, "ਮੇਰਾ ਬਟੂਆ ਘਰ ਰਹਿ ਗਿਆ ਹੈ। ਮੈਨੂੰ ਜਾਣ ਦੋ, ਮੈਂ ਪੈਸੇ ਲਿਆ ਕੇ ਦਿਨਾਂ ਹਾਂ।"

ਬੌਬੀ ਨੇ ਇਸ ਦੀ ਹਿਮਾਇਤ ਕਰਦੇ ਹੋਏ ਕਿਹਾ ਕਿ ਇਹਣਾਂ ਤੇ ਯਕੀਣ ਕਰ। ਇਹਣਾਂ ਨੂੰ ਜਾਣ ਦੇ। ਰੈਸਟੋਰਾਂਟ ਦੇ ਮੈਨੇਜਰ ਨੇ ਗ਼ੁੱਸੇ ਨਾਲ ਕਿਹਾ, "ਸਾਹਿਬ, ਆਪ ਜਾਏਂ। ਯੇ ਆਪ ਦਾ ਮਸਲਾ ਨਹੀਂ ਹੈ। ਸਾਨੂੰ ਪਤਾ ਹੈ ਇਹ ਲੋਗਾਂ ਨਾਲ ਕਿਸ ਤਰਾਂ ਨਿਪਟਿਆ ਜਾਂਦਾ ਹੈ।"

ਬੌਬੀ ਨੂੰ ਗ਼ੁੱਸਾ ਆ ਗਿਆ।

"ਕਿੰਨੇ ਪੈਸੇ ਹੈਂ? ਬਿਲ ਮੈਂ ਅਦਾ ਕਰ ਦਿੰਦਾ ਹਾਂ।" ਉਹਣਾਂ ਨੇ ਉਸ ਨੂੰ ਜਾਣ ਦਿੱਤਾ।

ਉਹ ਰੈਸਟੋਰਾਂਟ ਤੋਂ ਬਾਹਰ ਚਲਾ ਗਿਆ ਔਰ ਬੌਬੀ ਨੇ ਬਿਲ ਅਦਾ ਕਰ ਦਿੱਤਾ। ਜਦ ਉਹ ਬਾਹਰ ਆਇਆ ਤਾਂ ਬੂੜਾ ਖੜਾ ਇਹਦਾ ਇੰਤਜ਼ਾਰ ਕਰ ਰਿਹਾ ਸੀ।

"ਬੇਟਾ, ਤੂੰ ਹੀ ਹੈਂ ਜਿਸ ਨੇ ਬਿਲ ਅਦਾ ਕੀਤਾ ਹੈ?"

"ਜੀ ਹਾਂ।"

ਇਸ ਨੇ ਕੋਈ ਚੀਜ਼ ਦਿੱਤੇ ਹੋਏ ਕਿਹਾ, "ਯੇ ਤੁਮ ਰੱਖ ਲੌ।"

ਬੌਬੀ ਨੇ ਦੇਖਿਆ ਤਾਂ ਉਹ ਕੁਛ ਕਾਗ਼ਜ਼ ਸੀ। ਉਸ ਨੇ ਹੈਰਾਨਗੀ ਨਾਲ ਪੁੱਛਿਆ ਕਿ ਇਨ ਵਿੱਚ ਕੀ ਹੈ? ਵੈਸੇ ਵੀ ਇਹ ਕਾਗ਼ਜ਼ ਮੇਰੇ ਕਿਸ ਕੰਮ ਦੇ?

ਉਹ ਮੁਸਕੁਰਾਇਆ ਔਰ ਬੋਲਿਆ, "ਯੇ ਕਾਗ਼ਜ਼ ਮੇਰੇ ਲਈ ਬੜੇ ਅਹਿਮ ਹੈਂ। ਇਹ ਮੇਰੀ ਕਿਤਾਬ ਦਾ ਮੱਸਵਦਾ ਹੈ।"

ਬੌਬੀ ਨੇ ਕਿਹਾ, "ਇੰਨੇ ਪੈਸੇ ਨਹੀਂ ਕਿ ਮੈਂ ਤੁਹਾਡਾ ਇਹ ਮਸੱਵਦਾ ਹੀ ਰੱਖ ਲਵਾਂ। ਛੱਡੋ ਜਾਣ ਦੋ।"

"ਬੇਟਾ! ਇਹ ਤਾਂ ਤੇਨੂੰ ਰੱਖਣਾ ਪਏਗਾ। ਮੈਂ ਕਲ ਇਹੀ ਵਕਤ ਇਥੇ ਆਉਂਗਾ। ਤੇਨੂੰ ਪੈਸੇ ਅਦਾ ਕਰ ਕੇ ਅਪਣਾ ਮੱਸਵਦਾ ਲੈ ਜਾਊਂਗਾ। ਵੈਸੇ ਮੇਰਾ ਐਡਰੈਸ ਵੀ ਇਸ ਮੱਸਵਦੇ ਦੇ ਆਖ਼ਿਰ ਵਿੱਚ ਲਿਖਿਆ ਹੋਇਆ ਹੈ।" ਉਹ

ਬਜ਼ੁਰਗ ਉਥੋਂ ਚਲੇ ਗਏ ਔਰ ਬੌਬੀ ਵੀ ਘਰ ਆ ਗਿਆ। ਇਸ ਤੋਂ ਬਾਦ ਉਹ ਇੰਨਾ ਮਸਰੂਫ਼ ਹੋ ਗਿਆ ਕਿ ਇਸਨੂੰ ਤਾਂ ਯਾਦ ਵੀ ਨਾ ਰਿਹਾ ਕਿ ਉਸ ਨੇ ਮਿਲਣ ਦਾ ਵਾਦਾ ਕੀਤਾ ਸੀ। ਇਕ ਦਿਨ ਇਸ ਦੀ ਮਾਂ ਇਸਦੇ ਕਮਰੇ ਦੀ ਸਫ਼ਾਈ ਕਰ ਰਹੀ ਸੀ ਤਾਂ ਉਸ ਨੂੰ ਉਹੀ ਮਸੱਵਦਾ ਮਿਲਿਆ ਜਿਸ ਦੀ ਲਿਖਾਈ ਜਾਣੀ-ਪਹਿਚਾਣੀ ਸੀ। ਉਸ ਨੇ ਪੰਨੇ ਉਲਟ-ਪਲਟ ਕੇ ਦੇਖੇ। ਇਸ ਤੇ ਮੁਸੱਨਫ਼ ਦਾ ਨਾਮ ਲਿਖੀਆ ਹੋਇਆ ਸੀ। ਜਦ ਉਸ ਨੇ ਪੜ੍ਹਨਾ ਸ਼ੁਰੂ ਕੀਤਾ ਤਾਂ ਇਹਦੇ ਆਂਸੂ ਨਹੀਂ ਰੁੱਕ ਰਹੇ ਸੀ।

ਇਸੀ ਵਕਤ ਬੌਬੀ ਕਮਰੇ ਵਿੱਚ ਦਾਖ਼ਲ ਹੋਇਆ।

"ਅੰਮੀ! ਕੀ ਗੱਲ ਹੈ? ਤੁਹਾਡੀ ਤਬੀਅਤ ਤਾਂ ਠੀਕ ਹੈ? ਆਪ ਰੋ ਰਹੀ ਹੈਂ।"

"ਨਹੀਂ ਬੇਟਾ! ਵੈਸੇ ਹੀ ਅੱਖ ਵਿੱਚ ਕੁਛ ਚਲਾ ਗਿਆ ਸੀ।"

"ਨਹੀਂ ਅੰਮੀ, ਆਪ ਮੇਰੇ ਤੋਂ ਕੁਛ ਛੁਪਾ ਰਹੀ ਹੈਂ।"

ਇਸ ਦੀ ਮਾਂ ਨੇ ਆਂਸੂ ਪੂੰਝ ਕੇ ਕਿਹਾ, "ਪਹਿਲੇ ਮੈਨੂੰ ਇਹ ਦੱਸ ਤੂੰ ਇਹ ਮਸੱਵਦਾ ਕਿਥੋਂ ਲਿਆ ਹੈ।" ਬੌਬੀ ਨੇ ਸਾਰਾ ਵਾਕਿਆ ਸੁਣਾਇਆ।

"ਬੇਟਾ, ਹੁਣ ਛਪਾਨ ਦਾ ਕੋਈ ਫ਼ਾਇਦਾ ਨਹੀਂ। ਤੈਨੂੰ ਪਤਾ ਹੈ ਤੂੰ ਕਿਸ ਨੂੰ ਮਿਲਿਆ ਸੀ?"

ਬੌਬੀ ਨੇ ਕਿਹਾ, "ਨਹੀਂ ਅੰਮੀ! ਮੈਂ ਇਹਣਾਂ ਨੂੰ ਨਹੀਂ ਜਾਨਦਾ। ਉਨ ਸੇ ਇਤਫ਼ਾਕੀਆ ਮੁਲਾਕਾਤ ਹੋਈ ਸੀ।"

"ਬੇਟਾ! ਉਹ ਤੁਮਹਾਰੇ ਅਬੂ ਸੀ।"

"ਅਬੂ!" ਬੌਬੀ ਨੇ ਹੈਰਤ ਨਾਲ ਕਿਹਾ।

"ਹਾਂ, ਤੇਰੇ ਅਬੂ। ਬੇਟਾ, ਮੁਝੇ ਮਾਫ਼ ਕਰ ਦਈਂ। ਮੈਂ ਅੱਜ ਤਕ ਤੇਰੇ ਨਾਲ ਝੂਠ ਬੋਲਦੀ ਰਹੀ। ਵੈਸੇ ਵੀ ਹੁਣ ਇਸ ਉਮਰ ਵਿੱਚ ਝੂਠ ਨਹੀਂ ਬੋਲਿਆ

ਜਾਂਦਾ। ਤੇਰੇ ਅੱਬਾ ਵਾਕਈ ਇਕ ਅੱਛੇ ਇਨਸਾਨ ਸੀ। ਮੈਂ ਨਹੀਂ ਚਾਹੁੰਦੀ ਸੀ ਕਿ ਤੇਰੇ ਦਿਲ ਵਿੱਚ ਇਹਣਾਂ ਲਈ ਕੋਈ ਨਰਮ ਗੋਸ਼ਾ ਪੈਦਾ ਹੋਏ ਇਸ ਲਈ ਮੈਂ ਤੈਨੂੰ ਉਹਣਾਂ ਦਾ ਉਹ ਚੇਹਰਾ ਦਿਖਾਇਆ ਤਾਕਿ ਤੂੰ ਹਮੇਸ਼ਾ ਉਹਣਾਂ ਕੋਲੋਂ ਦੂਰ ਰਹੇਂ। ਸੱਚ ਤਾਂ ਇਹ ਹੈ ਕਿ ਮੈਂ ਅੱਜ ਵੀ ਇਹਣਾਂ ਦੀ ਇੱਜ਼ਤ ਕਰਦੀ ਹਾਂ ਔਰ ਉਹਣਾਂ ਦੇ ਖ਼ਿਆਲਾਤ ਦੀ ਕਦਰ ਕਰਦੀ ਹਾਂ।

"ਜਦ ਉਹ ਤਾਲੀਮ ਤੋਂ ਫ਼ਾਰਗ਼ ਹੋ ਕੇ ਅਮਲੀ ਜ਼ਿੰਦਗੀ ਵਿੱਚ ਆਏ, ਇਹਣਾਂ ਨੂੰ ਅੱਛੀ ਖ਼ਾਸੀ ਸਰਕਾਰੀ ਨੌਕਰੀ ਮਿਲ ਗਈ ਸੀ ਲੇਕਿਨ ਇਹਣਾਂ ਨੂੰ ਤਾ ਅਦਬ ਨਾਲ ਲਗਾਵ ਸੀ। ਇਹਣਾਂ ਦੇ ਸ਼ੌਕ ਨੇ ਘਰ ਦੀ ਲੁਟਿਆ ਡੁਬੋ ਦਿੱਤੀ। ਇਹਣਾਂ ਨੂੰ ਯੇ ਸਰਕਾਰੀ ਨੌਕਰੀ ਮਿਆਰ ਤੋਂ ਗਿਰੀ ਹੋਈ ਮਾਲੂਮ ਹੁੰਦੀ। ਮਸ਼ਵਰੇ ਦੇਣ ਵਾਲੇ ਕਾਫ਼ੀ ਸੀ ਲੇਕਿਨ ਗੱਲਾਂ ਨਾਲ ਪੇਟ ਨਹੀਂ ਭਰਦਾ। ਆਖ਼ਿਰ ਦੋਸਤਾਂ ਦੇ ਕਹਿਣ ਤੇ ਨੌਕਰੀ ਛੱਡ ਦਿੱਤੀ। ਲੱਗੀ ਬੰਧੀ ਆਮਦਨ ਖ਼ਤਮ ਹੋ ਗਈ।

"ਉਹਣਾਂ ਨੇ ਅਦਬ ਨਾਲ ਨਾਤਾ ਜੋੜ ਲਿਆ ਲੇਕਿਨ ਅਦਬ ਇਹਣਾਂ ਨੂੰ ਰੋਟੀ ਨਾ ਦੇ ਸੱਕਿਆ। ਜਦ ਕਦੀ ਕੋਈ ਨਾਵਲ ਯਾਂ ਕਹਾਣੀ ਬਿਕ ਜਾਂਦੀ, ਦਾਲ-ਰੋਟੀ ਦਾ ਬੰਦੋਵਸਤ ਹੋ ਜਾਂਦਾ। ਬੜੀ ਮੁਸ਼ਕਿਲ ਨਾਲ ਘਰ ਦਾ ਖ਼ਰਚ ਚਲਦਾ। ਇਹਣਾਂ ਦੇ ਚਾਹੁਣੇ ਵਾਲੇਆਂ ਦਾ ਬਹੁਤ ਬੜਾ ਹਲਕਾ ਹੈ ਲੇਕਿਨ ਉਹ ਸਾਰੇ ਵੀ ਇਹਣਾਂ ਨੂੰ ਫ਼ਿਕਰ ਮੁਆਸ਼ ਤੋਂ ਆਜ਼ਾਦ ਨਾ ਕਰ ਸਕੇ।

"ਉਹਣਾਂ ਨੇ ਬੇਸ਼ੁਮਾਰ ਅਫ਼ਸਾਨੇ ਔਰ ਨਾਵਲ ਲਿੱਖੇ ਮਗਰ ਕਿਤਾਬੀ ਸ਼ਕਲ ਵਿੱਚ ਨਾ ਆ ਸਕੇ। ਸ਼ੁਰੂ-ਸ਼ੁਰੂ ਵਿੱਚ ਤਾਂ ਉਹ ਹਕੂਮਤ ਦੇ ਖ਼ਿਲਾਫ਼ ਲਿਖਦੇ। ਉਹਣਾਂ ਦਾ ਮਕਸਦ ਦਰਅਸਲ ਅਵਾਮ ਨੂੰ ਬੇਦਾਰ ਕਰਨਾ ਸੀ। ਇਸ ਲਈ ਫ਼ਰਜ਼ੀ ਨਾਮ ਤੋਂ ਛਪਦੇ। ਇਹਣਾਂ ਦੀ ਇੰਨੀ ਮੰਗ ਹੋਈ ਕਿ ਅਸਲ ਨਾਮ ਦੱਬ ਕੇ ਰਹਿ ਗਿਆ।

"ਬੇਟਾ! ਤੇਰੇ ਅਬੂ ਅਦਬ ਵਿੱਚ ਉਹ ਮੁਕਾਮ ਹਾਸਲ ਨਾ ਕਰ ਸਕੇ ਜਿਸ

ਦੇ ਉਹ ਮੁਸਤਹਿਕ ਸੀ। ਉਸ ਵਿੱਚ ਜ਼ਿਆਦਾ ਕਸੂਰ ਖ਼ੁਦ ਉਹਣਾ ਦਾ ਹੈ। ਇਹਣਾਂ ਨੂੰ ਆਪਣੀ ਸਲਾਹੀਅਤਾਂ ਤੇ ਭਰੋਸਾ ਸੀ। ਬਾਜ਼ੋਕਾਤ ਸਲਾਹੀਅਤਾਂ ਦੇ ਇਲਾਵਾ ਕਿਸਮਤ ਦਾ ਵੀ ਅਮਲ ਦਖ਼ਲ ਹੁੰਦਾ ਹੈ। ਮੈਂ ਕਈ ਵਾਰ ਇਹਣਾਂ ਨੂੰ ਕਿਹਾ ਕਿ ਆਪ ਨੌਕਰੀ ਕਰ ਲੋ ਲੇਕਿਨ ਅਦਬ ਤਾਂ ਉਹਣਾਂ ਦੇ ਖ਼ੂਨ ਵਿੱਚ ਸਾਹ ਲੈਂਦਾ ਸੀ। ਉਹ ਇਸ ਲਈ ਹੀ ਪੈਦਾ ਹੋਏ ਸੀ। ਉਹਣਾਂ ਨੇ ਬਹੁਤ ਮਿਹਨਤ ਕੀਤੀ ਲੇਕਿਨ ਅਦਬ ਨੇ ਸਾਰੀ ਜ਼ਿੰਦਗੀ ਇਹਣਾਂ ਨੂੰ ਭੁੱਖ ਹੀ ਦਿੱਤੀ ਮਗਰ ਇਹਣਾਂ ਨੂੰ ਕੋਈ ਸ਼ਿਕਵਾ ਨਹੀਂ ਸੀ। ਕਦ ਤਕ ਐਸਾ ਚਲਦਾ? ਉਹਣਾਂ ਨੇ ਬੇਸ਼ੁਮਾਰ ਲੋਗਾਂ ਦਾ ਕਰਜ਼ ਅਦਾ ਕਰਨਾ ਸੀ। ਲੋਗਾਂ ਨੇ ਵਾਪਸੀ ਦੇ ਤਕਾਜ਼ੇ ਸ਼ੁਰੂ ਕਰ ਦਿੱਤੇ ਸੀ। ਮੈਂ ਇਸ ਤਰਾਂ ਦੀ ਜ਼ਿੰਦਗੀ ਦੀ ਆਦੀ ਨਹੀਂ ਸੀ। ਐਸੀ ਜ਼ਿੰਦਗੀ ਤੋਂ ਤੰਗ ਆ ਚੁੱਕੀ ਸੀ। ਆਖ਼ਿਰ ਮੈਂ ਉਹਣਾਂ ਤੋਂ ਅਲਾਹਦਗੀ ਦਾ ਫ਼ੈਸਲਾ ਕਰ ਲਿਆ ਔਰ ਅਲੱਗ ਹੋ ਗਈ। ਉਹਣਾਂ ਨੇ ਬਹੁਤ ਕੋਸ਼ਿਸ਼ ਕੀਤੀ ਮੈਂ ਵਾਪਸ ਘਰ ਆ ਜਾਊਂ ਲੇਕਿਨ ਮੈਂ ਨਹੀਂ ਗਈ ਔਰ ਤੇਨੂੰ ਵੀ ਉਹਣਾਂ ਕੋਲੋਂ ਦੂਰ ਰੱਖਿਆ," ਇਸ ਦੀ ਮਾਂ ਰੋਂਦੇ ਹੋਏ ਉਠ ਖੜੀ ਹੋਈ ਔਰ ਕਮਰੇ ਤੋਂ ਬਾਹਰ ਨਿਕਲ ਗਈ।

ਸਾਰੀ ਰਾਤ ਬੌਬੀ ਨੇ ਕਰਵਟਾਂ ਬਦਲਦੇ ਗੁਜ਼ਾਰੀ। ਸਵੇਰ ਹੁੰਦੇ ਹੀ ਉਹ ਇਸ ਐਡਰੈਸ ਤੇ ਪਹੁੰਚ ਗਿਆ। ਮਕਾਨ ਲੱਭਣ ਚ ਕੋਈ ਦਿੱਕਤ ਨਾ ਹੋਈ। ਦੇਖਿਆ ਤਾਂ ਦਰਵਾਜ਼ੇ ਤੇ ਤਾਲਾ ਸੀ। ਉਸ ਨੇ ਪੜੋਸੀ ਨੂੰ ਪੁੱਛਿਆ ਕਿ ਤੁਹਾਡੇ ਨਾਲ ਵਾਲੇ ਘਰ ਵਿੱਚ ਜੋ ਸਾਹਿਬ ਰਹਿੰਦੇ ਹੈਂ, ਉਹ ਕਿਥੇ ਗਏ ਹੈਂ?

ਉਸ ਨੇ ਕਿਹਾ, "ਆਪ ਨੂੰ ਸ਼ਾਇਦ ਪਤਾ ਨਹੀਂ। ਉਹਣਾਂ ਦਾ ਤਾਂ ਇਕ ਹਫ਼ਤਾ ਪਹਿਲੇ ਇੰਤਕਾਲ ਹੋ ਚੁੱਕਾ ਹੈ।"

੧੮
ਪਾਂਚ ਮਿੰਟ ਕੀ ਔਰਤ

ਅਲਿਆਨ ਦੀ ਪਹਿਲੀ ਸਾਲਗਿਰਹ ਸੀ। ਮੈਂ ਔਰ ਮੇਰੀ ਬੀਵੀ ਬੈਠੇ ਮਹਿਮਾਨਾਂ ਦੀ ਲਿਸਟ ਬਣਾ ਰਹੇ ਸੀ। ਨਾਲ-ਨਾਲ ਚਾਏ ਵੀ ਪੀ ਰਹੇ ਸੀ। ਚਾਏ ਗਰਮ ਸੀ। ਮੇਰੀ ਵੀ ਅਜੀਬ ਆਦਤ ਹੈ ਕਿ ਮੈਂ ਗਰਮ ਚੀਜ਼ ਨੂੰ ਠੰਡਾ ਔਰ ਠੰਡੀ ਚੀਜ਼ ਨੂੰ ਗਰਮ ਕਰਕੇ ਪੀਂਦਾ ਹਾਂ। ਇਸ ਲਈ ਅਹਿਸਤਾ-ਅਹਿਸਤਾ ਘੁੱਟ ਭਰ ਰਿਹਾ ਸੀ। ਫਿਰ ਪਤਾ ਨਹੀਂ ਮੇਰੇ ਜ਼ਹਿਨ ਵਿੱਚ ਕੀ ਖ਼ਿਆਲ ਆਇਆ, ਮੈਂ ਬੇਗਮ ਨੂੰ ਮੁਖ਼ਾਤਿਬ ਹੋ ਕੇ ਕਿਹਾ, “ਸਾਡੇ ਸਾਮਣੇ ਵਾਲੇ ਫ਼ਲੈਟ ਵਿੱਚ ਜੋ ਫ਼ਾਰੂਕੀ ਸਾਹਿਬ ਰਹਿੰਦੇ ਹੈਂ, ਇਹਨਾਂ ਨੂੰ ਵੀ ਦਾਵਤ ਦੇ ਦੋ। ਬੇਗਮ ਨੇ ਹੈਰਤ ਨਾਲ ਕਿਹਾ, “ਇਹਨਾਂ ਦੇ ਯਹਾਂ ਆਨਾ-ਜਾਨਾ ਤਾਂ ਹੈ ਨਹੀਂ। ਰਸਤੇ ਵਿੱਚ ਅਗਰ ਇਨ ਦੀ ਬੇਗਮ ਮਿਲ ਜਾਏ ਤਾਂ ਸਲਾਮ-ਦੁਆ ਹੋ ਜਾਂਦੀ ਹੈ। ਵੈਸੇ ਵੀ ਇਹਨਾਂ ਦੇ ਯਹਾਂ ਕੌਣ ਸਾ ਕੋਈ ਛੋਟਾ ਬੱਚਾ ਹੈ?”

ਮੈਂ ਸ਼ਰਾਰਤਨ ਕਿਹਾ, “ਇਹਨਾਂ ਦੀ ਬੀਵੀ ਤਾਂ ਬੱਚੀ ਹੈ।” ਮੇਰਾ ਮਜ਼ਾਕ ਇਸ ਗ਼ਰੀਬ ਦੇ ਸਿਰ ਤੋਂ ਗੁਜ਼ਰ ਗਿਆ। ਮੈਂ ਖ਼ੁਦਾ ਦਾ ਸ਼ੁਕਰ ਅਦਾ ਕੀਤਾ ਮੇਰੇ ਮਜ਼ਾਕ ਨੂੰ ਉਹ ਸਮਝ ਨਾ ਸਕੀ। ਮੇਰੇ ਨਾਲ ਮੁਸਕੁਰਾ ਦਿੱਤੀ ਜਿਵੇਂ ‘ਆਪ ਦੀ ਮਰਜ਼ੀ’ ਕਹਿ ਰਹੀ ਹੈ।

ਸਾਲਗਿਰਹ ਦੇ ਬਾਦ ਇਕ ਦੋ ਮਰਤਬਾ ਸਾਡੇ ਇਥੇ ਆਏ ਤੇ ਚੰਦ ਹੀ ਮੁਲਾਕਾਤਾਂ ਵਿੱਚ ਦੋਸਤੀ ਹੋ ਗਈ।

ਫ਼ਾਰੂਕੀ ਸਾਹਿਬ ਦੀ ਉਮਰ ਕੋਈ ਪੰਜਾਹ ਬਰਸ ਦੇ ਕਰੀਬ ਸੀ। ਬਹੁਤ ਹੀ ਸ਼ਰੀਫ਼ ਔਰ ਮੁਹੱਬਤ ਕਰਣ ਵਾਲੇ ਇਨਸਾਨ ਸੀ। ਕਿਸੀ ਕੰਪਨੀ ਵਿੱਚ ਮੁਲਾਜ਼ਮਤ ਕਰਦੇ ਸੀ। ਅੱਛੀ ਖ਼ਾਸੀ ਤਨਖ਼ਾਹ ਸੀ। ਇਕ ਦਿਨ ਆਏ।

"ਯਾਰ! ਮੇਰੀ ਬੀਵੀ ਦੀ ਇਸਲਾਹ ਕਰਦੋ। ਮੇਰਾ ਮਤਲਬ ਉਸ ਦੀ ਸ਼ਾਇਰੀ ਨਿਖ਼ਾਰ ਦੋ।"

ਮੈਂ ਦੱਬੇ ਹੋਂਠ ਮੁਸਕੁਰਾਇਆ।

"ਇਸਲਾਹ! ਉਹ ਵੀ ਔਰਤ ਦੀ। ਮੈਂ ਤਾਂ ਖ਼ੁਦ ਆਪਣੀ ਇਸਲਾਹ ਨਹੀਂ ਕਰ ਸਕਦਾ। ਵੈਸੇ ਫ਼ਾਰੂਕੀ ਸਾਹਿਬ, ਮੈਂ ਆਪ ਦੀ ਗੱਲ ਸਮਝਿਆ ਨਹੀਂ। ਤੁਸੀਂ ਕਹਿਣਾ ਕੀ ਚਾਹੁੰਦੇ ਹੋ?"

"ਗੱਲ ਦਰਅਸਲ ਇਹ ਹੈ ਕਿ ਮੇਰੀ ਬੇਗਮ ਨੂੰ ਸ਼ਾਇਰੀ ਤੋਂ ਸ਼ਗ਼ਫ਼ ਹੈ। ਉਸਦੀ ਸ਼ਾਇਰੀ ਚ ਦਰਾਰ ਹੈ। ਅੱਛੀ ਸ਼ਾਇਰੀ ਕਰਦੀ ਹੈ ਲੇਕਿਨ ਅੱਜ ਤਕ ਕਿਸੀ ਤੋਂ ਇਸਲਾਹ ਨਹੀਂ ਲਿੱਤੀ। ਜੋ ਕੁਛ ਵੀ ਹੈ, ਕੁਦਰਤ ਤਰਫ਼ੋਂ ਹੈ। ਖ਼ੁਦ ਕੱਚਾ ਪੋਦਾ ਹੈ ਜਿਸ ਨਾਲ ਕਾਫ਼ੀ ਝਾੜੀਆਂ ਵੀ ਹੈਂ।"

"ਕੰਡੇ ਤਾਂ ਨਹੀਂ ਨਾ?" ਮੈਂ ਹੱਸਦੇ ਹੋਏ ਕਿਹਾ। ਉਹ ਵੀ ਮੁਸਕੁਰਾ ਦਿੱਤੇ।

"ਫ਼ਾਰੂਕੀ ਸਾਹਿਬ, ਮੈਂ ਤਾਂ ਸ਼ਾਇਰ ਨਹੀਂ ਹਾਂ।"

"ਮਿਆਂ! ਸ਼ਾਇਰੀ ਨੂੰ ਸਮਝਦੇ ਤਾਂ ਹੋ।"

ਮੈਂ ਜਾਣ ਛੁੜਾਣ ਲਈ ਕਹਿ ਦਿੱਤਾ, "ਅੱਛਾ, ਆਪ ਗਜ਼ਲਾਂ ਭੇਜ ਦੋ। ਮੈਂ ਦੇਖ ਲੂੰਗਾ।"

ਇਸ ਗੁਫ਼ਤਗੂ ਦੇ ਬਾਦ ਹਰ ਹਫ਼ਤੇ ਤਿੰਨ ਚਾਰ ਗਜ਼ਲਾਂ ਆ ਜਾਂਦੀਆਂ।

ਕੋਈ ਗ਼ਜ਼ਲ ਮੇਰੇ ਉਪਰੋਂ, ਕੋਈ ਥੱਲੋਂ ਔਰ ਕੋਈ ਦਰਮਿਆਨ ਤੋਂ ਗੁਜ਼ਰ ਜਾਂਦੀ। ਇਕ ਅਜ਼ਾਬ ਸੀ ਜੋ ਮੇਰੇ ਤੇ ਮਸੱਲਤ ਹੋ ਕੇ ਰਹਿ ਗਿਆ ਸੀ।

ਇਕ ਸ਼ਾਮ ਫ਼ਾਰੂਕੀ ਸਾਹਿਬ ਆਏ ਤੇ ਆ ਕੇ ਇਹ ਖ਼ੁਸ਼ਖ਼ਬਰੀ ਸੁਣਾਈ, "ਮੇਰਾ ਤਬਾਦਲਾ ਲਾਹੌਰ ਹੋ ਗਿਆ ਹੈ। ਅਗਲੇ ਮਾਹ ਅਸੀਂ ਲਾਹੌਰ ਜਾ ਰਹੇ ਹਾਂ। ਉਥੇ ਤੁਹਾਡੇ ਕਾਫ਼ੀ ਦੋਸਤ ਹੈਂ। ਬੇਗਮ ਕਹਿ ਰਹਿ ਸੀ ਅੱਛੇ ਸ਼ਾਇਰ ਦੋਸਤ ਦਾ ਪਤਾ ਦੱਸ ਦੇਣਾ ਜਿਸ ਨੂੰ ਮੈਂ ਅਪਣਾ ਕਲਾਮ ਦਿਖਾ ਸਕਾਂ।"

ਮੈਂ ਕਿਹਾ, "ਦੋਸਤ ਤਾਂ ਕਾਫ਼ੀ ਹੈਂ ਲੇਕਿਨ ਇਸ ਤਰਾਂ ... ਅੱਛਾ ਮੈਂ ਕਿਸੀ ਨਾਲ ਗੱਲ ਕਰੂੰਗਾ।" ਉਸ ਦੇ ਬਾਦ ਮੈਨੂੰ ਯਾਦ ਵੀ ਨਾ ਰਿਹਾ।

ਲਾਹੌਰ ਜਾਣ ਤੋਂ ਪਹਿਲੇ ਜਦ ਉਹ ਮਿਲਣ ਆਏ ਤਾਂ ਫ਼ਾਰੂਕੀ ਸਾਹਿਬ ਨੇ ਪੁੱਛਿਆ ਕਿ ਕਿਸੀ ਨਾਲ ਗੱਲ ਹੋਈ। ਮੈਂ ਝੂਠ ਬੋਲ ਦਿੱਤਾ।

"ਹਾਂ, ਮੈਨੂੰ ਉਹਣਾਂ ਦਾ ਪਤਾ ਔਰ ਫ਼ੋਨ ਨੰਬਰ ਦੇ ਦੋ।"

ਉਸ ਵਕਤ ਅਹਸਨ ਦਾ ਨਾਮ ਜ਼ਹਿਣ ਵਿੱਚ ਆਇਆ। ਜਲਦੀ ਵਿੱਚ ਮੈਂ ਉਸ ਦੇ ਨਾਮ ਰੁੱਕਾ ਲਿਖ ਕੇ ਉਹਣਾਂ ਦੇ ਹਵਾਲੇ ਕਰਦੇ ਹੋਏ ਕਿਹਾ, "ਰੁੱਕਾ ਤਾਂ ਮੈਂ ਦੇ ਰਿਹਾ ਹਾਂ। ਤਬੀਅਤ ਦਾ ਐਸਾ ਹੀ ਹੈ।"

ਫ਼ਾਰੂਕੀ ਸਾਹਿਬ ਮੁਸਕਰਾਏ, "ਯਾਰ! ਮੈਨੂੰ ਪਤਾ ਹੈ ਇਨ ਸ਼ਾਅਰਾਂ ਦਾ। ਇਹ ਐਸੇ ਹੀ ਹੁੰਦੇ ਹੈਂ। ਵੈਸੇ ਵੀ ਅਸੀਂ ਕੋਣ ਸੀ ਰਿਸ਼ਤੇਦਾਰੀ ਕਰਨੀ ਹੈ।

ਫ਼ਾਰੂਕੀ ਸਾਹਿਬ ਲਾਹੌਰ ਚਲੇ ਗਏ ਔਰ ਉਸ ਦੇ ਕੁਛ ਅਰਸੇ ਬਾਦ ਅਸੀਂ ਕੈਨੇਡਾ ਆ ਗਏ। ਇਥੇ ਮਿਸਾਈਲ ਵਿੱਚ ਐਸਾ ਉਲਝਿਆ ਕਿ ਕਿਸੀ ਨਾਲ ਕੋਈ ਖ਼ਾਸ ਰਾਬਤਾ ਨਾ ਰਿਹਾ। ਅਸੀਂ ਫ਼ਾਰੂਕੀ ਸਾਹਿਬ ਔਰ ਉਹਣਾਂ ਦੀ ਬੇਗਮ ਨੂੰ ਵੀ ਭੁੱਲ ਗਏ।

ਪੰਜ ਸਾਲ ਬਾਦ ਪਹਿਲੀ ਦਫ਼ਾ ਪਾਕਿਸਤਾਨ ਵਾਪਸ ਜਾਣਾ ਹੋਇਆ। ਕੁਛ ਦਿਨ ਘਰ ਗੁਜ਼ਰੇ ਫਿਰ ਇਕ ਦਿਨ ਆਪਣੇ ਦੋਸਤ ਇਮਰਾਨ ਨੂੰ ਫ਼ੋਨ ਕੀਤਾ,

"ਯਾਰ, ਪੰਜਾਬ ਬਾਰ ਕੌਂਸਿਲ ਵਿੱਚ ਕੰਮ ਹੈ ਔਰ ਤੁਮਸੇ ਮੁਲਾਕਾਤ ਭੀ ਕਰਨੀ ਹੈ। ਮੈਂ ਕਲ ਲਾਹੌਰ ਆ ਰਿਹਾ ਹਾਂ।"

ਇਮਰਾਨ ਮੇਰੇ ਲਾਅ ਕਾਲਜ ਦਾ ਦੋਸਤ ਸੀ। ਲਾਹੌਰ ਵਿੱਚ ਵਕਾਲਤ ਕਰ ਰਿਹਾ ਸੀ। ਉਸ ਨੇ ਬਤਾਇਆ ਕਿ ਬੀਵੀ-ਬੱਚੇ ਤਾਂ ਘਰ ਨਹੀਂ ਹੈਂ। ਮੈਂ ਭੀ ਬੋਰ ਹੋ ਰਿਹਾ ਹਾਂ। ਤੂੰ ਆ ਜਾ ਤਾਂ ਟਾਇਮ ਅੱਛਾ ਗੁਜ਼ਰ ਜਾਏਗਾ।

ਮੈਂ ਲਾਹੌਰ ਚਲਾ ਗਿਆ। ਇਮਰਾਨ ਬੜੇ ਤਪਾਕ ਨਾਲ ਮਿਲਿਆ। ਦਿਨ ਭਰ ਕਚਹਿਰੀ ਦੀ ਮਸਰੂਫ਼ੀਆਤ ਤੋਂ ਬਾਦ ਸ਼ਾਮ ਨੂੰ ਉਹੀ ਲਾਹੌਰ ਦੀਆਂ ਸੜਕਾਂ ਤੇ ਅਸੀਂ।

ਦੂਸਰੇ ਦਿਨ ਨਾਸ਼ਤੇ ਤੇ ਅਸੀਂ ਗੱਲਾਂ ਕਰ ਰਿਹੇ ਸੀ। ਮੈਂ ਇਮਰਾਨ ਨੂੰ ਕਿਹਾ, "ਯਾਰ! ਅੱਜ ਮੇਰਾ ਦਿਲ ਗ਼ਾਲਿਬ ਮਾਰਕਿਟ ਜਾਣ ਨੂੰ ਕਰ ਰਿਹਾ ਹੈ।"

ਉਸ ਨੇ ਕਿਹਾ, "ਇਸ ਚ ਕੋਣ ਸੀ ਵੱਡੀ ਗੱਲ ਹੈ। ਹੁਣੇ ਚਲਦੇ ਹਾਂ।"

ਨਾਸ਼ਤੇ ਤੋਂ ਫ਼ਾਰਗ਼ ਹੋ ਕੇ ਇਮਰਾਨ ਨੇ ਗੱਡੀ ਨਿਕਾਲੀ ਔਰ ਅਸੀਂ ਗ਼ਾਲਿਬ ਮਾਰਕਿਟ ਆ ਗਏ। ਥੋੜੀ ਦੇਰ ਘੁੱਮਣ ਤੋਂ ਬਾਦ ਮੈਨੂੰ ਵਹਿਸ਼ਤ ਹੋਣ ਲੱਗੀ। ਜਗ੍ਹਾ ਉਹੀ ਸੀ ਲੇਕਿਨ ਲੋਗ ਉਹ ਨਹੀਂ ਸੀ।

"ਯਾਰ, ਵਾਪਸ ਚਲੋ।"

ਇਮਰਾਨ ਮੁਸਕਰਾਇਆ, "ਮੈਨੂੰ ਪਤਾ ਸੀ ਲੇਕਿਨ ਤੇਰੀ ਖ਼ਵਾਹਿਸ਼ ਦੇ ਅੱਗੇ ਮੈਂ ਖ਼ਾਮੋਸ਼ ਰਿਹਾ। ਜਦ ਤਕ ਤੂੰ ਖ਼ੁਦ ਆ ਕੇ ਨਾ ਦੇਖ ਲੈਂਦਾ, ਤੈਨੂੰ ਚੈਨ ਨਹੀਂ ਸੀ ਆਣਾ। ਇਕ ਦੋ ਜਗ੍ਹਾ ਹੋਰ ਗਏ ਫਿਰ ਵਾਪਸ ਆ ਗਏ।

ਸ਼ਾਮ ਨੂੰ ਵੀ ਅਜੀਬ ਸੀ ਉਦਾਸੀ ਸੀ। ਮੈਂ ਜਲਦੀ ਸੋਣਾ ਵੀ ਨਹੀਂ ਚਾਹੁੰਦਾ ਸੀ। ਚੁਨਾਂਚਿ ਮੈਂ ਇਮਰਾਨ ਨੂੰ ਕਿਹਾ, "ਯਾਰ, ਫ਼ਿਲਮ ਦੇਖਣ ਨਾ ਚੱਲਿਏ? ਤੇਰੇ ਖ਼ਿਆਲ ਨਾਲ ਸ਼ਹਿਰ ਵਿੱਚ ਕਿਹੜੀ ਅੱਛੀ ਫ਼ਿਲਮ ਦਿਖਾਈ ਜਾ ਰਹੀ ਹੈ।"

ਥੋੜੀ ਦੇਰ ਸੋਚਣ ਤੋਂ ਬਾਦ ਇਮਰਾਨ ਨੇ ਕਿਹਾ, "'ਖ਼ੁਦਾ ਕੇ ਲਿਏ' ਦੀ ਬਹੁਤ ਤਾਰੀਫ਼ ਸੁਣੀ ਹੈ, ਬਰਾਬਰ ਰਸ਼ ਲੈ ਰਹੀ ਹੈ।"

ਮੈਂ ਕਿਹਾ, "ਤੂੰ ਅਗਰ ਇਜਾਜ਼ਤ ਦੇਂ ਤਾਂ ਮੈਂ ਕਪੜੇ ਬਦਲ ਲਵਾਂ ਫਿਰ ਚੱਲਦੇ ਹਾਂ। ਖਾਣਾ ਵੀ ਬਾਹਰ ਖਾਵਾਂਗੇ।"

"ਫਿਰ ਜਲਦੀ ਕਰ। ਸਾਡੇ ਕੋਲ ਟਾਇਮ ਜ਼ਿਆਦਾ ਨਹੀਂ," ਇਮਰਾਨ ਨੇ ਸਿਗਰੇਟ ਦਾ ਕੱਸ਼ ਲੈਂਦੇ ਹੋਏ ਕਿਹਾ।

ਮੈਂ ਕਿਹਾ, "ਬੱਸ, ਪੰਜ ਮਿੰਟ!"

ਮੈਂ ਥੋੜੀ ਦੇਰ ਵਿੱਚ ਤਿਆਰ ਹੋ ਕੇ ਆ ਗਿਆ। ਫਿਰ ਅਸੀਂ ਫ਼ਿਲਮ ਦੇਖਣ ਚਲੇ ਗਏ।

ਜਦ ਗੱਡੀ ਹੁਸੈਨ ਚੌਂਕ ਤੋਂ ਗੁਜ਼ਰ ਰਹੀ ਸੀ ਤਾਂ ਇਮਰਾਨ ਮੇਰੇ ਨਾਲ ਮੁਖ਼ਾਤਿਬ ਹੋਇਆ, "ਯਾਰ, ਕਿਸ ਹੋਟਲ ਵਿੱਚ ਖਾਣਾ ਖਾਣਾ ਹੈ।"

"ਕਲਿਫ਼ਟਨ ਹੋਟਲ ਚਲਦੇ ਹਾਂ। ਇਥੋਂ ਜ਼ਿਆਦਾ ਦੂਰ ਨਹੀਂ ਔਰ ਭੁੱਖ ਵੀ ਲੱਗ ਰਹੀ ਹੈ।"

"ਫਿਰ ਗ਼ਾਲਿਬ ਮਾਰਕੀਟ।"

ਇਮਰਾਨ ਮੁਸਕੁਰਾਇਆ।

ਮੈਂ ਇਮਰਾਨ ਦੀ ਮੁਸਕਰਾਹਟ ਦਾ ਕੋਈ ਜਵਾਬ ਨਾ ਦਿੱਤਾ।

ਅਸੀਂ ਕਲਿਫ਼ਟਨ ਹੋਟਲ ਪਹੁੰਚੇ। ਇਮਰਾਨ ਨੇ ਗੱਡੀ ਪਾਰਕ ਕੀਤੀ। ਜਿਓਂ ਅਸੀਂ ਹੋਟਲ ਵਿੱਚ ਦਾਖ਼ਲ ਹੋਏ, ਹਲਕੀ-ਹ਼ਲਕੀ ਮਊਸਿਕ ਦੀ ਆਵਾਜ਼ ਆ ਰਹੀ ਸੀ।

ਖ਼ਾਲੀ ਟੇਬਲ ਦੇਖ ਕੇ ਅਸੀਂ ਬੈਠ ਗਏ।

ਮੈਂ ਮੈਨਉ ਦੇਖਿਆ ਔਰ ਖਾਣੇ ਦਾ ਆਰਡਰ ਕਰ ਦਿੱਤਾ।

ਇਮਰਾਨ ਨੇ ਕਿਹਾ, "ਯਾਦ ਹੈ ਇਹ ਜਗ੍ਹਾ!"

"ਹਾਂ ਯਾਦ ਹੈ। ਮੈਂ ਕਿਵੇਂ ਭੁੱਲ ਸਕਦਾ ਹਾਂ," ਮੈਂ ਜਜ਼ਬਾਤੀ ਹੋ ਗਿਆ।

ਇਮਰਾਨ ਸਮਝ ਗਿਆ। ਉਸ ਨੇ ਫ਼ੌਰਨ ਮਿਜ਼ਾਜ ਤਬਦੀਲ ਕਰ ਦਿੱਤਾ। ਕੁਛ ਦੇਰ ਵਿੱਚ ਖਾਣਾ ਵੀ ਆ ਗਿਆ।

ਡਿਨਰ ਤੋਂ ਫ਼ਾਰਗ਼ ਹੋਏ ਤਾਂ ਫ਼ਿਲਮ ਦੇਖਣ ਚਲੇ ਗਏ। ਸ਼ੋ ਖ਼ਤਮ ਹੋਇਆ ਤਾਂ ਘਰ ਦਾ ਰੁੱਖ਼ ਲਿੱਤਾ।

ਮੈਂ ਇਮਰਾਨ ਨੂੰ ਕਿਹਾ, "ਸਵੇਰੇ ਮੈਨੂੰ ਜਗਾਂਈ ਨਾ। ਮੈਂ ਦੇਰ ਤਕ ਸੋਣਾ ਚਾਹੁੰਦਾ ਹਾਂ। ਮੈਂ ਖ਼ੁਦ ਹੀ ਦਫ਼ਤਰ ਆ ਜਾਊਂਗਾ।"

ਮੈਂ ਸੁਬਹ ਦੇਰ ਤਕ ਸੌਂਦਾ ਰਿਹਾ। ਜਦ ਉਠਿਆ ਤਾਂ ਇਮਰਾਨ ਜਾ ਚੁੱਕਾ ਸੀ। ਮੈਂ ਟੈਕਸੀ ਫੜੀ ਔਰ ਦਫ਼ਤਰ ਆ ਗਿਆ।

ਇਮਰਾਨ ਮੌਜੂਦ ਨਾ ਸੀ। ਉਹ ਕਿਸੀ ਕੇਸ ਦੇ ਸਿਲਸਿਲੇ ਵਿੱਚ ਅਦਾਲਤ ਗਿਆ ਹੋਇਆ ਸੀ। ਥੋੜੀ ਦੇਰ ਵਿੱਚ ਉਹ ਆ ਗਿਆ। ਉਸ ਨੇ ਦੱਸਿਆ ਕਿ ਅੱਜ ਸੁਬਹ ਅਹਸਨ ਨਾਲ ਮੁਲਾਕਾਤ ਹੋਈ ਸੀ।

"ਮੈਂ ਬਤਾਇਆ ਕਿ ਸ਼ੋਐਬ ਆਇਆ ਹੋਇਆ ਹੈ। ਜਲਦੀ ਵਿੱਚ ਸੀ ਇਸ ਲਈ ਨਾ ਰੁੱਕਿਆ। ਉਸ ਨੇ ਕਲ ਖਾਣੇ ਤੇ ਬੁਲਾਇਆ ਹੈ।" ਇਮਰਾਨ ਨੇ ਇਕ ਚਿਟ ਮੇਰੇ ਵਲ ਵਧਾ ਦਿੱਤੀ। ਇਸ ਵਿੱਚ ਕਮਰੇ ਦਾ ਨੰਬਰ ਔਰ ਸੈਲ ਫ਼ੋਨ ਨੰਬਰ ਦਰਜ ਸੀ।

"ਇਮਰਾਨ ਕਲ ਸੁਬਾਹ ਤਾਂ ਮੈਂ ਗੁਜਰਾਤ ਵਾਪਸ ਜਾ ਰਿਹਾ ਹਾਂ। ਤੇਨੂੰ ਤਾ ਪਤਾ ਹੈ ਕਿ ਛੁੱਟੀ ਥੋੜੀ ਰਹਿ ਗਈ ਹੈ। ਮੈਨੂੰ ਹੋਰ ਵੀ ਬਹੁਤ ਸਾਰੇ ਕੰਮ ਕਰਣੇ ਹੈਂ। ਅਹਸਨ ਨੂੰ ਫ਼ੋਨ ਕਰੋ। ਅੱਜ ਸ਼ਾਮ ਨੂੰ ਇਸ ਦੀ ਤਰਫ਼ ਚੱਲਦੇ ਹਾਂ। ਕਾਫ਼ੀ ਅਰਸਾ ਹੋ ਗਿਆ ਉਸ ਨਾਲ ਮੁਲਾਕਾਤ ਹੋਏ।" ਇਮਰਾਨ ਨੇ ਫ਼ੋਨ ਕੀਤਾ ਤਾਂ ਫ਼ੋਨ ਬੰਦ ਸੀ।

ਮੈਂ ਕਿਹਾ, "ਹੋਟਲ ਚਲਦੇ ਹਾਂ। ਮੁਲਾਕਾਤ ਹੋ ਗਈ ਤਾਂ ਠੀਕ ਵਰਨਾ

ਮੇਰਾ ਸਲਾਮ ਕਹਿ ਦੇਣਾ।"

ਸ਼ਾਮ ਨੂੰ ਮੈਂ ਔਰ ਇਮਰਾਨ ਹੋਟਲ ਆ ਗਏ। ਕਮਰਾ ਤਲਾਸ਼ ਕਰਣ ਵਿੱਚ ਕੋਈ ਦਿੱਕਤ ਨਾ ਹੋਈ। ਕਮਰਾ ਅੰਦਰੋਂ ਬੰਦ ਸੀ। ਅੰਦਰ ਹਾੱਸੇ ਦੀਆਂ ਆਵਾਜ਼ਾਂ ਆ ਰਹੀਆਂ ਸੀ।

ਇਮਰਾਨ ਨੇ ਦਸਤਕ ਦਿੱਤੀ ਲੇਕਿਨ ਦਰਵਾਜ਼ਾ ਨਾ ਖੁੱਲਿਆ। ਅਸੀਂ ਮਹਿਸੂਸ ਕੀਤਾ ਕਿ ਕਮਰੇ ਦੇ ਅੰਦਰੋਂ ਆਵਾਜ਼ਾਂ ਆਣੀਆਂ ਬੰਦ ਹੋ ਗਈਆਂ ਹੈਂ।

ਦੁਬਾਰਾ ਦਰਵਾਜ਼ੇ ਤੇ ਦਸਤਕ ਕੀਤੀ। ਦਰਵਾਜ਼ਾ ਕਿਸੀ ਔਰਤ ਨੇ ਖੋਲਿਆ ਤੇ ਹੱਸ ਕੇ ਸਲਾਮ ਕੀਤਾ।

"ਅਹਸਨ ਸਾਹਿਬ ਹੈਂ?"

"ਜੀ ਆਪ ਕੌਣ?" ਉਸ ਨੇ ਆਹਸਤਗੀ ਨਾਲ ਕਿਹਾ।

ਇਮਰਾਨ ਨੇ ਕਿਹਾ, "ਇਸ ਦੇ ਦੋਸਤ।"

ਇਸ ਨੇ ਕਿਹਾ ਕਿ ਇਕ ਮਿੰਟ ਰੁਕੀਂ ਔਰ ਉਹ ਦਰਵਾਜ਼ਾ ਬੰਦ ਕਰਕੇ ਅੰਦਰ ਚਲੀ ਗਈ।

ਥੋੜੀ ਦੇਰ ਬਾਦ ਆਈ।

"ਅੰਦਰ ਆ ਜਾਓ।"

ਜਦ ਅਸੀਂ ਕਮਰੇ ਵਿੱਚ ਦਾਖ਼ਲ ਹੋਏ ਤਾਂ ਅਹਸਨ ਪਲੰਗ ਤੇ ਕੰਬਲ ਔੜੇ ਲੇਟੀਆ ਸੀ। ਸਾਨੂੰ ਦੇਖ ਕੇ ਉਸ ਨੇ ਬਿਸਤਰ ਛੱਡ ਦਿੱਤਾ। ਉੱਠ ਕੇ ਮਿਲਿਆ ਲੇਕਿਨ ਪਹਿਲੇ ਵਾਲੀ ਗਰਮਜੋਸ਼ੀ ਨਾ ਸੀ। ਅਹਸਨ ਨੇ ਬਤਾਇਆ, "ਯਾਰ! ਮੇਰੀ ਤਬੀਅਤ ਖ਼ਰਾਬ ਹੈ। ਹੁਣ ਤੁਸੀਂ ਆ ਗਏ ਹੋ ਤਾਂ ਠੀਕ ਹੋ ਜਾਉਂਗਾ।"

ਅਸੀਂ ਇਸ ਦੇ ਕੋਲ ਸੋਫ਼ੇ ਤੇ ਬੈਠ ਗਏ ਔਰ ਅਹਸਨ ਕੰਬਲ ਔੜੇ ਲੇਟਾ ਰਿਹਾ। ਇਸੀ ਦੌਰਾਨ ਖ਼ਾਤੂਨ ਨੇ ਕਿਹਾ, "ਆਪ ਗੱਲਾਂ ਕਰੋ। ਮੈਂ ਚਲਦੀ ਹਾਂ।"

ਅਹਸਨ ਨੇ ਕਿਹਾ, "ਜਾਂਦੇ ਹੋਏ ਰੀਸੈਪਸ਼ਨ ਤੇ ਚਾਏ ਦਾ ਕਹਿੰਦੀ

ਜਾਣਾ।"

"ਬਹੁਤ ਅੱਛਾ।" ਉਹ ਸਲਾਮ ਕਰਕੇ ਚਲੀ ਗਈ।

ਜਿਓਂ ਹੀ ਕਮਰੇ ਤੋਂ ਬਾਹਰ ਗਈ, ਮੈਂ ਪੁੱਛਿਆ, "ਯੇ ਖ਼ਾਤੂਨ ਕੌਣ ਸੀ?"

ਅਹਸਨ ਮੁਸਕੁਰਾਇਆ, "ਸ਼ੋਐਬ ਤੂੰ ਪਹਿਚਾਣਿਆ ਨਹੀਂ?"

ਮੈਂ ਕਿਹਾ, "ਵਾਕਈ, ਮੈਂ ਪਹਿਚਾਣ ਨਹੀਂ ਪਾਇਆ।"

ਫ਼ਾਰੂਕੀ ਸਾਹਿਬ ਨਹੀਂ ਸੀ।

ਫ਼ਾਰੂਕੀ ਸਾਹਿਬ! ਮੈਂ ਜ਼ਹਿਣ ਤੇ ਜ਼ੋਰ ਦਿੱਤਾ।

"ਅੱਛਾ! ਉਹ ਫ਼ਾਰੂਕੀ ਸਾਹਿਬ।"

"ਮਗਰ ਇਹ ਇਥੇ ਕੀ ਕਰ ਰਹੀ ਸੀ।"

"ਸ਼ਾਇਰੀ ਕੀ ਇਸਲਾਹ ਲਈ ਆਈ ਸੀ। ਮੈਂ ਵੀ ਇਸ ਨੂੰ ਸਾਹਣੇ ਬਿਠਾ ਕੇ ਸ਼ਾਇਰੀ ਕਰਦਾ ਹਾਂ।"

ਇਮਰਾਨ ਨੇ ਕਿਹਾ, "ਅਹਸਨ ਤੇਰੀ ਬੀਵੀ ਨੂੰ ਪਤਾ ਹੈ?"

ਅਹਸਨ ਨੇ ਆਹਿਸਤਾ ਕਿਹਾ, "ਉਸੇ ਤਾਂ ਹਵਾ ਭੀ ਨਾ ਲੱਗਣ ਦਿੰਦਾ। ਇਸੀ ਲਈ ਤਾਂ ਇਹ ਕਮਰਾ ਲੈ ਰੱਖਿਆ ਹੈ।"

ਫਿਰ ਅਹਸਨ ਨੇ ਆਹ ਭਰ ਕੇ ਕਿਹਾ, "ਯਾਰ! ਬੜੀ ਜ਼ੋਰਦਾਰ ਔਰਤ ਹੈ। ਜਦ ਤੋਂ ਮੇਰੀ ਜ਼ਿੰਦਗੀ ਵਿੱਚ ਆਈ ਹੈ, ਮੇਰੀ ਸ਼ਾਇਰੀ ਵਿੱਚ ਨਿਖਾਰ ਆ ਗਿਆ ਹੈ।"

ਮੈਂ ਜਦ ਇਹ ਸੁਣਿਆ ਤਾਂ ਮੈਨੂੰ ਗ਼ੁੱਸਾ ਆ ਗਿਆ।

"ਚਲੋ, ਇਮਰਾਨ!" ਅਸੀਂ ਉੱਠ ਕੇ ਕਮਰੇ ਤੋਂ ਬਾਹਰ ਆ ਗਏ।

ਉਹ ਸਾਡੇ ਪਿੱਛੇ ਦੋੜਿਆ, "ਯਾਰ, ਗੱਲ ਤਾਂ ਸੁਣੋ! ਖ਼ੁਦਾ ਦੀ ਕਸਮ, ਮੇਰਾ ਕੋਈ ਕਸੂਰ ਨਹੀਂ।

"ਇਕ ਔਰਤ ਤਨਹਾਈ ਵਿੱਚ ਪੰਜ ਮਿੰਟ ਤੋਂ ਜ਼ਿਆਦਾ ਲਿਟਰੇਚਰ ਤੇ ਗੱਲ ਨਹੀਂ ਕਰ ਸਕਦੀ।"

੧੯
ਕੇਬਲ ਵਾਲਾ

ਤਨਵੀਰ ਜਿਥੇ ਰਹਿੰਦਾ ਪਿਆ, ਯੇ ਫ਼ਲੈਟ ਉਸ ਦੇ ਦੋਸਤ ਦਾ ਸੀ। ਉਹ ਖ਼ੁਦ ਤਾਂ ਅਮਰੀਕਾ ਵਿੱਚ ਹੁੰਦਾ ਔਰ ਕਦੀ ਕਦਾਰ ਯਹਾਂ ਦਾ ਚੱਕਰ ਲਗਾਂਦਾ। ਇਸ ਲਈ ਉਹ ਇਸੇ ਆਪਣੀ ਮਿਲਕੀਅਤ ਹੀ ਸਮਝਦਾ ਸੀ ਜਿਥੇ ਜ਼ਿਆਦਾ ਤਰ ਗ਼ੈਰ ਮਹਜ਼ਬ ਨਿਆਰੇ ਲੋਗ ਰਹਿੰਦੇ ਸੀ। ਇਸ ਲਈ ਜ਼ਿਆਦਾ ਮੇਲ-ਜੋਲ ਨਹੀਂ ਸੀ ਲੇਕਿਨ ਜਦ ਤੋਂ ਨਵੇਂ ਕਿਰਾਏਦਾਰ ਆਏ ਸੀ, ਤਨਵੀਰ ਨੂੰ ਲੱਗਾ ਜਿਵੇਂ ਵੀਰਾਨੇ ਵਿੱਚ ਬਹਾਰ ਆ ਗਈ ਹੋਵੇ।

ਉਸ ਨਾਲ ਬਾਕਾਇਦਾ ਮੁਲਾਕਾਤ ਤਾਂ ਨਹੀਂ ਹੁੰਦੀ ਸੀ ਪਰ ਕਈ ਦਫ਼ਾ ਐਨੂੰ ਆਂਦੇ-ਜਾਂਦੇ ਦੇਖ ਚੁੱਕਾ ਸੀ। ਇਸ ਦੌਰਾਣ ਮੁਸਕੁਰਾਹਟਾਂ ਦਾ ਤਬਾਦਲਾ ਵੀ ਹੋਇਆ ਸੀ ਮਗਰ ਬਾਤ ਕਰਣ ਦਾ ਇਤਫ਼ਾਕ ਨਾ ਹੋਇਆ। ਉਹਦਾ ਨਾਮ ਤਾਂ ਪਤਾ ਨਹੀਂ ਲੇਕਿਨ ਇਸ ਦੇ ਖ਼ਾਵੰਦ ਦਾ ਨਾਮ ਮੋਰਿਸ ਸੀ। ਇਸ ਲਈ ਸਭ ਇਸ ਨੂੰ ਮਿਸਿਜ਼ ਮੋਰਿਸ ਕਹਿੰਦੇ ਸੀ। ਬੜੀ ਹਸੀਨ ਸੀ। ਤਨਵੀਰ ਨੂੰ ਦੇਖਦੀ, ਮੁਸਕੁਰਾ ਦਿੰਦੀ ਔਰ ਇੰਨੂੰ ਐਸਾ ਮਹਿਸੂਸ ਹੁੰਦਾ ਜੈਸੇ ਸਾਰੀ ਕਾਇਨਾਤ ਮੁਸਕਰਾ ਰਹੀ ਹੋ। ਉਹ ਸਮਝ ਗਿਆ ਸੀ ਕਿ ਉਹ ਇੰਨੂੰ ਕਿਉਂ ਦੇਖਦੀ ਹੈ। ਇਸ ਦੀਆਂ ਅੱਖਾਂ ਵਿੱਚ ਪਾ ਲੈਣ ਦੀ ਲਪਕ ਮਹਿਸੂਸ ਕਰ ਰਿਹਾ ਸੀ। ਆਖ਼ਿਰ ਉਹ ਵੀ

ਇਨਸਾਨ ਸੀ, ਇਕ ਕਮਜ਼ੋਰ ਇਨਸਾਨ ... ਇਸ ਦੇ ਸੀਨੇ ਚ ਵੀ ਦਿਲ ਧੜਕਦਾ ਸੀ। ਦਿਲ ਬੜਾ ਬੇਈਮਾਨ ਹੈ, ਕੈਸੀ-ਕੈਸੀ ਆਰਜ਼ੂਏ ਕਰਦਾ ਹੈ? ਵੈਸੇ ਯੇ ਕੋਈ ਅਨੋਖੀ ਆਰਜ਼ੂ ਨਹੀਂ ਸੀ। ਪਤਾ ਨਹੀਂ ਕਦ ਇਨਸਾਨ ਨੂੰ ਕੀ ਹੋ ਜਾਏ? ਇਨਸਾਨ ਜਿੰਨਾ ਮਰਜ਼ੀ ਮੁੱਅਜ਼ਜ਼ ਹੋ ਜਾਏ ਮਗਰ ਅੰਦਰ ਦੀ ਬੇ-ਗ਼ੈਰਤੀ ਦਾ ਤਾਂ ਸਾਰੀ ਜ਼ਿੰਦਗੀ ਪਤਾ ਨਹੀਂ ਚਲਦਾ। ਅੱਜ ਸਵੇਰੇ ਤਨਵੀਰ ਨਾਸ਼ਤਾ ਕਰ ਰਿਹਾ ਸੀ ਕਿ ਦਰਵਾਜ਼ੇ ਤੇ ਦਸਤਕ ਹੋਈ। ਜਦ ਉਸ ਨੇ ਦਰਵਾਜ਼ਾ ਖੋਲਿਆ ਤਾਂ ਮਿਸਿਜ਼ ਮੋਰਿਸ ਤਨਵੀਰ ਨੂੰ ਦੇਖ ਕੇ ਮੁਸਕੁਰਾਈ ਔਰ ਬੜੀ ਸੁਰੀਲੀ ਆਵਾਜ਼ ਵਿੱਚ ਬੋਲੀ।

"ਮੈਂ ਤੁਹਾਨੂੰ ਤਕਲੀਫ਼ ਦੇਣਾ ਚਾਹੁੰਦੀ ਹਾਂ। ਸਾਡੀ ਕੇਬਲ ਖ਼ਰਾਬ ਹੋ ਗਈ ਹੈ। ਮੋਰਿਸ ਇਥੇ ਨਹੀਂ। ਉਹ ਕੁਛ ਦਿਨਾਂ ਲਈ ਸ਼ਹਿਰ ਤੋਂ ਬਾਹਰ ਗਏ ਹੋਏ ਹੈਂ। ਅਗਰ ਤੁਸੀਂ ਸਾਡੇ ਯਹਾਂ ਆ ਕੇ ਕੇਬਲ ਠੀਕ ਕਰ ਦੋ ਤਾਂ ਮਿਹਰਬਾਨੀ ਹੋਗੀ। ਸਾਰਾ ਦਿਨ ਘਰ ਬੈਠੀ ਬੋਰ ਹੁੰਦੀ ਰਹਿੰਦੀ ਹਾਂ।"

ਇਸ ਤੋਂ ਪਹਿਲੇ ਕਿ ਤਨਵੀਰ ਕੋਈ ਜਵਾਬ ਦਿੰਦਾ, "ਆਪ ਆ ਰਹੇ ਹੈਂ ਨਾ?" ਇਸ ਨੇ ਅਪਣਾ ਸਵਾਲ ਦੁਹਰਾਇਆ।

ਤਨਵੀਰ ਨੇ ਕਿਹਾ, "ਸ਼ਾਮ ਨੂੰ ਮੇਰੇ ਦੋਸਤ ਦੇ ਇਥੇ ਦਾਵਤ ਹੈ, ਮੈਨੂੰ ਉਥੇ ਜਾਣਾ ਹੈ।"

"ਦਾਵਤ ਤਾਂ ਮੈਂ ਕਰਾਂਗੀ।" ਉਹ ਮੁਸਕਰਾਈ।

ਕਹਿ ਤੋ ਠੀਕ ਰਹੀ ਹੈ, ਤਨਵੀਰ ਨੇ ਇਸ ਦੀ ਹਿਮਾਇਤ ਕਰਦੇ ਹੋਏ ਦਿਲ ਵਿੱਚ ਸੋਚਿਆ। ਐਸਾ ਮੌਕਾ ਜ਼ਿੰਦਗੀ ਵਿੱਚ ਬਾਰ-ਬਾਰ ਦਸਤਕ ਨਹੀਂ ਦਿੰਦਾ। ਪਤਾ ਨਹੀਂ ਕਿਉਂ ਇਸ ਦੇ ਦਿਲ ਵਿੱਚ ਮਿਸਿਜ਼ ਮੋਰਿਸ ਲਈ ਨਰਮ ਗੋਸ਼ਾ ਜਾਗ ਰਿਹਾ ਸੀ ਔਰ ਉਹ ਬਦਹਵਾਸ ਵੀ ਸੀ ਲੇਕਿਨ ਕਿਸਮਤ ਆਜ਼ਮਾਣ ਵਿੱਚ ਕੀ ਹਰਜ ਸੀ? ਉਸ ਨੇ ਆਪਣੇ ਦੋਸਤ ਨੂੰ ਫ਼ੋਨ ਕਰ ਕੇ ਮਾਜ਼ਰਤ ਕਰ

ਲਈ। ਹੁਣ ਤਨਵੀਰ ਦੇ ਕੋਲ ਟਾਈਮ ਹੀ ਟਾਈਮ ਸੀ। ਉਹ ਜਲਦੀ-ਜਲਦੀ ਤਿਆਰ ਹੋ ਕੇ ਬੈਠ ਗਿਆ ਔਰ ਸ਼ਾਮ ਕਾ ਇੰਤਜ਼ਾਰ ਕਰਣ ਲੱਗਾ। ਉਸ ਨੇ ਦੂਰ ਤਾਂ ਜਾਣਾ ਨਹੀਂ ਸੀ, ਆਮਣੇ-ਸਾਮਣੇ ਫ਼ਲੈਟ ਸੀ। ਅੱਜ ਉਹ ਬਹੁਤ ਖ਼ੁਸ਼ ਸੀ ਜਿਵੇਂ ਇੰਨੂ ਦੋਨੋ ਜਹਾਨ ਮਿਲ ਗਏ ਹੋਂ। ਸ਼ਾਮ ਨੂੰ ਉਹ ਮਿਸਿਜ਼ ਮੋਰਿਸ ਦੇ ਇਥੇ ਗਿਆ। ਉਸ ਨੇ ਦਰਵਾਜ਼ੇ ਤੇ ਹਲਕੀ ਜਿਹੀ ਦਸਤਕ ਕੀਤੀ। ਮਿਸਿਜ਼ ਮੋਰਿਸ ਨੇ ਦਰਵਾਜ਼ਾ ਖੋਲਿਆ ਜਿਵੇਂ ਉਹ ਇਸ ਦਾ ਹੀ ਇੰਤਜ਼ਾਰ ਕਰ ਰਹੀ ਹੋ। ਉਹੀ ਦਿਲਫ਼ਰੇਬ ਮੁਸਕੁਰਾਹਟ।

"ਆਇਏ, ਮਿਸਟਰ ਤਨਵੀਰ!" ਉਸ ਨੇ ਦਰਵਾਜ਼ਾ ਬੰਦ ਕਰ ਦਿੱਤਾ।

ਤਨਵੀਰ ਜਿਓਂ ਹੀ ਅੰਦਰ ਦਾਖ਼ਲ ਹੋਇਆ, ਕਮਰੇ ਵਿੱਚ ਹਰ ਚੀਜ਼ ਬੜੇ ਕਰੀਨੇ ਨਾਲ ਰੱਖੀ ਹੋਈ ਸੀ ਜਿਸ ਤੋਂ ਇਸ ਕੇ ਜ਼ੌਕ ਦਾ ਪਤਾ ਚਲਦਾ ਸੀ। ਉਸ ਨੇ ਇਕ ਨਜ਼ਰ ਮਿਸਿਜ਼ ਮੌਰਿਸ ਤੇ ਪਾਈ। ਅੱਜ ਉਹ ਬੜੀ ਖ਼ੂਬਸੂਰਤ ਨਜ਼ਰ ਆ ਰਹੀ ਸੀ। ਤਨਵੀਰ ਇਹ ਦੇਖਣਾ ਚਾਹੁੰਦਾ ਸੀ ਕਿਤੇ ਉਹ ਖ਼ਾਬ ਤਾਂ ਨਹੀਂ ਦੇਖ ਰਿਹਾ।

"ਅੱਛਾ, ਤੁਸੀਂ ਬੈਠੋ। ਮੈਂ ਕਾਫ਼ੀ ਬਣਾ ਕੇ ਲਿਆਂਦੀ ਹਾਂ।" ਥੋੜੀ ਦੇਰ ਬਾਦ ਕਾਫ਼ੀ ਲੈ ਕੇ ਆਈ।

ਜਿਓਂ ਹੀ ਉਹ ਕੱਪ ਵਿੱਚ ਪਾਣ ਲਈ ਝੁਕੀ, ਗਿਰੇਵਾਨ ਕੁਛ ਹੋਰ ਥੱਲੇ ਹੋ ਗਿਆ। ਉਸ ਦੀਆਂ ਅੱਖਾਂ ਨੂੰ ਐਸੀ ਠੰਡਕ ਮਹਿਸੂਸ ਹੋਈ ਕਿ ਬੱਸ।

ਤਨਵੀਰ ਨੇ ਕਿਹਾ, "ਮੈਂ ਤਾਂ ਆਪ ਲਈ ਆਇਆ ਸੀ। ਆਪ ਕਿਨ ਚੱਕਰਾਂ ਚ ਪੈ ਗਈ ਹੈਂ।"

ਉਹ ਸ਼ਰਮਾ ਗਈ। ਤਨਵੀਰ ਨੇ ਵੀ ਕਿਸੀ ਔਰਤ ਨੂੰ ਆਪਣੀ ਜ਼ਿੰਦਗੀ ਵਿੱਚ ਪਹਿਲੀ ਦਫ਼ਾ ਦੇਖਿਆ ਸੀ। ਉਹ ਕਾਫ਼ੀ ਦੇ ਨਾਲ-ਨਾਲ ਗੱਲਾਂ ਕਰ ਰਹੇ ਸੀ ਔਰ ਕਰੀਬ ਹੁੰਦੇ ਜਾ ਰਹੇ ਸੀ।

ਕਦ ਉਹ ਕਮਜ਼ੋਰ ਲਮਹਾ ਆਇਆ, ਇਹਣਾਂ ਨੂੰ ਪਤਾ ਹੀ ਨਹੀਂ ਚੱਲਿਆ। ਉਹ ਕਿਨ ਚੱਕਰਾਂ ਵਿੱਚ ਪੈ ਗਿਆ ਸੀ।

ਅਚਾਨਕ ਉਹ ਉੱਠਿਆ। ਜਦ ਉਹ ਜਾਣ ਲੱਗਾ, ਉਸ ਨੇ ਕਿਹਾ, "ਤੁਹਾਨੂੰ ਪਤਾ ਹੈ ਕਿ ਮੈਂ ਕੇਬਲ ਦੇ ਬਾਰੇ ਕੁਛ ਨਹੀਂ ਜਾਣਦਾ।"

ਮਿਸਿਜ਼ ਮੋਰਿਸ ਮੁਸਕੁਰਾਈ, "ਡਾਰਲਿੰਗ! ਸਾਡੇ ਯਹਾਂ ਤਾਂ ਕੇਬਲ ਹੀ ਨਹੀਂ।"

੨੦
ਸੇਲਜ਼ ਮੈਨ

ਸ਼ਾਹਿਦ ਦੀ ਮੇਨ ਬਾਜ਼ਾਰ ਵਿੱਚ ਮਨਿਆਰੀ ਦੀ ਦੁਕਾਨ ਸੀ। ਜਦ ਉਸ ਨੇ ਮੈਟ੍ਰਿਕ ਦਾ ਇਮਤਿਹਾਨ ਪਾਸ ਕੀਤਾ ਤਾਂ ਇਸ ਦੇ ਬਾਪ ਨੇ ਅੱਗੇ ਪੜ੍ਹਣ ਦੀ ਮੁਖ਼ਾਲਫ਼ਤ ਕੀਤੀ।

ਉਹਣਾਂ ਦਾ ਕਹਿਣਾ ਸੀ - ਅੱਗੇ ਪੜ੍ਹ ਕੇ ਕੀ ਕਰੋਗੇ। ਨੌਕਰੀ ਤਾਂ ਕਰਨੀ ਨਹੀਂ। ਆਪਣਾ ਕਾਰੋਬਾਰ ਹੈ ਚੁਨਾਂਚਿ ਉਹਣਾਂ ਨੇ ਇਸ ਨੂੰ ਆਪਣੇ ਨਾਲ ਦੁਕਾਨ ਤੇ ਬਿਠਾ ਲਿਆ। ਉਹ ਸਾਰਾ ਦਿਨ ਦੁਕਾਨ ਤੇ ਬੈਠਦਾ। ਉਸ ਦੇ ਅੱਛੇ ਅਖ਼ਲਾਕ ਦੀ ਵਜ੍ਹਾ ਨਾਲ ਸੇਲ ਦੁੱਗਣੀ ਹੋ ਗਈ ਸੀ। ਔਰ ਲੋਗ ਵੀ ਦੂਰ-ਦੂਰ ਤੋਂ ਆਂਦੇ। ਹਰ ਵਕਤ ਗਾਹਕਾਂ ਦੀ ਭੀੜ ਲੱਗੀ ਰਹਿੰਦੀ।

ਇਕ ਦਿਨ ਮੈਂ ਬਾਜ਼ਾਰੋਂ ਗੁਜ਼ਰ ਰਿਹਾ ਸੀ। ਦੇਖਿਆ ਸ਼ਾਹਿਦ ਦੁਕਾਨ ਦਾ ਸ਼ਟਰ ਗਿਰਾ ਕੇ ਤਾਲਾ ਲਗਾ ਰਿਹਾ ਸੀ।

ਮੈਨੂੰ ਦੇਖ ਕੇ ਉਸ ਨੇ ਕਿਹਾ, "ਅੱਛਾ ਹੋਇਆ, ਤੂੰ ਆ ਗਿਆ। ਅੱਬਾ ਜੀ ਅੱਜ ਨਹੀਂ ਆਏ। ਇਹਣਾਂ ਦੀ ਤਬੀਅਤ ਖ਼ਰਾਬ ਹੈ ਔਰ ਮੈਨੂੰ ਬੈਂਕ ਜਾਣਾ ਹੈ। ਤੂੰ ਥੋੜੀ ਦੇਰ ਲਈ ਬੈਠ। ਮੈਂ ਬੈਂਕ ਤੋਂ ਹੋ ਕੇ ਆਂਦਾ ਹਾਂ।"

"ਯਾਰ! ਮੈਨੂੰ ਤਾਂ ਕੀਮਤਾਂ ਕਾ ਕੁਛ ਪਤਾ ਨਹੀਂ।"

"ਇਹ ਤਾਂ ਕੋਈ ਬੜਾ ਮਸਲਾ ਨਹੀਂ। ਹਰ ਚੀਜ਼ ਤੇ ਕੀਮਤ ਲਿਖੀ ਹੋਈ ਹੈ। ਜਿਸ ਚੀਜ਼ ਦੀ ਸਮਝ ਆਏ, ਦੇ ਦੇਣਾ ਵਰਨਾ ਕਹਿਣਾ ਕਿ ਦੁਕਾਨਦਾਰ ਨਹੀਂ ਹੈ ਯਾਂ ਮੈਨੂੰ ਫ਼ੋਨ ਕਰਕੇ ਪੁੱਛ ਲੈਣਾ।

"ਮੈਂ ਹੁਣੇ ਗਿਆ ਤੇ ਹੁਣੇ ਆਇਆ," ਉਸ ਨੇ ਦੁਕਾਨ ਦਾ ਸ਼ਟਰ ਉੱਪਰ ਉਠਾਇਆ। ਮੈਨੂੰ ਉਹ ਕੈਸ਼ ਤੇ ਬਿਠਾ ਕੇ ਖ਼ੁਦ ਬੈਂਕ ਚਲਾ ਗਿਆ। ਜਾਂਦੇ ਵਕਤ ਮੇਰੇ ਹੱਥ ਵਿੱਚ ਅਖ਼ਬਾਰ ਥਮਾ ਦਿੱਤਾ। ਹਲੇ ਮੈਂ ਅਖ਼ਬਾਰ ਦੀਆਂ ਸੁਰਖ਼ਿਆਂ ਤੇ ਹੀ ਨਜ਼ਰ ਡਾਲ ਰਿਹਾ ਸੀ ਕਿ ਇਕ ਸਾਹਿਬ ਆਏ। ਉਹਣਾਂ ਨੇ ਖ਼ੁਦ ਹੀ ਇਕ ਚੀਜ਼ ਉਠਾਈ ਔਰ ਮੇਰੇ ਸਾਮਣੇ ਕਾਊਂਟਰ ਤੇ ਰੱਖ ਦਿੱਤੀ ਤੇ ਪੈਸੇ ਦੇ ਕੇ ਚਲੇ ਗਏ। ਮੈਨੂੰ ਕੁਛ ਵੀ ਨਹੀਂ ਕਰਣਾ ਪਿਆ। ਮੈਨੂੰ ਖ਼ੁਸ਼ੀ ਵੀ ਹੋਈ ਕਿ ਮੇਰੇ ਬੈਠਣ ਦਾ ਕੁਛ ਤਾਂ ਫ਼ਾਇਦਾ ਹੋਇਆ। ਹਲੇ ਥੋੜੀ ਦੇਰ ਹੀ ਗੁਜ਼ਰੀ ਸੀ ਕਿ ਇਕ ਲੜਕੀ ਮੋਡੇ ਤੇ ਬੈਗ ਲਟਕਾਏ ਇਕ ਹੱਥ ਵਿੱਚ ਸ਼ਾਪਿੰਗ ਬੈਗ ਤੇ ਦੂਸਰੇ ਹੱਥ ਨਾਲ ਛੋਟੀ ਬੱਚੀ ਦੀ ਉਂਗਲੀ ਪਕੜੇ ਦੁਕਾਨ ਵਿੱਚ ਦਾਖ਼ਲ ਹੋਈ।

ਮੈਂ ਇਸ ਵਕਤ ਅਖ਼ਬਾਰ ਦੇ ਮਤਅਲੇ ਚ ਮਸ਼ਗ਼ੂਲ ਸੀ। ਲੜਕੀ ਬੜੀ ਖ਼ੂਬਸੂਰਤ ਸੀ। ਸਾਂਵਲਾ ਰੰਗ, ਲੰਬਾ ਕੱਦ, ਨੱਕ ਤੇ ਤਿਲ, ਸ਼ਰਬਤੀ ਅੱਖਾਂ, ਲੰਬੇ ਘਣੇ ਕਾਲੇ ਬਾਲ ਔਰ ਬਾਲਾਂ ਨੁੰ ਇਸ ਅੰਦਾਜ਼ ਚ ਬਣਾਇਆ ਹੋਇਆ ਸੀ ਕਿ ਭਲੀ ਮਾਲੂਮ ਹੁੰਦੀ ਸੀ। ਇਸ ਦਿਲਕਸ਼ੀ ਦੇ ਆਲਮ ਵਿੱਚ ਮੈਂ ਚੰਦ ਲਮਹੇ ਸਾਕਤ ਹੋ ਕੇ ਰਹਿ ਗਿਆ ਔਰ ਆਪਣੀ ਨਿਗਾਹ ਨੀਚੀ ਕਰ ਲਈ। ਉਸ ਨੇ ਸਲਾਮ ਕੀਤਾ। ਮੈਂ ਜਵਾਬ ਦੇਣ ਲਈ ਨਿਗਾਹ ਉੱਪਰ ਕੀਤੀ।

"ਫ਼ਰਮਾਇਏ! ਮੈਂ ਤੁਹਾਡੀ ਕੀ ਖ਼ਿਦਮਤ ਕਰ ਸਕਦਾ ਹਾਂ।"

"ਜੀ, ਯਹਾਂ ਕੋਈ ਅੱਛੀ ਸੀ ਬਨਿਆਣ ਹੈ?" ਇਸ ਦੇ ਲਹਿਜੇ ਵਿੱਚ ਅਜੀਬ ਕਿਸਮ ਦੀ ਸ਼ੋਖ਼ੀ ਸੀ।

"ਤਸ਼ਰੀਫ਼ ਰੱਖੋ। ਮੈਂ ਦਿਖਾਂਦਾ ਹਾਂ।"

ਇਸ ਨੇ ਸ਼ਾਪਿੰਗ ਬੈਗ ਨੂੰ ਇਕ ਤਰਫ਼ ਰੱਖਿਆ। ਮੇਰੇ ਸਾਮਣੇ ਕੁਰਸੀ ਤੇ ਬੈਠ ਗਈ ਔਰ ਬੱਚੀ ਨੂੰ ਗੋਦ ਵਿੱਚ ਬਿਠਾ ਲਿਆ।

ਦੁਕਾਨ ਵਿੱਚ ਹਰ ਚੀਜ਼ ਬੜੇ ਕਰੀਨੇ ਨਾਲ ਰੱਖੀ ਹੋਈ ਸੀ। ਇਸ ਲਈ ਕਿਸੀ ਚੀਜ਼ ਨੂੰ ਤਲਾਸ਼ ਕਰਨਾ ਕੋਈ ਮਸਲਾ ਨਹੀਂ ਸੀ।

ਮੈਂ ਇਕ ਮਾਹਿਰ ਸੇਲਜ਼ ਮੈਨ ਦੀ ਤਰਾਂ ਇਕ ਮਿੰਟ ਚ ਫ਼ੈਸਲਾ ਲਿਆ। ਸਾਡੀ ਖ਼ਵਾਤੀਨ ਅੱਜ ਕਲ ਯੂਰੋਪੀਅਨ ਨਾਲ ਮੁਤਾਸਿਰ ਹੈਂ ਇਸ ਲਈ ਉਸ ਨੂੰ ਇੰਪੋਰਟਿਡ ਬਨਿਆਣ ਪਸੰਦ ਆਏਗੀ। ਹੁਣ ਮਸਲਾ ਸਾਇਜ਼ ਦਾ ਸੀ। ਪੁੱਛਣ ਵਿੱਚ ਕੋਈ ਕਬਾਹਤ ਨਾ ਸੀ। ਲੇਕਿਨ ਮੁਝੇ ਸ਼ਰਮ ਆ ਰਹੀ ਸੀ ਕਿ ਇਸ ਦਾ ਸਾਇਜ਼ ਕਿਦਾਂ ਪੁੱਛਾਂ। ਮੇਰੇ ਖ਼ਿਆਲ ਚ ਮੀਡੀਅਮ ਠੀਕ ਰਹੇਗਾ। ਲਿਹਾਜ਼ਾ ਤਿੰਨ-ਚਾਰ ਮੁਖ਼ਤਲਿਫ਼ ਕਲਰ ਦੀਆਂ ਬਨਿਆਨਾਂ ਇਸ ਦੇ ਸਾਮਣੇ ਰੱਖ ਦਿੱਤੀਆਂ ਔਰ ਕਣਖਿਆਂ ਤੋਂ ਇਸ ਦਾ ਰੱਦੇ ਅਮਲ ਦੇਖ ਰਿਹਾ ਸੀ।

ਮੈਂ ਨਜ਼ਰਾਂ ਹੀ ਨਜ਼ਰਾਂ ਵਿੱਚ ਭਾਂਪ ਲਿੱਤਾ ਕਿ ਉਹ ਦੇਖ ਤਾਂ ਰਹੀ ਹੈ ਲੇਕਿਨ ਦਿਲਚਸਪੀ ਦਾ ਇਜ਼ਹਾਰ ਨਹੀਂ ਕਰ ਰਹੀ। ਸ਼ਾਇਦ ਪਸੰਦ ਨਹੀਂ ਆਈ। ਇਹ ਤੋਂ ਪਹਿਲਾਂ ਕਿ ਉਹ ਕੁਛ ਕਹਿੰਦੀ, ਮੈਂ ਕਿਹਾ, "ਆਪ ਨੂੰ ਹੋਰ ਦਿਖਾਂਦਾ ਹਾਂ।" ਲੇਕਿਨ ਉਸ ਨੇ ਮੇਰੀ ਗੱਲ ਦਾ ਕੋਈ ਜਵਾਬ ਨਾ ਦਿੱਤਾ। ਗਰਮੀ ਦੇ ਦਿਨ ਸੀ। ਮੇਰੇ ਜ਼ਹਿਣ ਵਿੱਚ ਆਇਆ ਕਿ ਗਰਮੀ ਹੈ, ਲੜਕੀਆਂ ਕਾਟਨ ਨੂੰ ਪਸੰਦ ਕਰਦੀਆਂ ਹੈਂ, ਬਿਹਤਰ ਇਹੀ ਹੈ ਕਿ ਉਸ ਨੂੰ ਕਾਟਨ ਦੀ ਬਨਿਆਣ ਦਿਖਾਈ ਜਾਏ।

"ਯੇ ਦੇਖੇਂ ਜੀ, ਮੇਡ ਇਨ ਪਾਕਿਸਤਾਨ, ਫ਼ੈਸਲਾਬਾਦ ਦੀ ਬਣੀ ਹੋਈ। ਇਸ ਵਿੱਚ ਆਪਣੀ ਮਿੱਟੀ ਦੀ ਖ਼ੁਸ਼ਬੂ ਹੈ।

"ਦੇਖੋ ਜੀ, ਯੇ ਗਰਮਿਆਂ ਵਿੱਚ ਠੰਡੀ ਰਹਿੰਦੀ ਹੈ, ਖ਼ਾਸ ਤੌਰ ਤੇ ਇਥੇ ਦੇ ਮੌਸਮ ਦੇ ਮੁਤਾਬਿਕ ਬਣਾਈ ਗਈ ਹੈ। ਪਹਿਨਣੇ ਔਰ ਉਤਾਰਨ ਵਿੱਚ ਵੀ

ਆਸਾਨ ਹੈ।"

ਇਸ ਨੇ ਇਹਨੂੰ ਦੇਖਿਆ ਜ਼ਰੂਰ ਮਗਰ ਲੈਣ ਲਈ ਨਹੀਂ। ਮੈਨੂੰ ਲੱਗਾ ਜੈਸੇ ਮੇਰਾ ਦਿਲ ਰੱਖਣ ਲਈ ਦੇਖ ਰਹੀ ਹੋ। ਮੇਰੇ ਕੋਲ ਟਾਇਮ ਸੀ। ਖ਼ੁਸ਼ਕਿਸਮਤੀ ਨਾਲ ਕੋਈ ਗਾਹਕ ਵੀ ਨਾ ਸੀ। ਮੇਰਾ ਦਿਲ ਚਾਹ ਰਿਹਾ ਸੀ ਇਹ ਕੁਛ ਨਾ ਕੁਛ ਖ਼ਰੀਦ ਕੇ ਜਾਏ।

"ਤੁਹਾਨੂੰ ਅਗਰ ਪਾਕਿਸਤਾਨੀ ਮਾਲ ਪਸੰਦ ਨਹੀਂ ਤਾਂ ਇਸ ਵਿੱਚ ਪ੍ਰੇਸ਼ਾਨੀ ਦੀ ਕੋਈ ਗੱਲ ਨਹੀਂ।

"ਸਾਡੇ ਕੋਲ ਹੋਰ ਵੀ ਮਾਲ ਹੈ ਉਹ ਦੇਖ ਲੋ," ਮੈਂ ਨੇ ਸੋਚਿਆ ਸ਼ਾਇਦ ਯੇ ਸਾਇਜ਼ ਬੜਾ ਹੈ ਔਰ ਉਹ ਦੱਸਣ ਵਿੱਚ ਸ਼ਰਮਾ ਰਹੀ ਹੈ। ਵੈਸੇ ਅੱਜ-ਕਲ ਤਾਂ ਲੜਕੀਆਂ ਤੰਗ ਕਪੜੇ ਪਸੰਦ ਕਰਦੀਆਂ ਹੈਂ ਜਿਸ ਵਿੱਚ ਉਹਣਾਂ ਦੀ ਫ਼ਿੱਗਰ ਨੁਮਾਇਆਂ ਨਜ਼ਰ ਆਏ। ਮੇਰੇ ਖ਼ਿਆਲ ਵਿੱਚ ਸਮਾਲ ਸਾਇਜ਼ ਠੀਕ ਰਹੇਗਾ। ਸਮਾਲ ਸਾਇਜ਼ ਦੀ ਕੁਛ ਬਨਿਆਣਾਂ ਇਸ ਦੇ ਸਾਮਣੇ ਰੱਖ ਦਿੱਤੀਆਂ। ਮੈਂ ਫ਼ੌਰਨ ਸਮਝ ਗਿਆ ਕਿ ਉਹ ਲੈਣ ਵਿੱਚ ਝਿਜਕ ਰਹੀ ਹੈ। ਇਸੀ ਦੌਰਾਨ ਸ਼ਾਹਿਦ ਵੀ ਆ ਗਿਆ।

ਲੜਕੀ ਨੇ ਜਦ ਸ਼ਾਹਿਦ ਨੂੰ ਦੇਖਿਆ ਤਾਂ ਮੇਰੇ ਨਾਲ ਮੁਖ਼ਾਤਿਬ ਹੋ ਕੇ ਕਿਹਾ, "ਸੌਰੀ, ਯੇ ਨਹੀਂ ਚਾਹੀਏ।" ਉਹ ਜਾਣ ਲੱਗੀ।

ਹਲੇ ਪੈਰ ਦੁਕਾਨ ਦੇ ਬਾਹਰ ਹੀ ਰੱਖਿਆ ਸੀ, ਸ਼ਾਹਿਦ ਨੇ ਕਿਹਾ, "ਮੇਰੀ ਬਾਜੀ ਨੂੰ ਕੀ ਚਾਹੀਦਾ ਹੈ?"

"ਬਨਿਆਣ ਲੈਣ ਆਈ ਸੀ," ਉਸ ਦੇ ਬੁੱਲਾਂ ਤੇ ਦਿਲਫ਼ਰੇਬ ਮੁਸਕਰ-ਾਹਟ ਨਮੂਦਾਰ ਹੋ ਗਈ।

ਸ਼ਾਹਿਦ ਨੇ ਕਿਹਾ, "ਆਓ ਨਾ ਬਾਜੀ! ਸਾਡੇ ਇਥੇ ਬੜੀ ਅੱਛੀ ਵੈਰਾਇਟੀ ਹੈ। ਆਪ ਪਸੰਦ ਕਰ ਲੋ। ਕੀਮਤ ਵਿੱਚ ਘੱਟ-ਘਟ੍ਹਾ ਹੋ ਸਕਦਾ

ਹੈ। ”

ਲੜਕੀ ਨੇ ਸਰਲ ਲਹਿਜੇ ਵਿੱਚ ਕਿਹਾ,

“ਭਾਈ! ਕੀਮਤ ਦੀ ਗੱਲ ਨਹੀਂ। ਮੈਨੂੰ ਆਪਣੇ ਲਈ ਨਹੀਂ, ਇਸ ਬੱਚੀ ਲਈ ਬਨਿਆਣ ਚਾਹੀਦੀ ਸੀ। ”

ਉਰਦੂ ਲੇਖਕ
ਸ਼ੋਐਬ ਸਾਦਿਕ

Shoaib Sadiq with Umer Alam

ਸ਼ੋਐਬ ਸਾਦਿਕ

SHORT STORY WRITER SHOAIB SADIQ' S
Interview with Umer Alam

Q — What motivated you to write short stories?

A — Initially I wrote two stories for my college magazine way back in 1991. The magazine editorial board liked one of my stories titled 'Bhai Rasgulla' and published it. I received great appreciation from my friends and other students both male and females. This encouraged me very much. The same year I started writing diary. I was writing day to day incidents in my diary with the intention I would be using them in my stories. I started publishing my magazine ' Adabi Chehra ' from Gujrat, Pakistan in 1998 that continued until I moved to Canada in 2003. After coming to Canada I got busy earning for living. Thank God, the situation soon improved and I started writing stories. In my stories I was focussing on what was going on in our society. All my stories were based on personal experiences. At first, I tried to get them published myself but I faced difficulties as some publishers in Pakistan did not agree. Meanwhile, I talked to my friend, Mr. Abbas Tabish who is also a renowned poet. He not only appreciated my work but also got the first collection of my stories titled 'Chautha Aadmi' published from Lahore in 2010. I received great applause from my friends living in Pakistan, Canada and other parts of the world and many other readers. This encouraged me a lot. I continued writing stories highlighting corruption, hypocrisy, evils of our orthodox system etc. that have taken deep roots in our society. I manged to get another collection of my stories titled 'Nai Rahen' and Roll Number' published in 2012 and 2015 respectively.

Q — Some people compare you with Sa'adat Hassan Manto. What do you say about that?

A — I don't agree with that. You may call it their personal opinion. Sa'adat Hassan Manto had his own vision and experiences and style of writing. My stories are based on my own experiences and I have my way of writing. Though the things have not changed much. Whatever evils lurked in our society in his days are still present, rather those have worsened. In some of my stories I mentioned sex without which the stories would not be complete. The incidents I mentioned in my stories are based on my experiences. May be because of that some readers of my stories compared me with great writer like Manto.

Q — What made you quit law profession?

A — I quit because I was not experiencing satisfaction in law profession. In fact, it's a noble profession provided you work with honesty. Unfortunately, in Pakistan, if you work honestly it would be hard for you to earn bread. Back in our country you have to prove right as wrong and wrong as right with your skill. Soon I developed dislike about this profession reflecting on my experiencing in day to day cases. In some cases, the old saying came true to me - 'when money speaks, the truth is silent'. And finally, I quit this profession.

Q — Do your stories revolve around true characters or those are based on incidents we come to know through media?

A — Some characters in my stories are still alive but I have used assumed names. My stories are based on my personal experiences. Some readers are of the opinion that the quality of my stories is that if somebody peeps through, he would find himself as a charater in my stories. This is the quality that differentiates me from other writers.

Q — Some people blame you for using unnecessary sex in some of your stories to find fame amongst young people. How would you defend yourself?

A — I don't agree with that. What I have written is based on my personal experiences and true incidents. What I have written is not strange as these incidents are happening in our society almost everyday, mostly behind closed curtains. Sometimes, you read about some incidents in newspapers or magazines or come to know through electronic media. "If I am writing about some character being involved in sexual crime, I have to write about some sexual things, what he or she has done. This is obvious. In my stories, I have tried to expose hypocrites and so-called elites in our society involved in evil acts. I have tried to show their true faces to the people. I would like to say here that we watch movies on mini screen with our family and when we notice some obscene scenes, we switch off the television for a while. Likewise, if somebody doesn't like my story in which I have mentioned sex, he may turn the page. Before me, other writers like Sa'adat Hassan Manto, Asmat Chughtai and Wajida Tabassum have written stories on our society like Kali Shalwar, Khol Do, Lehaf, Utran etc. but we read them with much interest.

Q — Some people say some of your stories have resemblance to the stories written by some other writers. What do you say about that?

A — This is not true. May be those saying this have either not read my stories thoroughly or have compared them with those other writers. Some of the incidents could be the same but the style of writing is entirely different.

Q — Which personality inspired you the most in terms of story writing?

A — Many years ago, someone asked me to see the movie 'Ijazat" of Mr. Gulzar. It was so interesting that I saw this movie several times. I don't think movie of that standard has been made after that. Through this movie I came to know about Mr. Gulzar. I became very inspired by him after seeing his movies. His style of writing was different from other writers and that quality of his impressed me a lot. I found his stories very interesting. His stories like Guddi, Kis Ki Kahani, Das Paisey, Bimla, Haath Peelay Kar Do, Saans Lana Hai, Khauf, Taqseem, Kagaz Ki Topi, Ravi Paar etc. are the masterpieces. Impressed with his personality and style of story writing, I named my book 'Roll Number" and dedicated to him.

Q — How do you handle some people criticizing your stories?

A — I appreciate criticism. But the criticism should not be for the sake of criticism. It should not be because the person criticizing does not like me. To err is human. I do not claim that I am the best story writer. If someone honestly points out some mistakes or loopholes in my stories, I would be thankful to him.

Q — Do you think awards on books are given on merit?

A — Whole literary set-up is corrupt. There is politics in everything. The modes operandi of the organizations giving awards is not transparent. There is no any principle or set rule in the selection of books for award. Instead of keeping in view the literary ability and skill of writers or quality of the books, the decision is left solely to the discretion of the judges. It is decided beforehand who would be given the awards. Sometimes back, same thing happened in Toronto, Canada. I am astonished how one can compare a poetry book with a book of short stories or any book written on travel experience. In the matter of giving awards, honesty should be the first preferences. Otherwise the award would lose its importance. In most cases, what I understand is genuine writers and poets who have done tremendous work in the field of literature are ignored and those whose work is of not any worth have been bestowed with awards. I have no hesitation to say in the light of my personal experience that whether it's pride of performance or any other awards, all are given on political recommendation.

Q — Do you think your stories could bring any change in our society?

A --- First of all, I write for myself. I get frustrated when I see an act of cruelty, terrorism, nepotism, favouritism, corruption and other evils eating the very fabric of our society. I am a very weak person. I find myself helpless. When I write about those evils, I feel inner satisfaction that I have done my job. There are other people associated with print and electronic media. They are also doing their job in this direction. Result is not in our hands. We should keep doing our best. History is before us. I am foreseeing some bloody revolution sooner or later and probably that revolution would eliminate corrupt politicians and other selfish and other bad elements responsible for all the evils in the society. I am confident our efforts would bring fruits and if we don't live to see that, our coming generation would be breathing in a corruption and evil free society.

Q — What is your opinion about love affair?

A — It's a very sweet and interesting feeling. It is so with everybody whether rich or poor. There is no any set time or age in getting involved in love with someone of opposite sex. It develops all of a sudden. There is not any planning in love. In my opinion, it's not necessary if you get involved in love with someone you should get married to him or her. Marriage is like a very weak thread but it's the love that binds you with a strong and unbreakable chain. If it's true love, it would remain forever. This is unfortunate, we hide love affairs in our society; we should rather try our best to hide day to day domestic violence. I know that in our Pakistani and Indian society, getting involved in love affair is a very expensive business. Mostly, both the families make it a point of their prestige. In some cases, those involved in love affairs are even killed. I don't support this. This practice should end.

Q – What is you future plan?

A – I understand I should continue writing stories. So far, three collections of my short stories namely *'Chautha Aadmi'*, *'Nai Rahen'* and *'Roll Number'* have been published in Urdu language. Among them, *'Chautha Aadmi'* has also been published in Hindi and Gurmukhi languages. Dr. Sabirah Begum Sheikh, Post Doctoral Fellow of Hindi Department, University of Hyderabad in India translated my first book in Hindi Language which was published by Dr. Monika Spolia in Laval, Quebec, Canada who also wrote a forward and translated one of the short-stories in Hindi. In addition, Dr. J. Parakash Kardam, is publishing 'Chautha Aadmi' in Hindi from New Delhi as well. Moreover, my friend Zulqarnain Haider Sherazi, who recently passed away (may Allah rest his soul in peace), was working on my stories for movies. He has also written a book on my works which is currently in the press. Some of my friends in Pakistan are working on my stories for TV plays.

The interviewer Umer Alam is a senior journalist. He is ex-Reporter of DAILY NEWS, Karachi (Jang Group) and daily THE NATION, Lahore (Nawa-I-Waqt Group). He is also author of the book Bihariyon Ka Muqadma. He is currently residing in Canada.

ਲੇਖਕ ਸ਼ੋਐਬ ਸਾਦਿਕ ਦੀਆਂ ਕਹਾਣੀਆਂ ਦੀਆਂ ਪਹਿਲੀਆਂ ਪਰਕਾਸ਼ਿਤ ਪੁਸਤਕਾਂ:

~ ਨਈ ਰਾਹੇਂ (ਉਰਦੂ) ੨੦੧੨

~ ਟ੍ਰਾਂਸਫਰ (ਉਰਦੂ) ੨੦੧੩

~ ਰਾਲ ਨੰਬਰ (ਉਰਦੂ) ੨੦੧੫

~ ਚੌਥਾ ਆਦਮੀ (ਪੰਜਾਬੀ, ੨੦੧੫, ISBN: 9780986747267; ਹਿੰਦੀ, 2017, ISBN: 9780986747281; ਵਾ ਉਰਦੂ, ੨੦੧੦)

~ ਦਾਅਰੇ ਕਾ ਸਫ਼ਰ (੨੦੧੬)

The writer Shoaib Sadiq's previous published books:
(In Urdu language)
~ Chautha Aadmi (2010)
Alhamd Publications
Lahore, Pakistan
04237231490
04237310944
~ Nai Rahein (2012)
~ Transfer (2013)
Art Publications
Lahore, Pakistan
03364253119
~ Roll Number (2015)
~ Chautha Aadmi in Hindi language, 2015
CITP INC.
services@citpinc.biz
ISBN: 9780986747243
~ Dairay Ka Safar (2016)

Printed in Great Britain
by Amazon

31870944R00086